Vietnamien

lonely planet

guide de conversation

Guide de conversation *Vietnamien 4*
Traduit de l'ouvrage *Vietnamese Phrasebook 4, March 2008*
© Lonely Planet Publications Pty Ltd 2016

Traduction française : © Lonely Planet 2016
12 avenue d'Italie, 75627 Paris cedex 13
📞 01 44 16 05 00
🖥 lonelyplanet@placedesediteurs.com
@ www.lonelyplanet.fr

Dépôt légal
Février 2016
ISBN 978-2-81615-596-9

Illustration de couverture
Éric Giriat

texte © Lonely Planet Publications Pty Ltd 2016

Imprimé par
SEPEC, Péronnas, France

En
Voyage   un département **place des éditeurs**
Éditions

place
des
éditeurs

Ce guide de conversation *Vietnamien* a été conçu par Ben Handicott et les éditions Lonely Planet.

Traduction et adaptation en français : Jean-Michel Vũ Đình Bạ
Responsable éditorial : Didier Férat
Coordination éditoriale : Cécile Bertolissio et Marie Thureau
Coordination graphique : Jean-Noël Doan
Adaptation graphique : Alexandre Marchand
Illustrations : Éric Giriat

Un grand merci à Marjorie Bensaada pour sa contribution au texte. Nos plus vifs remerciements vont à Michel MacLeod et à Dominique Spaety qui ont apporté une aide précieuse à la réalisation de ce guide.

La maquette de ce guide a été créée par Yukiyoshi Kamimura et Jim Hsu. Christian Deloye l'a adaptée pour l'édition française. La couverture, conçue par Yukiyoshi Kamimura, a été adaptée en français par Jean-Noël Doan. La carte de répartition de la langue, créée par Wayne Murphy, a été traduite par Nicolas Chauveau. Gayle Welburn a réalisé l'index de cette édition française.

Sachez tirer parti de votre guide...

Nous pouvons tous parler une langue étrangère ! Tout est question de confiance en soi. Peu importe si vous n'avez rien gardé de vos cours de langue à l'école. Si vous assimilez aujourd'hui ne serait-ce que les expressions de base reproduites sur la couverture de ce guide, votre voyage en sera métamorphosé. N'hésitez pas, profitez de cette porte ouverte sur le monde vietnamien, lancez-vous dans l'aventure de la communication !

comment se repérer

Ce guide est divisé en sections, matérialisées par des couleurs différentes. Le chapitre **basiques** expose les bases de la langue vietnamienne. Il sera votre référence permanente. La partie **pratique** présente les situations de la vie quotidienne. Celle intitulée **en société** vous offre les clés des rapports sociaux : comment engager une conversation, tester son pouvoir de séduction ou exprimer une opinion. Une section entière, **à table**, est consacrée à l'alimentation, avec des rubriques gastronomie, plats végétariens et spécialités locales. La partie **urgences** aborde les problèmes de sécurité en voyage et de santé. Un index détaillé, situé en fin d'ouvrage, répertorie les différentes questions abordées. Il est précédé d'un dictionnaire bilingue.

pour vous exprimer

Chaque phrase et expression de ce guide est présentée en vietnamien, accompagnée de sa transcription phonétique (matérialisée par des phrases de couleur dans la partie droite de chaque page) et de sa traduction en français. Notre système de transcription est expliqué en détail dans le chapitre **prononciation** de la partie **basiques**. Il ne requiert pas d'apprentissage spécifique.

les petits plus

Les encadrés *expressions courantes* vous offrent un aperçu du vietnamien tel qu'il est parlé dans la rue. N'hésitez pas à vous en inspirer. Ceux intitulés *parler local* réunissent des phrases qui reviennent souvent dans une situation spécifique. Pour faciliter votre compréhension, la phonétique est alors employée avant le vietnamien.

sommaire

5

en société 97

SOMMAIRE

à table...149

urgences...171

dictionnaires 187

index 249

vietnamien

■ langue officielle

Pour plus de détails, reportez-vous à l'**introduction**.

La langue vietnamienne moderne trouve sa source dans le delta du fleuve Rouge, dans le nord du Vietnam. D'abord fortement influencée par les langues indiennes et malayo-polynésiennes, elle subit de grands bouleversements lorsque les Chinois conquirent le pays, au IIe siècle av. J.-C.

Près de 30 empereurs chinois règnèrent successivement sur le Vietnam, pendant plus de mille ans. Durant cette période, le chinois fut adopté dans la littérature, l'enseignement, les sciences, la politique et dans les milieux de l'aristocratie vietnamienne, tandis que le peuple continua à parler la langue vernaculaire, écrite en *chữ nôm* tyũ nôm. Le système *chữ nôm*, resté en usage jusqu'au début du XXe siècle, utilisait les caractères chinois, prononcés à la vietnamienne. Plus des deux tiers des mots vietnamiens sont aujourd'hui dérivés du chinois. Ils constituent un important glossaire, appelé "sino-vietnamien" (*Hán Việt* hán việt).

Après un siècle de combats contre les occupants chinois, les Vietnamiens regagnèrent leur indépendance en 939. La langue vietnamienne gagna en prestige parallèlement à la reconstruction du pays. Ce fut le début de l'une des périodes les plus fastes de la littérature vietnamienne. C'est à cette époque que furent composées quelques-unes de ses œuvres majeures, notamment les poèmes de Hồ Xuân Hương et le roman en vers *Truyện Kiều* tchouiện kièou (*Histoire de Kiêu*) de Nguyễn Du.

---

en bref ...

langue :
vietnamien

nom vietnamien :
tiếng Việt
tiếng việt

famille linguistique :
groupe des langues môn-khmer, de la famille des langues austroasiatiques

nombre de locuteurs :
environ 85 millions dans le monde

langue proche :
muong (langue minoritaire)

Les premiers missionnaires portugais arrivèrent au Vietnam au XVIe siècle. Les Français s'imposèrent peu à peu comme puissance dominante dans la région et le Vietnam fut totalement intégré à l'Indochine après la prise de Saigon, en 1859.

Le vocabulaire français commença alors à s'immiscer dans le vietnamien. En 1910, le système *quốc ngữ* kouốk ngũ, basé sur l'alphabet latin, fut déclaré code écrit officiel de la langue vietnamienne, facilitant ainsi l'exercice du pouvoir colonial. Ce code, qui repose sur un alphabet phonétique de 29 lettres, mis au point au XVIIe siècle par Alexandre de Rhodes (un missionnaire jésuite français), reste très majoritairement employé à l'écrit. Si la langue vietnamienne a peu évolué depuis le milieu du siècle dernier, quelques modifications furent néanmoins apportées au *quốc ngữ* dans les années 1950 et 1960, pour rendre compte d'un "parler vietnamien intermédiaire", qui combine les consonnes initiales du Sud et les voyelles et les consonnes finales du Nord.

Le vietnamien est aujourd'hui la langue officielle de la République socialiste du Vietnam. Il compte près de 85 millions de locuteurs dans le monde, au Vietnam et dans les communautés installées en Europe, en Amérique du Nord, en Australie et au Japon.

Le contenu de ce guide, à la fois pratique, amusant et spontané, a pour but de vous aider à communiquer en vietnamien et à mieux comprendre le Vietnam et ses habitants. Tendez l'oreille, habituez-vous à la prononciation des mots et des tons, la confiance fera le reste. Une fois sur place, en contact avec des locuteurs natifs, vous délierez votre langue à coup sûr.

> abréviations utilisées dans ce guide :

a	adjectif	N	Nord
adv	adverbe	pl	pluriel
f	féminin	pol	politesse
fam	familier	prép	préposition
litt	littéralement	sg	singulier
m	masculin	S	Sud
n	nom	v	verbe

voyelles

lettre	symbole	équivalent en français	exemple en vietnamien	transcription
a	A	partir, là (long)	*ba*	bA
ă	a	bac, date (bref)	*găp*	gap
ê	e	bébé	*ghê*	ge
e	ê	fête, reine	*mẹ*	mệ
i	i	lit	*mì, lý*	mì, lí
ô	ô	pôle, carreau	*cô*	kô
o	o	Paul, carotte	*có*	kó
ơ	Œ	Œdipe (long)	*bơ*	bŒ
â	œ	jeune (bref)	*dân*	zœn
u	ou	cou, loup	*dủ*	dóu
ư	u	presque comme mur	*từ*	tù

Le vietnamien possède une palette vocalique plus étendue que le français. Les voyelles s'opposent en sons ouverts/fermés (*o*/ô o/ô, *e*/ê ê/e) et brefs/longs (*ă*/a a/A, *â*/ơ œ/Œ). Le *u* se prononce presque comme le **u** de m**u**r, en tirant les lèvres en arrière. Des marques sont notées au-dessus ou en dessous des voyelles (*á, è, ỏ, ĩ, ụ*). Il ne s'agit pas d'accents, mais de tons (voir p. 13), destinés à indiquer la courbe mélodique des syllabes marquées. Ainsi, *lề* lè ne se prononcera pas comme "**lait**", mais comme "gel**ée**", au ton descendant (*ê* e se prononce toujours **é**). Les

prononciation

voyelles se combinent pour former des groupes vocaliques de 2 ou 3 lettres (voir le tableau ci-dessous). La voyelle qui porte le ton est toujours plus accentuée que les autres. Ainsi, *búa* bóu·œ se prononcera **bou**eux et non bou**eux**. Dans une triphtongue (groupe vocalique de 3 lettres), les différents sons s'enchaînent et ne sont pas prononcés de façon isolée.

symbole	exemple en vietnamien	transcription
êou	*meo*	mêou
ie	*miếng*	miéng
ing	*đỉnh*	đìng
iou	*phiêu*	fièou
iœ	*mía*	mícœ
oï	*mọi*	mọï
ouï	*mùi*	mòuï
ouô	*muốn*	mouốn
uœï	*mười*	muœ̀ï
uœ	*được*	duœrk
uou	*mưu*	muou
uœ	*mưa*	muœ

Il existe en outre 2 semi-voyelles, *o*ou et *i*ï – à distinguer des voyelles *o* o et *i* i –, qui se placent avant ou après une voyelle simple pour former un groupe vocalique (*ai* ʌï, *quá* kouʌ). Certaines voyelles sont nasalisées. Elles sont généralement indiquées par *ng* ng ou *ngh* ngh – le g se prononce. Dans *bang, ang* ʌng se prononcera ainsi comme dans "big b**ang**". Vous remarquerez enfin au fil de ce guide de nombreuses exceptions dans la prononciation des voyelles, en fonction du groupe consonantique final.

tons

Le vietnamien distingue 6 tons, répartis sur deux niveaux (haut et bas), comme l'illustre le tableau ci-dessous. Ces tons font varier la hauteur du son et permettent de différencier les nombreux homophones – mots ayant la même prononciation, mais des sens différents. Ils donnent au néophyte l'impression que le locuteur vietnamien module sa voix sur différents registres et compose avec les voyelles une musique singulière.

Ces différents tons sont indiqués par des "accents", notés au-dessus ou en dessous des voyelles. Dans le Sud, le ton montant glottalisé (la voix s'étrangle en fin de course) se prononce comme un ton descendant-montant.

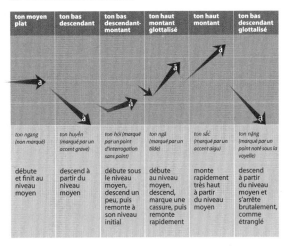

ton moyen plat	ton bas descendant	ton bas descendant-montant	ton haut montant glottalisé	ton haut montant	ton bas descendant glottalisé
ton ngang (non marqué)	*ton huyền (marqué par un accent grave)*	*ton hỏi (marqué par un point d'interrogation sans point)*	*ton ngã (marqué par un tilde)*	*ton sắc (marqué par un accent aigu)*	*ton nặng (marqué par un point noté sous la voyelle)*
débute et finit au niveau moyen	descend à partir du niveau moyen	débute sous le niveau moyen, descend un peu, puis remonte à son niveau initial	débute au niveau moyen, descend, marque une cassure, puis remonte rapidement	monte rapidement très haut à partir du niveau moyen	descend à partir du niveau moyen et s'arrête brutalement, comme étranglé

consonnes

Les consonnes ne posent pas de difficulté majeure aux francophones. Si certaines comportent 2 ou 3 lettres (*ch, tr, ngh, ph etc.*), chaque groupe consonantique correspond à un seul son.

lettre	symbole	équivalent en français	exemple en vietnamien	transcription
c, k, q	k	**k**aki	*cá, kem, quả*	ká, kem, kouà
ch	ty	**ti**ens	*chó*	tyó
d	z	**z**oo	*do*	zo
đ	d	**d**in**d**on	*đề*	dè
g, gh	g, gh	**g**arçon	*ga, ghen*	gʌ, ghên
h	h	**h**ello (**h** expiré)	*hát*	hʌt
kh	kh	**k + h** expiré (presque comme le **ch** dur allemand ou la *jota* espagnole)	*khô*	khô
ng, ngh	ng, ngh	pi**ng**-po**ng**	*ngô, nghè*	ngô, nghề
nh-	gn	ga**gn**er	*nhà*	gnà
ph	f	**f**emme	*pha*	fʌ
s	ch	**ch**at	*sàn*	chœn
th	th	**t + h** expiré	*thích*	thík
tr	tch	pat**ch**ouli	*trà*	tchà
r	j	**j**oli	*rẻ*	jẻ
x	s	**s**aucisse	*xin*	sin

En vietnamien, les lettres **b**, **l**, **m**, **n**, **p**, **t** et **v** s'articulent comme en français. Toutes les consonnes finales se prononcent (*bốn* bốn se dira donc "Beaune" et non "bon"). Le **h** est toujours expiré. Dans *kh* kh et *th* th, le **k** et le **t** sont "explosifs" (on doit entendre un léger souffle). Le n et le g ne sont pas dissociés dans *ng* ng, qui se prononce comme dans "parki**ng**". Le *gi* gi correspond au **zi** de "**zi**zanie".

parlers régionaux

Le vietnamien compte 3 parlers régionaux : celui du Nord (Hanoi), celui du Sud (Hô Chi Minh-Ville) et celui du Centre (Huê). Nous utiliserons dans ce guide le parler dit "standard", basé sur celui de Hanoi, tout en indiquant la prononciation et le vocabulaire propres au Sud, qui pourront vous être utiles. Les variantes seront notées par les symboles N (Nord) et S (Sud). Le parler de Huê tient une place à part, même aux yeux des Vietnamiens. La prononciation singulière du débutant pourra d'ailleurs laisser croire à un habitant de Hanoi ou de Hô Chi Minh-Ville que son interlocuteur a appris sa langue dans le centre du pays !

Quelques consonnes se prononcent différemment dans le Nord et dans le Sud (reportez-vous au tableau ci-dessous). Il existe également des différences mineures au niveau de certains groupes vocaliques. Pour les variations de tons d'une région à l'autre, consultez la rubrique **tons**, p. 13.

exemple	prononciation du Sud	prononciation du Nord
da	ya (plé**ia**de)	za (**zi**zanie)
gió	yó (**yoyo**)	zó (**Z**orro)
sa	cha (**ch**at)	sa (**s**alé)
ra	ja (**ja**de)	za (**zi**zanie)

Le vietnamien parlé au sud de Hô Chi Minh-Ville se caractérise par sa fluidité. La prononciation des consonnes suivantes se distingue de celle adoptée dans le parler standard du Sud :
ch (en début de mot) – plus "**ch**uinté" que dans le reste de la région
v (en début de mot) – comme le **y** de "yoyo"

accentuation

Les mot vietnamiens étant majoritairement monosyllabiques (composés d'une seule syllabe), il n'existe pas d'accent tonique à proprement parler. Les tons pourront néanmoins servir à accentuer un mot au sein d'une phrase. D'où l'importance de les maîtriser…

lecture et écriture

L'alphabet vietnamien moderne (*quốc ngữ* kouốk ngũ) comporte 29 lettres. Il utilise toutes les lettres de l'alphabet latin (sauf **f**, **j**, **w** et **z**), auxquelles il ajoute quelques lettres portant des signes diacritiques. Le tableau suivant indique la prononciation de chaque lettre.

alphabet				
A a A	Ă ă a	Â â œ	B b be	C c se
D d ze	Đ đ de	E e ê	Ê ê e	G g je
H h hAt	I i i	K k kA*	L l êlœ	M m êmœ
N n ênœ	O o o	Ô ô ô	Ơ ơ œ	P p pe
Q q kou	R r êrœ	S s êsœ	T t te	U u ou
Ư ư u	V v ve	X x êksœ	Y y igret	

comment utiliser ce chapitre

L'index ci-dessous récapitule les différentes rubriques du chapitre **grammaire de A à Z**, réunies par sections. Classées par ordre alphabétique, elles vous aideront à former vos propres phrases. Pour indiquer à un chauffeur de taxi où se trouve votre hôtel, vous consulterez par exemple la section **donner des instructions**, qui vous renverra notamment aux rubriques **démonstratifs** et **prépositions**.

BASIQUES

adjectifs et adverbes

décrire • faire

Les adjectifs s'emploient également en tant qu'adverbes. Ils se placent après le nom ou le verbe qu'ils qualifient.

Cette voiture est très rapide.
Xe này nhanh lắm.   sê nàï gnêng lám
(litt : véhicule ce très rapide)

Nous voulons aller vite.
Chúng tôi muốn đi nhanh.   tyóung tôï mouốn di gnêng
(litt : nous vouloir aller vite)

Consultez également la rubrique **ordre des mots**.

avoir

affirmer • négation • possession

En vietnamien, la possession s'exprime avec le verbe *có* kó (avoir), qui est invariable. Placé devant *có*, *không* không (non/ne pas) exprime la négation (ne pas avoir).

J'ai un visa.	*Tôi có visa.*	tôï kó visa
	(litt : je avoir visa)	
Je n'ai pas de visa.	*Tôi không có visa.*	tôï không kó visa
	(litt : je ne-pas avoir visa)	

Reportez-vous aux rubriques **négation**, **possessifs**, **il y a** et **verbes**.

classificateurs

dénombrer

En vietnamien, un numéral ne peut être immédiatement suivi du nom qu'il qualifie. Un classificateur (ou spécificatif) est intercalé entre ces deux éléments. Notez que la spécification n'est pas étrangère au français. On dit en effet "une tranche de pain", "un verre de vin", "une paire de lunettes" ou "deux morceaux de sucre". En vietnamien, elle est systématisée. De grandes classes de noms sont définies en fonction de différents critères. À chacune d'entre elles est attaché un (ou des) classificateur(s). Voici les classificateurs les plus courants. Notez que *cái* KÄÏ peut être utilisé avec n'importe quel objet inanimé.

classificateurs courants		
animaux	*con*	kon
objets inanimés	*cái*	KÄÏ
individus	*người*	nguờï

2 livres	*hai quyển sách*	HAÏ kouiẻn chẻk
3 chiens	*ba con chó*	BA kon tyó
4 Français	*bốn người Pháp*	bốn nguờï fÁp

Certains noms peuvent néanmoins se passer de classificateur :

2 bières	*hai bia*	HAÏ biœ
2 bouteilles de bière	*hai chai bia*	HAÏ tyAÏ biœ

Consultez aussi les rubriques **démonstratifs** et **pluriel**.

autres classificateurs		
livres, objets à feuillets	*quyển*	kouiẻn
bouteilles	*chai*	tyAÏ
bâtiments	*cần*	kòen
couples, paires	*đôi*	dôï
objets plats, feuilles	*tờ*	tờ
fleurs	*bông*	bông

unités d'un ensemble	*chiếc*	tyiék
photos, créations artistiques plates	*bức*	búk
plantes, arbres	*cây*	kœï
objets sphériques	*quả*	kouả
ensembles d'objets	*bộ*	bộ
véhicules	*xe*	sê

démonstratifs

donner des instructions • indiquer un lieu • nommer • montrer un objet

Le pronom démonstratif se place après le classificateur et le nom qu'il désigne. Au pluriel, on lui adjoint l'article du pluriel *những* gnũng, placé devant le classificateur. Notez que *cái* kãï, pris à titre d'exemple, pourra être remplacé par un autre classificateur.

ce/cet/ cette (-ci)	*(cái) này*	(kãï) nàï	ces (-ci)	*những (cái) này*	gnũng (kãï) nàï
ce/cet/ cette (-là)	*(cái) đó*	(kãï) dó	ces (-là)	*những (cái) đó*	gnũng (kãï) dó

ce tableau   *bức tranh này*   búk tchêng nàï
(-ci)   (litt : classificateur-créations-artistiques-plates tableau ce)
ces mangues   *những trái xoài đó*   gnũng tyãï souàï dó
(-là)   (litt : pluriel classificateur-fruits mangue cette)

Le nom peut être omis lorsqu'il n'y a aucune ambiguïté sur l'objet désigné. On emploie alors uniquement le classificateur et le démonstratif.

Je voudrais ceci (ce serpent).

Tôi muốn con (rắn) này.   tôï mouốn kon (ján) nàï
(litt : je vouloir classificateur-animaux (serpent) ce)

Reportez-vous aux rubriques **classificateurs** et **pluriel**.

être

Le vietnamien possède l'équivalent de notre verbe être : *là* là.
Invariable, il vient après le sujet et sert à relier différents éléments
de la phrase (deux noms, un verbe et une proposition relative, etc.).
À la forme négative (ne pas être), on ajoute *không phải* không fåï
(litt : ne pas être vrai) devant *là*.

Je suis étudiant.

Tôi là sinh viên.   tôï là ching vien
(litt : je être étudiant)

Il n'est pas enseignant.

Ông ấy không phải   ông ấeï không fåï
là giáo viên.   là záo vien
(litt : il non vrai être enseignant)

Dans une structure être-adjectif, *là* est omis et l'adjectif vient
directement après le sujet. Si l'adjectif possède une connotation
négative – comme *bệnh* bẹng (malade) –, *bị* bị (subir, être victime
de) sera employé à la place de *là*.

Je suis assoiffé.   *Tôi khát nước.*   tôï khát nuốek
                    (litt : je être assoiffé)
Je suis malade.   *Tôi bị bệnh.*   tôï bị bẹng
                    (litt : je subir malade)

Le verbe *là* ne s'utilise pas pour exprimer la localisation, qui sera
introduite par le verbe *ở* ơ̆e (se trouver).

Je suis au Vietnam.   *Tôi ở Việt Nam.*   tôï ơ̆e việt nʌm
                    (litt : je se trouver au Vietnam)

Consultez les rubriques **négation**, **prépositions** et **verbes**.

il y a

L'équivalent de "il y a" s'exprime avec *có* kó (avoir) en vietnamien. La forme négative, "il n'y a pas", est introduite par *không có* không kó (litt : ne pas avoir).

Il y a un téléphone ici.
> *Ở đây có máy điện thoại.*   ở dœï kó máï diẹn thouại
> (litt : à ici avoir classificateur-machines téléphone)

Il n'y a pas de téléphone ici.
> *Ở đây không có máy*   ở dœï không kó máï
> *điện thoại.*   diẹn thouại
> (litt : à ici ne pas avoir classificateur-machines téléphone)

Pour montrer quelque chose, on utilisera *đây là* dœï là (voici) ou *đó là* dó là (voilà).

Voici mon billet.
> *Đây là vé của tôi.*   dœï là vế kủœ tôï
> (litt : ici être billet appartenant à moi)

Voilà mes bagages.
> *Đó là hành lý của tôi.*   dó là hềng lí kủœ tôï
> (litt : là être bagages appartenant à moi)

Voir également les rubriques **avoir** et **démonstratifs**.

impératif

Pour exprimer un ordre ou une demande, le vietnamien a recours à la forme lexicale simple du verbe. L'impératif négatif se forme par l'adjonction du mot *đừng* dùng devant le verbe.

Attendez ici.	*Đợi ở đây.*	dợï ở dœï
	(litt : attendre à ici)	
N'y va pas.	*Đừng đi.*	dùng di
	(litt : ne pas aller)	

Pour la forme de politesse, le mot *xin* sin est employé devant le verbe.

Je vous prie   *Xin đợi ở đây.*   sin dợï ơ dơï
  d'attendre ici.   (litt : formule-politesse attendre à ici)

Consultez aussi la rubrique **verbes**.

négation

La négation se forme par l'ajout de *không* không (non/ne pas) devant le verbe.

Nous y allons en avion.
  Chúng tôi đi bằng máy bay.   tyóung tôï di bàng máï baï
  (litt : nous aller au moyen de avion)

Nous n'y allons pas en avion.
  Chúng tôi không đi bằng   tyóung tôï không di bàng
  máy bay.   máï baï
  (litt : nous ne-pas aller au moyen de avion)

Reportez-vous aux rubriques **être**, **avoir** et **il y a**.

noms

La plupart des noms sont composés d'une ou deux syllabes. Au fil des siècles, la langue vietnamienne s'est enrichie de nombreux mots empruntés au chinois (appelés "sino-vietnamiens") et au français (notamment *pin*, pile et *pho mát*, fromage), dont la prononciation a été vietnamisée. Les mots sino-vietnamiens, majoritairement dissyllabiques, se retrouvent dans les registres littéraires et scientifiques. Les noms n'ont qu'une seule forme. Ils sont invariables en genre et en nombre. La quantité sera exprimée par l'adjonction d'un classificateur entre le numéral et le nom. Voir aussi **classificateurs** et **pluriel**.

ordre des mots

En vietnamien, l'ordre des mots des phrases de base est identique au modèle français : sujet-verbe-complément.

J'ai acheté un billet.
  Tôi đã mua vé.   tôï đã mouœ vế
  (litt : Je marqueur-passé acheter billet)

ordre des mots	
adjectif/adverbe	après le nom/verbe qu'il modifie
classificateur	entre le numéral et le nom
démonstratif	après le nom qu'il désigne
préposition	avant le nom qu'elle désigne
pronom interrogatif	en début ou en fin de phrase
marqueur de temps, auxiliaire modal	avant le verbe principal

pluriel

Les noms sont invariables en vietnamien. Le pluriel s'exprime par l'emploi du marqueur *những* gnũng devant le nom. Si le nom est précédé d'un numéral ou d'un démonstratif, un classificateur sera employé à la place de *những*. *các* kák indiquera un pluriel au sens global (sans rapport avec autre chose). Voir aussi **classificateurs** et **démonstratifs**.

les vélos   *các xe đạp*   kák sê đạp
                (litt : marqueur-pluriel vélo)

les vélos neufs *những xe đạp mới* gnũng sê đ∧p méï
(litt : marqueur-pluriel vélo neuf)

possessifs

nommer • possession

Pour exprimer la possession, on emploie *của* kòuœ (équivalent de notre "de" indiquant l'appartenance) devant un pronom personnel (voir tableau p. 27) ou un nom. Voir également la rubrique **avoir**.

mon passeport *hộ chiếu của tôi* hộ tyiéou kòuœ tôï
(litt : passeport appartenant à moi)

prépositions

donner des instructions • indiquer un lieu

Comme en français, les prépositions marquent le rapport qui unit différents éléments d'une phrase. Elles sont employées devant les mots auxquels elles se rapportent. Le tableau ci-dessous présente les prépositions les plus courantes.

Je suis au Vietnam. *Tôi ở Việt Nam.* tôï ἀ việt n∧m
(litt : Je au Vietnam)

à, chez (locatif)	*ở*	ἀ	depuis (temporel et locatif)	*từ*	tù
à (temporel)	*lúc*	lóuk	à, vers (temporel et locatif)	*đến*	dén
pour (but)	*để*	dè	jusqu'à	*đến*	dén
pendant, en (temporel)	*trong*	tchong	avec	*với*	vớï

pronoms personnels

L'usage des pronoms personnels, primordial en vietnamien, s'avère difficile à appréhender pour un francophone. Le choix du pronom (ou appellatif) dépendra en effet de l'âge, du sexe et de la position sociale de votre interlocuteur, ainsi que de votre degré de familiarité. Heureusement, les pronoms personnels ne possèdent qu'une seule forme, quelle que soit leur fonction grammaticale (sujet ou objet). Ainsi, "je", "me" et "moi" se traduisent par un seul et même pronom : *tôi* tôi.

Le tableau suivant présente les pronoms les plus courants, adaptés à la plupart des situations. Vous trouverez une liste exhaustive des pronoms dans l'encadré **pronoms appellatifs**, p. 99. Pour savoir quel pronom utiliser dans l'intimité, consultez l'encadré **comment dire "je t'aime"**, p. 121.

pronoms personnels		
je, me, moi	*tôi*	tôï
tu, te, toi, vous pol	*bạn*	bạn
il, le, lui	*ông ấy*	ông ớï
elle, la, lui	*cô ấy*	kô ớï
nous excl/incl	*chúng tôi/ta*	tyóung tôï/tA
vous pl	*các bạn*	kák bạn
ils, elles, les, leur(s)	*họ*	họ

Notez que le pronom "nous" possède deux formes en vietnamien. La forme exclusive (**excl**) exclut l'interlocuteur (équivalent de "nous sans vous"), tandis que la forme inclusive (**incl**)... l'inclut (équivalent de "nous avec vous").

Il existe plusieurs manières de formuler les questions en vietnamien. Toutes respectent la structure de base : sujet-verbe-complément. La formulation des réponses est simple pour chacune d'entre elles. On répondra en effet par l'affirmative ("oui") en reprenant le verbe principal de la phrase et par la négative ("non") en ajoutant *không* không (non) devant ce verbe.

type de question	structure	réponse "oui"	réponse "non"
question fermée (appelant une réponse "oui" ou "non")	… verbe *không?* … không (litt : verbe non)	verbe	*không* + verbe không …
question fermée (appelant une confirmation)	… *phải không?* … fÁï không (litt : correct non)	*Phải.* fÁï	*Không phải.* không fÁï
interrogation sur la "possibilité"	… *được không?* … dượEk không (litt : possible non)	*Được.* dượEk	*Không được.* không dượEk

As-tu un dictionnaire français/vietnamien ?
Bạn có tự điển bạn kó tụ diền
Pháp–Việt không? fÁp việt không
(litt : tu avoir dictionnaire français/vietnamien non)

Oui./Non.
Có./Không có. kó/không kó
(litt : avoir/ne pas avoir)

Tu es étudiant, n'est-ce pas ?
Bạn là sinh viên, bạn là ching vien
phải không? fÁï không
(litt : tu être étudiant vrai non)

Oui./Non.

Phải./Không phải. fÁï/không fÁï
(litt : correct/pas correct)

Pouvez-vous m'aider ?

Bạn thể giúp bạn thé zóup
tôi được không? tôï dụẹk không
(litt : tu aider moi pouvoir non)

Je peux./Je ne peux pas.

Được./Không được. dụẹk/không dụẹk
(litt : pouvoir/ne pas pouvoir)

Les pronoms interrogatifs suivants peuvent être utilisés soit seuls, soit au début ou à la fin d'une phrase.

pronoms interrogatifs		
Comment ?	*… như thế nào?*	… gnu thé nÀo
Combien ?	*… bao nhiêu?*	… bɑo gnieou
Que, Quoi ?	*… cái gì?*	… kÁï zì
Quand ?	*Khi nào …?*	khi nÀo …
Où ?	*… ở đâu?*	… ờ dœou
Lequel ?	*… cái nào?*	… kÁï nÀo
Qui ?	*Ai …?*	Àï …
Pourquoi ?	*… tại sao?*	… tɑï chɑo

exemples

Comment se prononce ce mot ?
Phát âm từ này
như thế nào?
fát ám tù nàï
gnu thế nÀo

Combien coûte un kilo de riz ?
Một cân gạo là
bao nhiêu?
một kœn gạo là
bʌo gnieou

Qu'est-ce que c'est ?
Đó là cái gì?
dó là káï zì

Quand fait-il nuit ?
Khi nào thì trời tối?
khi nÀo thì tchừ̀ï tối

Où puis-je acheter un ticket ?
Tôi có thể mua vé ở đâu?
tôï kó thể mouœ vé ở dœou

Quel est ce village ?
Làng này là cái nào?
lÀng nàï là káï nÀo

Qui l'a construit ?
Ai đã xây nó?
aï dã sœï nó

Pourquoi étudies-tu le vietnamien ?
Tại sao bạn học
tiếng Việt?
tʌï chʌo bạn học
tiếng việt

verbes

faire • affirmer

Les verbes sont invariables en vietnamien. Ils ne marquent ni le genre (féminin ou masculin), ni la personne, ni le temps. Bien sûr, aucune langue ne peut faire l'économie d'un moyen d'exprimer le temps. Le vietnamien a donc recours à des marqueurs de temps (*đã* dã pour le passé, *đang* dʌng pour le présent et *sẽ* chẽ pour le futur), qui sont toujours placés devant le verbe. Des expressions temporelles (comme *ngày mai* ngàï mʌï, demain ou *hôm qua* hôm kouʌ, hier) sont également fréquemment utilisées pour replacer un évènement dans le temps.

As-tu acheté des souvenirs ?

Bạn có mua kỷ   bạn kó mouœ ki
niệm chưa?   niệm tyuœ
(litt : tu marqueur-passé acheter souvenirs pas-encore)

Elle achète des souvenirs.

Bà ấy đang mua   bà œï dʌng mouœ
kỷ niệm.   ki niệm
(litt : elle être en train acheter souvenirs)

Il achètera des souvenirs.

Ông ấy sẽ mua kỷ niệm.   ông œï chẽ mouœ ki niệm
(litt : il marqueur-futur acheter souvenirs)

passé		
đã	dã	désigne un évènement réalisé dans le passé
có	kó	permet d'interroger et de répondre à une question concernant un évènement passé
rồi	jõï	placé après le verbe, il équivaut à notre adverbe "déjà"
présent		
đang	dʌng	"être en train de"
còn	kòn	"continuer de"
futur		
sẽ	chẽ	évènement éloigné dans le temps
sắp	cháp	"aller-verbe" ou "être sur le point de" (futur proche)

Le vietnamien possède également des auxiliaires modaux (comme *can* et *should* en anglais) qui expriment la capacité, la volonté, l'obligation et la nécessité. Ils se placent avant le verbe, dont ils modifient le sens.

auxiliaires modaux		
pouvoir (capacité)	có thể	kó thể
devoir (obligation)	phải	fΛï
avoir besoin de (nécessité)	cần	k'èen
devoir (conseil)	nên	nen
vouloir	muốn	mouốn

Il veut acheter des souvenirs.
Ông ấy muốn mua   ông ốeï mouốn mouœ
kỷ niệm.   kỉ niệm
(litt : il vouloir acheter souvenirs)

Elle doit partir tout de suite. (obligation)
Bà ấy phải đi ngay.   bà ốeï fΛï đi ngaï
(litt : elle devoir partir tout de suite)

Tu devrais lui parler. (conseil)
Bạn nên nói với em ấy.   bạn nen nói vốeï êm ốeï
(litt : tu devoir parler avec elle/lui)

Parlez-vous (français) ?
Bạn có nói tiếng (Pháp) bạn kó nói tiếng (fáp)
không? không

Y a-t-il quelqu'un qui parle (français) ?
Có ai nói tiếng (Pháp) kó ai nói tiếng (fáp)
không? không

Est-ce que vous comprenez ?
Bạn hiểu không? bạn hiểou không

Je (ne) comprends (pas).
Tôi (không) hiểu. tôï (không) hiểou

Je parle (français).
Tôi nói tiếng (Pháp) được. tôï nói tiếng (fáp) dược̣k

Je ne parle pas (vietnamien).
Tôi không biết nói tôï không biết nói
tiếng (Việt). tiếng (việt)

Pardon ?
Xin lỗi? sin lỗï

---

une affaire de bon ton

Le vietnamien possède six tons. Une même syllabe peut donc théoriquement se prononcer de six manières différentes… et avoir six sens distincts. D'où l'importance des tons. Voici deux exemples :

ma	mA	**fantôme**	*la*	lA	**crier**
má	mÁ	**joue**	*lá*	lÁ	**feuille**
mà	mÀ	**mais**	*là*	lÀ	**être**
mạ	mẠ	**pousse de riz**	*lạ*	lẠ	**étrange**
mả	mẢ	**tombeau**	*lả*	lẢ	**se pencher**
mã	mÃ	**cheval**	*lã*	lÃ	**plate (eau)**

Voir aussi la rubrique **tons**, p. 13.

Je parle un peu.
   Tôi nói một ít thôi.   tôï nóï một ít thôï

J'étudie le vietnamien.
   Tôi đang học tiếng Việt.   tôï dʌng học tiếng việt

Je voudrais pratiquer le vietnamien.
   Tôi muốn tập nói   tôï mouốn tœp nóï
   tiếng Việt.   tiếng viét

Que signifie (*thôi*) ?
   (Thôi) có nghĩa gì?   (thôï) kó nghĩœ zì

Comment… ?	… *như thế nào?*	… gnu thé nào
prononce-t-on ce mot	*Phát âm từ này*	fʌt ám tù nʌ̈ï
écrit-on (Hanoi)	*Viết từ*	viét tù
	(Hà Nội)	(hà nộï)

Pourriez-vous… ?	*Bạn có thể …*	bʌn kó thể …
	được không?	dược không
répéter	*lập lại*	lœp lʌ̣ï
parler plus	*nói chậm hơn*	nóï tyœm hœn
lentement		
l'écrire	*viết ra*	viét jʌ

nombres cardinaux

số đếm

0	*không*	không	6	*sáu*	cháou
1	*một*	một	7	*bảy*	bắï
2	*hai*	haï	8	*tám*	tám
3	*ba*	bʌ	9	*chín*	tyín
4	*bốn*	bốn	10	*mười*	muờï
5	*năm*	nam			

11	*mười một*	muờï một
12	*mười hai*	muờï haï
13	*mười ba*	muờï bʌ
14	*mười bốn*	muờï bốn
15	*mười lăm*	muờï lam
16	*mười sáu*	muờï cháou
17	*mười bảy*	muờï bắï
18	*mười tám*	muờï tám
19	*mười chín*	muờï tyín
20	*hai mươi*	haï muœï
21	*hai mươi mốt*	haï muœï mốt
22	*hai mươi hai*	haï muœï haï
30	*ba mươi*	bʌ muœï
40	*bốn mươi*	bốn muœï
50	*năm mươi*	nam muœï
60	*sáu mươi*	cháou muœï
70	*bảy mươi*	bắï muœï
80	*tám mươi*	tám muœï
90	*chín mươi*	tyín muœï
100	*một trăm*	một tcham
200	*hai trăm*	haï tcham
1 000	*nghìn/ngàn* N/s	nghìn/ngàn N/s
10 000	*mười nghìn/ngàn* N/s	muờï nghìn/ngàn N/s
1 000 000	*triệu*	tchiẹou
100 000 000	*tỷ*	tỉ

nombres ordinaux

1er	*thứ nhất*	thú gnóet
2e	*thứ hai*	thú haï
3e	*thứ ba*	thú ba
4e	*thứ tư*	thú tu
5e	*thứ năm*	thú nam

fractions

phân số

un quart	*một phần tư*	một fòen tu
un tiers	*một phần ba*	một fòen ba
une moitié	*một nửa*	một nủœ
trois quarts	*ba phần tư*	ba fòen tu

expression de la quantité

nói về số lượng

Combien ?	*Bao nhiêu?*	bao gnieou
Combien (d'unités) ?	*Bao nhiêu cái?*	bao gnieou kaï
Pourriez-vous	*Xin cho tôi …*	sin tyo tôï …
me donner...		
quelques	*một số/vài*	một chố/vaï
(juste) un peu	*một chút (thôi)*	một tyóut (thôï)
beaucoup	*nhiều*	gnièou

---

classificateurs

Pour exprimer la quantité, on intercale, entre le numéral et le nom, un classificateur s'appliquant à des mots ayant une propriété commune (animé/inanimé, forme, etc.). Reportez-vous à la rubrique **classificateurs**, p. 19.

heure

chỉ giờ

La journée est divisée en quatre phases. À chacune d'entre elles correspond un mot différent, qui s'ajoute à "heure" (*giờ* zờ). On utilise *sáng* cháng de 4h à 11h, *trưa* tchưœ de 11h à 14h, *chiều* tyièou de 14h à 17h et *tối* tối de 17h à tard dans la nuit. Les minutes (*phút* fóut) sont simplement indiquées après l'heure. Lorsqu'elles la précèdent, *kém* kếm (moins) sera employé devant les minutes.

Quelle heure est-il ?
Mấy giờ rồi?   mớeï zờ jồï

Il est (10)h.
(Mười) giờ rồi.   (mườeï) zờ jồï

(10)h05.
(Mười) giờ năm.   (mườeï) zờ nam

(10)h et quart.
(Mười) giờ mười lăm phút.   (mườeï) zờ mườeï lam fóut

(10)h et demie.
(Mười) giờ rưỡi.   (mườeï) zờ ruõeï

(10)h moins le quart.
(Mười) giờ kém mười lăm.   (mườeï) zờ kếm mườeï lam

(10)h moins 20.
(Mười) giờ kém hai mươi.   (mườeï) zờ kếm hAï muœï

À quelle heure… ?
Lúc mấy giờ…?   lóuk mớeï zờ …

À (10)h.
Lúc (mười) giờ.   lóuk (mườeï) zờ

À (19h57).
Lúc (tám giờ kém ba tối).   lóuk (tÁm zờ kếm bA tối)
(litt : à huit heures moins trois le soir)

lịch

calendrier lunaire	*âm lịch*	œm lịk
Nouvel An lunaire	*tết âm lịch*	tét œm lịk
Nouvel An (occidental)	*tết tây*	tét tœï

> jours de la semaine

lundi	*thứ hai*	thú hʌï
mardi	*thứ ba*	thú bʌ
mercredi	*thứ tư*	thú tu
jeudi	*thứ năm*	thú nam
vendredi	*thứ sáu*	thú cháou
samedi	*thứ bảy*	thú bʌï
dimanche	*chủ nhật*	tyỏu gnœt

mois

janvier	*tháng một*	tháng một
février	*tháng hai*	tháng hʌï
mars	*tháng ba*	tháng bʌ
avril	*tháng tư*	tháng tu
mai	*tháng năm*	tháng nam
juin	*tháng sáu*	tháng cháou
juillet	*tháng bảy*	tháng bʌï
août	*tháng tám*	tháng tám
septembre	*tháng chín*	tháng tyín
octobre	*tháng mười*	tháng mừœï
novembre	*tháng mười một*	tháng mừœï một
décembre	*tháng mười hai*	tháng mừœï hʌï

> dates

Quelle est la date d'aujourd'hui ?

Hôm nay là ngày mấy?   hôm naï là ngàï mớeï

Le (18 octobre).

Hôm nay là (mười tám, tháng mười).   hôm naï là (mừœï tám tháng mừœï)

> saisons

printemps	*mùa xuân*	mòuœ soucœn
été	*mùa hè*	mòuœ hề
automne	*mùa thu*	mòuœ thou
hiver	*mùa đông*	mòuœ dông
saison sèche	*mùa khô*	mòuœ khô
saison des pluies	*mùa mưa*	mòuœ muœ

présent

maintenant	*bây giờ*	bœï zòɛ
aujourd'hui	*hôm nay*	hôm naï
ce soir	*tối nay*	tốï naï
ce/cet(te)...	*... này*	... nàï
matin	*sáng*	cháng
après-midi	*chiều*	tyèou
semaine	*tuần*	touœn
mois	*tháng*	tháng
année	*năm*	nam

passé

hier soir	*buổi tối*	bouổi tốï
	hôm qua	hôm kouA
hier	*hôm qua*	hôm kouA
avant-hier	*hôm kia*	hôm kiœ
il y a (3 jours)	*(ba ngày)*	(bA ngàï)
	trước đây	tchuœk dœï
depuis (mai)	*từ (tháng năm)*	tù (tháng nam)
hier...	*... hôm qua*	... hôm kouA

matin	*sáng*	chÁng
après-midi	*chiều*	tyièou
soir	*tối*	tối
le/la/l'... dernier(-ère)	*... trước*	... tchuĆk
semaine	*tuần*	touØen
mois	*tháng*	thÁng
année	*năm*	nam

futur

tương lai

après-demain	*ngày kia*	ngàï kiœ
dans (6 jours)	*(sáu ngày) sau*	(chÁou ngàï) chʌou
jusqu'en (juin)	*cho đến (tháng sáu)*	tyo dén (thÁng chÁou)
demain...	*... ngày mai*	... ngàï mʌï
matin	*sáng*	chÁng
après-midi	*chiều*	tyèou
soir	*tối*	tối
le/la/l'... prochain(e)	*... sau*	... chʌou
semaine	*tuần*	touØen
mois	*tháng*	thÁng
année	*năm*	nam

dans la journée

trong ngày

jour	*ngày*	ngàï
midi	*buổi trưa*	bouổi tchuœ
tard dans la nuit	*khuya*	khouiœ
nuit	*đêm*	dem
aurore	*mặt trời mọc*	mạt tchờï mọk
crépuscule	*mặt trời lặn*	mạt tchờï lạn

Combien cela coûte-t-il ?
Nó bao nhiêu tiền?　　　nó ʙao gnieou tièn

Pourriez-vous m'écrire le prix ?
Bạn có thể viết giá　　　bạn kó thể viét ᴢá
được không?　　　　　　dượᴄk không

Il y a une erreur sur la facture.
Có sự nhầm lẫn trên　　kó chụ gnèem lõen tchen
hoá đơn.　　　　　　　houá dœn

Y a-t-il un service de change ici ?
Có dịch vụ đổi　　　　　kó ᴢịk vọu dỗi
tiền ở đây không?　　　tièn ờ dœï không

Dois-je payer d'avance ?
Tôi có cần phải trả　　　tôï kó kèen ꜰáï tchá
trước không?　　　　　tchuᴄék không

Pourriez-vous me rendre ma caution ?
Tôi có thể xin lại　　　tôï kó thể sin lại
tiền đặt cọc không?　　tièn dạt kọk không

Je voudrais…	*Tôi muốn …*	tôï mouốn …
encaisser un	*đổi séc ra*	dỗi chék ᴊᴀ
chèque	*tiền mặt*	tièn mạt
échanger un	*đổi séc*	dỗi chék
chèque de voyage	*du lịch*	zou lịk
changer de l'argent	*đổi tiền*	dỗi tièn
obtenir un	*rút tiền tạm*	ᴊóut tièn tạm
crédit de caisse	*úng*	úng
retirer de l'argent	*rút tiền*	ᴊóut tièn

Acceptez-vous les… ?	Bạn có dùng … không?	bạn kó zòung … không
cartes de crédit	thẻ tín dụng	thẻ tín zọung
cartes de paiement	thẻ trừ tiền	thẻ tchù tièn
chèques de voyage	séc du lịch	chếk zou lịk

Pourriez-vous…, s'il vous plaît ?	Làm ơn cho tôi …	làm œn tyo tôï …
me donner un reçu	hóa đơn	houá dœn
me rembourser	tiền hoàn lại	tièn houàn lại
me rendre la monnaie	tiền thừa	tièn thùœ

Où y a-t-il… ?	… ở đâu?	… ở dœou?
un distributeur automatique	Máy rút tiền tự động	máï jóut tièn tụ dộng
un bureau de change	Phòng đổi ngoại tệ	fòng dổï ngouại tệ

Quel(le) est… ?	… là bao nhiêu?	… là bạo gnieou
la commission	Phí cho cái đó	fí tyo kãï dó
le taux de change	Tỉ giá hối đoái	tỉ zá hổï douÃ

Quel est le prix pour… ?	Giá bao nhiêu cho một …?	zá bạo gnieou tyo một …
une nuit	đêm	dem
une personne	người	ngườï
un véhicule	xe	sê
une semaine	tuần	touèn

C'est gratuit.	Miễn phí.	miên fí
C'est (10) dollars.	(Mười) đô.	(mườï) dô
C'est (10 000) dông.	(Mười nghìn) đồng.	(mườï nghìn) dồng

circuler

đường đi

Quel est le … **pour (Hanoi) ?**	*… nào đi tới* *(Hà Nội)?*	*… nào đi tới* (hà nội)
bateau	*Thuyền*	thouièn
bus	*Xe buýt*	sê bouít
avion	*Máy bay*	máí baï
train	*Xe lửa*	sê lủœ
Ce(t) … va-t-il **à (Huê) ?**	*… này đi tới* *(Huế) phải không?*	*… nàï di tới* (houé) fải không
bateau	*Thuyền*	thouièn
bus	*Xe buýt*	sê bouít
avion	*Máy bay*	máí baï
train	*Xe lửa*	sê lủœ
À quelle heure **arrive/part** **le … (bus) ?**	*Mấy giờ thì* *chuyến (xe buýt)* *… tới/chạy?*	mœí zœ thì tchouièn (sê bouít) … tới/tchạï
premier	*đầu tiên*	dœou tien
dernier	*cuối cùng*	kouổí kòung
prochain	*kế tiếp*	ké tiếp

À quelle heure arrive-t-il à (Dalat) ?
Mấy giờ tới (Đà Lạt)?   mœí zœ tới (dà lạt)

Combien de retard a-t-il ?
Nó sẽ bị trễ đến mấy giờ?   nó chễ bị tchễ dén mœí zœ

Cette place est-elle libre ?
Chỗ này có ai ngồi không?   tỗ nàï kó aï ngồi không

C'est ma place.
Chỗ này là chỗ của tôi.   tỗ nàï là tỗ kỏuœ tôi

Arrêtez-vous ici.
Đừng lại ở đây.   dùng lại ở dœï

Combien de temps allons-nous rester ici ?
Chúng ta ngừng ở   tyóung ta ngừng ở
đây bao lâu?   dœï bao lœou

43

Prévenez-moi quand nous arriverons à (Nha Trang).

Xin cho tôi biết khi   sin tyo tôï biết khi
chúng ta đến (Nha Trang).   týóung tʌ dén (gnʌ tchʌng)

billets

vé

Où puis-je acheter un billet ?
Tôi có thể mua vé ở đâu?   tôï kó thẻ mouœ vé ở dœou

Faut-il réserver ?
Tôi có cần giữ chỗ   tôï kó kờen ziũ tyỗ
trước không?   tchuức không

Un billet …	*Một vé …*	một vế …
pour (Hô Chi	*đi (Sài Gòn).*	di (sʌ̈ï gòn)
Minh-Ville).		
1ʳᵉ classe	*hạng nhất*	hʌng gnóet
2ᵉ classe	*hạng nhì*	hʌng gnì
enfant	*giá trẻ em*	zá tchẻ êm
aller	*một chiều*	một tyìèou
aller-retour	*khứ hồi*	khú hồ̈ï
étudiant	*giá sinh viên*	zá ching vien

Je voudrais	*Tôi muốn*	tôï mouốn
voyager…	*chỗ …*	tyỗ …
coté couloir	*ngồi bên lối đi*	ngồï ben lố̈i di
en non-fumeur	*không hút thuốc*	không hóut thouốk
en fumeur	*hút thuốc*	hóut thouốk
côté fenêtre	*bên cửa sổ*	ben kủœ chổ

Y a-t-il… ?	*Có … không?*	kó … không
la climatisation	*điều hòa*	dìèou hòuʌ
une couverture	*chăn*	tyan
un sac à vomi	*túi nôn*	tóuï nôn
des toilettes	*phòng vệ sinh*	fòng vẹ ching

Combien cela coûte-t-il ?
Bao nhiêu tiền?   bʌo gnieou tièn

Combien de temps dure le voyage ?
Cuộc hành trình này   kouộk hàng tchìng nàï
mất bao lâu?   mớet bao lœou

Est-ce direct ?
Đây có phải là lộ trình   dœï kó fáï là lộ tchìng
trực tiếp không?   tchụk tiếp không

Pourrais-je avoir un billet sans réservation ?
Tôi có thể mua vé chờ   tôï kó thể mouœ vế tyờ
đi ngay được không?   di ngaï duœk không

Pourrais-je avoir une couchette molle/dure ?
Tôi muốn một giường   tôï mouốn một zuờng
cứng/mềm được không?   kúng/mèm duœk không

À quelle heure est l'enregistrement ?
Mấy giờ tôi phải ghi tên đi?   mớeï zờ tôï fáï ghi ten di

Pourrais-je…	*Tôi muốn … vé*	tôï mouốn … vế
mon billet ?	*này, được không?*	nàï duœk không
annuler	*hủy bỏ*	hỏui bỏ
modifier	*thay đổi*	thaï dổï
confirmer	*xác nhận*	sák nhọen

bãi công	bãï kông	**grève**
bản ghi biểu	bản ghi biểou	**tableau des**
thời gian	thờeï-zan	**horaires**
bị hủy bỏ	bị hỏui bỏ	**annulé**
bị trễ	bị tchễ	**retardé**
cái này/đó	káï nàï/dó	**celui-ci/là**
cửa sổ bán vé	kủœ chổ bán vế	**guichet**
hết chỗ	hét tyỗ	**complet**
thềm	thèm	**quai**

transports

bagages

hành lý

Où puis-je… ?	… ở đâu?	… ở dœou
retirer mes bagages	*Nơi nhận hành lý*	nœï gnœn hềng lí
trouver la consigne	*Tủ khóa đựng hành lý*	tỏu khóuʌ dụng hềng lí
trouver un chariot	*Xe đẩy*	sê dẩï

Mes bagages ont été…	*Hành lý của tôi đã bị …*	hềng lí kỏuœ tôï dã bị …
abîmés	*làm hư*	làm hư
perdus	*mất*	mốet
volés	*lấy cắp*	lốeï káp

C'est (Ce n'est pas) à moi.
Đây (không) phai là của tôi. dœï (không) fáï là kỏuœ tôï

hành lý quá mức qui định	hềng lí kouá múk koui dịng	**excédent de bagages**
hành lý xách tay	hềng lí sếk taï	**bagage cabine**

avion

máy bay

À quelle porte le vol (VN631) arrive-t-il ?
Cửa nào chuyến bay (VN631) đến? kủœ nào tyuién baï (ve enœ cháou bʌ một) dén

De quelle porte le vol (VN631) décolle-t-il ?
Cửa nào chuyến bay (VN631) cất cánh? kủœ nào tyuién baï (ve enœ cháou bʌ một) kóet kếng

chuyển	tyouién	**correspondance**
hộ chiếu	hộ tyiéou	**passeport**
quá cảnh	kouá kếng	**transit**
thẻ lên máy bay	thẻ len mấï baï	**carte d'embarquement**

Où est/sont… ?	*… ở đâu?*	*… ở̛ dœou*
la navette	*Xe chở người*	sê tyœ̛ nguœ̛ï
de l'aéroport	*trong sân bay*	tchong chœn baï
les arrivées	*Ga đến*	ɡʌ dén
les départs	*Ga đi*	ɡʌ di
le duty free	*Cửa hàng*	kuœ̛ hàng
	miễn thuế	miên thoué
la porte (6)	*Cửa số (sáu)*	kuœ̛ chổ (cháou)

bus

xe buýt

Avec quelle fréquence les bus passent-ils ?
Lịch trình xe buýt thế nào?   lịk tchình sê bouít thế nào

Quel bus va à (Haiphong) ?
Xe buýt nào đi tới   sê bouít nào di tớï
(Hải Phòng)?   (hảï fòng)

S'arrête-t-il à (Danang) ?
Xe này có ngừng ở   sê nàï kó ngừng ở̛
(Đà Nẵng) không?   (dà nãng) không

Quel est le prochain arrêt ?
Trạm kế tới là   tchạm ké tớï là
trạm nào?   tchạm nào

Je voudrais descendre à (Huê).
Tôi muốn xuống   tôï mouốn souống
tại (Huế).   tạï (houé)

bus…	*xe buýt …*	sê bouít …
de ville	*thành phố*	thềng fố
interurbain	*liên thành phố*	lien thềng fố

train

Dans quelle gare sommes-nous ?
Trạm này là trạm nào? tchạm nàï là tchạm nào

Quelle est la prochaine gare ?
Trạm kế tới là tchạm kế tớ́i là
trạm nào? tchạm nào

Ce train s'arrête-t-il à (Vinh) ?
Xe này có ngừng ở sê nàï kó ngừng ở̉
(Vinh) không? (ving) không

Faut-il changer de train ?
Tôi có cần đổi xe không? tôï kó kèn dổ̉i sê không

Est-ce un *Đây có phải là lộ* dœï kó fả̉i là lộ
train… ? *trình … không?* tchình … không
  direct *trực tiếp* tchụk tiếp
  express *nhanh* nhêng

Dans quel wagon *Toa xe nào* touA sê nào
se trouve… ? *là …?* là …
  la 1ʳᵉ classe *hạng nhất* hạng gnớet
  le restaurant *toa xe hàng ăn* touA sê hạng an

bateau

Comment est la mer aujourd'hui ?
Hôm nay biển như hôm naï biển gnu
thế nào? thế nào

À quelle heure part le bac ?
Mấy giờ phà đi? mớ́ï zờ̀ fÀ di

Où se trouve l'embarcadère de ce bateau ?
Từ đâu thuyền đi? từ̀ dœou thouièn di

Y a-t-il des gilets de sauvetage ?
Có áo cứu đắm không? kó Áo kuou dám không

Quel(le) est ce(tte)… ?	… này là cái nào?	… nàï là kái nào
baie	*Vịnh*	vịng
plage	*Bãi biển*	bãï biển
île	*Hòn đảo*	hòn dảo
lac	*Hồ*	hồ
rivière	*Sông*	chông

cabine	*phòng*	fòng
commandant	*thuyền trưởng*	thouièn tchưởng
pont	*sàn tàu*	chàn tàou
bac	*phà*	fà
hamac	*võng*	võng
hydroglisseur	*tàu cánh ngầm*	tàou kếng ngòem
pavillon de pirate	*cờ cướp biển*	kờ kướp biển
canot de sauvetage	*tàu cứu đắm*	tàou kúou dám
gilet de sauvetage	*áo cứu đắm*	áo kúou dám
yacht	*thuyền buồm*	thouièn bouồm

J'ai le mal de mer.	*Tôi bị say sóng.*	tôï bị chaï chóng

taxi, moto-taxi et cyclo

taxi, xe ôm và xích lô

Je voudrais un taxi…	*Tôi muốn một chiếc taxi…*	tôï mouốn một tyiék ták si…
pour (9h)	*lúc (chín giờ sáng)*	lóuk (tyín zờ cháng)
maintenant	*ngay*	ngaï
demain	*ngày mai*	ngàï maï

Où puis-je trouver un moto-taxi ?
Xe ôm ở đâu?   sê ôm ở dœou

Ce taxi est-il libre ?
Taxi này có đang trống không?   ták si nàï kó dang tchống không

Combien coûte la course jusqu'à… ?
Đi đến … mất bao nhiêu tiền?   di dén … mớet bao gnieou tiền

49

Emmenez-moi à (cette adresse), s'il vous plaît.
Làm ơn đưa tôi tới làm ơn dưœ tôi tớï
(địa chỉ này). (dịœ tỷï nàï)

Mettez le compteur en marche, s'il vous plaît.
Làm on mở đồng hồ. làm ơn mở dồng hồ

Combien vous dois-je ?
Tiền xe hết bao nhiêu? tièn sê hét bao gnieou

Veuillez…	*Làm ơn …*	làm ơn …
ralentir	*chậm lại*	tyœm lạï
vous arrêter ici	*dừng lại ở đây*	zùng lạï ở dœï
attendre ici	*đợi ở đây*	dœï ở dœï

voiture et moto

xe hơi và xe máy

> location

Je voudrais louer un(e)…	*Tôi muốn thuê …*	tôi mouốn thoue …
4x4	*xe bốn bánh chủ động*	sê bốn bếng tyỏu dộng
voiture automatique	*xe số tự động*	sê chố tụ dộng
voiture à boîte de vitesse manuelle	*xe hơi* *xe số tay*	sê hơï sê chố taï
minibus	*xe mini*	sê mini
moto	*xe môtô*	sê môtô
scooter	*xe scooter*	sê skoutœ
avec…	*có …*	kó …
chauffeur	*người lái xe*	nguờï láï sê
climatisation	*máy lạnh*	máï lệng
Combien coûte la location… ?	*Bao nhiêu một …?*	bao gnieou một …
à la journée	*ngày*	ngàï
à la semaine	*tuần*	touèn

PRATIQUE

Si vous envisagez de louer une moto, pensez à demander un casque (*mũ bảo hiểm* mõu bảo hiểm). Son usage est très courant en ville et de plus en plus répandu sur les routes de campagne et les autoroutes, plus risquées. Si le port du casque est obligatoire sur certains axes, dans la pratique, l'"obligation" demeure assez souple. Vous ne verrez que très rarement un cycliste se plier à cette règle. Mieux vaut pourtant prévenir que guérir…

L'assurance est-elle comprise ?
Có bao gồm   kó bᴀo gồm
bảo hiểm không?   bᴀ́o hiểm không

Auriez-vous un code de la route en français ?
Bạn có quyển sách   bạn kó kouiển chếk
hướng dẫn luật đi   hướng zõen louợet di
đường bằng tiếng   duờng bàng tiếng
Pháp không?   fᴀ́p không

Auriez-vous une carte routière ?
Có bản đồ lái xe không?   kó bᴀ́n đồ lᴀ̈i sê không

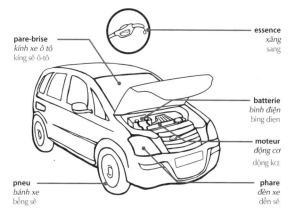

pare-brise
kính xe ô tô
kíng sê ô-tô

pneu
bánh xe
bếng sê

essence
xăng
sang

batterie
bình điện
bing điện

moteur
động cơ
động kᴄ

phare
đèn xe
dèn sê

> sur la route

Quelle est la vitesse maximale ?
Tốc độ tối đa là bao nhiêu? tốc dọ tối dA là bAo gnieou

Cette route mène-t-elle à (Dien Bien Phu) ?
Đường này đi (Điện duừng nầi di (diện
Biên Phú) không? bien fủo) không

Puis-je me garer ici ?
Tôi có thể đậu ở đây tôï kó thể dẹou ở dœï
được không? duẹk không

Combien de temps puis-je rester garé ici ?
Tôi có thể đậu ở đây tôï kó thể dẹou ở dœï
được bao nhiêu lâu? duẹk bAo gnieou lœou

Où y a-t-il une station-service ?
Trạm xăng ở đâu? tchạm sang ở dœou

Le plein, s'il vous plaît.
Làm ơn đổ đầy bình. làm œn dổ dờeï bìng

Je voudrais (20) litres.
Tôi muốn (hai mươi) lít. tôï mouốn (hAï muœï) lít

diesel	*điêzen*	diezên
au plomb	*xăng có chì*	sang kó tỳ
sans plomb	*xăng không chì*	sang không tỳ

Pouvez-vous	*Làm ơn kiểm*	làm œn kiểm
vérifier... ?	*tra ...*	tcha ...
le niveau d'huile	*dầu*	zờeou
la pression	*áp suất hơi*	áp chouốet hœï
des pneus	*bánh xe*	bếng sê
le niveau d'eau	*nước*	nuấk

bằng lái xe	bàng lắï sê	**permis de conduire**
kilômét	kilômết	**kilomètre**
miễn phí	miễn fí	**gratuit**

> problèmes

Il me faut un mécanicien.
Tôi cần thợ sửa xe.   tôï kờen thợ chửœ sê

J'ai eu un accident.
Tôi bị tai nạn.   tôï bị tɑï nạn

La voiture ne démarre pas.
Xe không mở máy.   sê không mở máï

J'ai crevé.
Bánh xe tôi bị xì.   bếng sê tôï bị sì

J'ai perdu les clés de la voiture.
Tôi bị mất chìa khóa xe.   tôï bị mớet tyìœ khóuA sê

Je n'ai plus d'essence.
Tôi bị hết dầu xăng.   tôï bị hét zờeou sang

Pouvez-vous la réparer (aujourd'hui) ?
Bạn có thể sửa xe   bạn kó thể chửœ sê
(hôm nay) được không?   (hôm naï) duœk không

Combien de temps prendra la réparation ?
Sửa xe mất bao   chửœ sê mớet bɑo
nhiêu lâu?   gnieou lœou

vélo

Je voudrais…	Tôi muốn …	tôi mouốn …
faire réparer	sửa xe đạp	chữœ sê đạp
mon vélo	của tôi	kỏuœ tôi
acheter un vélo	mua xe đạp	mouœ sê đạp
louer un vélo	mướn xe đạp	muốn sê đạp

Je voudrais (acheter) un vélo…	Tôi muốn (mua) một xe đạp …	tôi mouốn (mouœ) một sê đạp …
tout-terrain	leo núi	lêo nóuï
de course	đua	đuœ
d'occasion	bán lại	bán lạï

Dois-je porter un casque ?
Có phải đội mũ bảo hiểm không?
kó fảï dộï mõu bảo hiểm không

J'ai crevé.
Bánh xe tôi bị xì.
bểng sê tôï bị sì

Cấm Đậu Xe	kấem dọeou sê	**Ne pas stationner**
Cấm Vượt Qua	kấem vượt kouᴀ	**Ne pas dépasser**
Chạy Chậm Lại	tyạï tyợem lạï	**Ralentir**
Dừng Lại	zùng lạï	**Stop**
Điện Cao Thế	diện kᴀo thế	**Haute tension**
Đường Đang	dường dᴀng	**Travaux**
Sửa Chữa	chữœ tyữœ	**en cours**
Đường Sắt	dường chát	**Chemin de fer**
Giao Thông	zᴀo thông	**Voie à sens**
Một Chiều	một tyièou	**unique**
Lối Ra	lốï jᴀ	**Sortie**
Lối Vào	lốï vào	**Entrée**
Nguy Hiểm	ngoui hiểm	**Danger**
Thu Thuế	thou thoué	**Péage**

passer la frontière

cửa khẩu

Je suis (ici)…	Tôi đang …	tôï dʌng …
en transit	quá cảnh	kouʌ kểng
pour affaires	đi công tác	di kông tʌk
en vacances	đi nghỉ	di nghỉ

Je suis ici pour…	Tôi ở đây …	tôï ở dœï …
(10) jours	(mười) ngày	(mưởi) ngàï
(2) mois	(hai) tháng	(hʌï) tháng
(3) semaines	(ba) tuần	(bʌ) touởn

J'irai à (Hanoi).
Tôi sẽ đi (Hà Nội). tôï chế di (hà nội)

Je séjourne à (l'Hôtel Lotus).
Tôi đang ở (Khách Sạn tôï dʌng ở (khể chʌn
Hoa Sen). houʌ chển)

Les enfants sont sur ce passeport.
Trẻ em có ở trên hộ tchể êm kó ở tchen hộ
chiếu này. tyiéou nàï

gia đình	zʌ dình	**famille**
hộ chiếu	hộ tyiéou	**passeport**
một mình	một mìng	**seul**
nhóm	gnóm	**groupe**
thị thực	thị thụk	**visa**

à la douane

tại khu hải quan

Je n'ai rien à déclarer.
Tôi không có gì để khai báo.   tôï không kó zì dé kʰaï ʙáo

J'ai quelque chose à déclarer.
Tôi cần khai báo.   tôï kòen kʰaï ʙáo

Faut-il déclarer ceci ?
Tôi có cần phải khai   tôï kó kòen fáï kʰaï
báo cái này không?   ʙáo kʰaï näï không

C'est à moi.
Cái đó của tôi.   kʰaï dó kỏuœ tôï

Ce n'est pas à moi.
Cái đó không phải của tôi.   kʰaï dó không fáï kỏuœ tôï

Je ne savais pas qu'il fallait le déclarer.
Tôi không biết phải   tôï không biét
khai báo cái đó.   fáï kʰaï ʙáo kʰaï dó

Y a-t-il quelqu'un qui parle (français) ?
Có ai nói tiếng (Pháp)   kó aï nóï tiéng (fáp)
không?   không

panneaux indicateurs		
Hải Quan	hảï kouʌn	**Douane**
Hàng Không	hàng không	**Duty free**
Đánh Thuế	dẻng thoué	
Kiểm Dịch	kiểm zịk	**Quarantaine**
Kiểm Tra	kiểm tchʌ	**Contrôle des**
Hộ Chiếu	hộ tyiéou	**passeports**
Nhập Cảnh	gnœp kẻng	**Immigration**

Quel(le) est ce(tte)... ?	*... này là cái nào?*	*... nàï là káï nào*
rue	*Phố/Đường N/s*	*fố/dường N/s*
village	*Làng*	*làng*

Où est... ?	*... ở đâu?*	*... œ̃ dœou*
la banque	*Ngân hàng*	*ngœun hàng*
le marché	*Chợ*	*tyœ*
l'office du	*Phòng thông*	*fòng thông*
tourisme	*tin du lịch*	*tin zou lịk*

Quelle est l'adresse ?
Địa chỉ là gì?   dịœ tyỉ là zì

Est-ce loin ?
Bao xa?   bao sa

Comment s'y rend-on ?
Tôi có thể đến tới   tôï kó thẻ dén tœ́ï
bằng đường nào?   bàng dường nào

Pourriez-vous me montrer (sur la carte) ?
Xin chỉ giùm (trên bản   sin tyỉ zòum (tchen bán
đồ này)?   dồ nàï)

C'est...	*Nó ...*	*nó ...*
derrière...	*đằng sau ...*	*dàng chaou ...*
près d'ici	*gần đây*	*gòen dœï*
ici	*ở đây*	*œ̃ dœï*
devant...	*đằng trước ...*	*dàng tchuœ́k ...*
près de...	*gần ...*	*gòen ...*
à-côté de...	*bên cạnh ...*	*ben kệng ...*
à l'angle	*ở góc phố/*	*œ̃ gók fố/*
de la rue	*đường N/s*	*dường N/s*
en face de...	*đối diện ...*	*dốï zịen ...*
tout droit	*thẳng tới*	*thẳng tœ́ï*
	trước	*tchuœ́k*
là-bas	*ở đó*	*œ̃ dó*

en bus	*bằng xe buýt*	bàng sê bouít
en cyclomoteur	*bằng xe xích lô*	bàng sê sík lô
en taxi	*bằng xe taxi*	bàng sê tác si

en train	*bằng xe lửa*	bàng sê lửœ
à pied	*đi bộ*	di bộ
Tournez…	*Rẽ/Quẹo … N/s*	jẽ/kouẹo … N/s
à l'angle	*ở góc phố/*	ở gók fố/
	đường N/s	dưœng N/s
aux feux	*tại đèn giao*	tại dèn zao
	thông	thông
à gauche	*trái*	tchái
à droite	*phải*	fái
nord	*hướng bắc*	huớng bák
sud	*hướng nam*	huớng nam
est	*hướng đông*	huớng dông
ouest	*hướng tây*	huớng tœï

… kilômét	… kilômết	**… kilomètres**
… mét	… mét	**… mètres**
… phút	… fút	**… minutes**

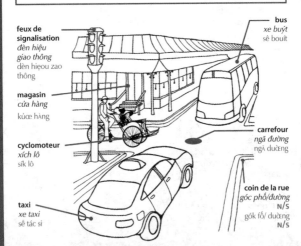

feux de signalisation
đèn hiệu giao thông
dèn hiệou zao thông

magasin
cửa hàng
kửœ hàng

cyclomoteur
xích lô
sík lô

taxi
xe taxi
sê tác si

bus
xe buýt
sê bouít

carrefour
ngã đường
ngá dưœng

coin de la rue
góc phố/đường
N/S
gók fố/ dưœng
N/S

PRATIQUE

trouver un hébergement

tìm kiếm nơi ở

Où y a-t-il un(e)… ?	… ở đâu?	… ở đœou
chambre d'hôte	Nhà khách	gnà khếk
terrain de camping	Nơi cắm trại	nœï kám tchaï
petit hôtel	Nhà khách	gnà khếk
hôtel	Khách sạn	khếk chạn
auberge de	Nhà trọ cho	gnà tchọ tyo
jeunesse	du khách trẻ	zou khếk tchẻ

Pouvez-vous	Bạn có thể	bạn kó thể
me conseiller	giới thiệu	zớï thiệou
un endroit… ?	cho tôi chỗ …?	tyo tôï tyỗ …
bon marché	rẻ	jẻ
agréable	tốt	tốt
chic	sang trọng	chạng tchọng
près d'ici	gần đây	gòen dœï
romantique	lãng mạn	lãng mạn

C'est à quelle adresse ?	Địa chỉ là gì?	dịœ tyỉ là zì

Pour répondre à ces questions, voir **orientation**, p. 57.

taudis	nhà nghỉ không tốt	gnà nghỉ không tốt
endroit miteux	nhà ổ chuột	gnà ổ tchouột
endroit génial	cao cấp	kʌo kốep

réservation

đặt phòng trước, nhập phòng

Je voudrais réserver une chambre s'il vous plaît.
Tôi muốn đặt phòng.   tôï mouốn dạt fòng

J'ai réservé.
Tôi đã đặt trước.   tôï dã dạt tchuɛ́k

Mon nom est…
Tên tôi là …   ten tôï là …

Pour (3) nuits/semaines.
Cho (ba) đêm/tuần.   tyo (bʌ) dem/touèen

Du (2 juillet) au (6 juillet).
Từ (ngày hai tháng bảy)   tù (ngàï hʌï tháng bởeï)
đến (ngày sáu tháng bảy).   dén (ngàï cháou tháng bởeï)

Dois-je payer d'avance ?
Tôi có cần phải trả   tôï kó kèen fʌï tchả
trước không?   tchuɛ́k không

Avez-vous une	*Bạn có*	bạn kó
chambre…?	*phòng…?*	fòng …
double	*đôi*	dôï
simple	*đơn*	dɛn
à deux lits	*hai giường*	hʌï zuèeng

Quel est le	*Giá bao nhiêu*	zá bʌo gnieou
prix par…?	*cho một …?*	tyo một …
nuit	*đêm*	dem
personne	*người*	nguèeï
semaine	*tuần*	touèen

Puis-régler par…?	*Tôi có thể*	tôï kó thể
	trả bằng …	tchả bàng …
	được không?	duɛk không
carte de crédit	*thẻ tín dụng*	thẻ tín zọung
carte de paiement	*thẻ trừ tiền*	thẻ tchù tièn
chèques de voyage	*séc du lịch*	chɛ́k zou lịk

Vous trouverez les noms d'autres modes de paiement dans la rubrique **achats**, p. 69.

PRATIQUE

Mấy đêm?	mœ́ï dem	**Combien de nuits ?**
chìa khoá	tyìœ khouá	**clé**
hết phòng	hét fòng	**complet**
hộ chiếu	hộ tyiéou	**passeport**
lễ tân	lễ tœn	**réception**

Puis-je visiter la chambre ?
Tôi có thể xem phòng   tôï kó thể sêm fòng
được không?   dưœk không

Je la prends.
Tôi chọn phòng này.   tôï tyọn fòng nàï

renseignements et services

yêu cầu

À quelle heure est servi le petit-déjeuner ?
Mấy giờ ăn sáng?   mœ́ï zờ an cháng

Où prend-on le petit-déjeuner ?
Ăn sáng ở đâu?   an cháng ớ dœou

Veuillez me réveiller à (7h).
Làm ơn đánh thức tôi   làm œn dếng thúk tôï
vào lúc (bảy giờ).   vào lóuk (bẻï zờ)

Y a-t-il un(e)… ?	*Có … không?*	bạn kó … không
ascenseur	*thang máy*	thạng máï
service de blanchisserie	*dịch vụ giặt là*	zịk vụ zạt là
tableau pour les messages	*bảng thông báo*	bảng thông báo
coffre-fort	*két sắt*	kết chát
piscine	*bể bơi*	bể bœï

Puis-je utiliser… ?	*Tôi có thể dùng*	tôï kó thẻ zòung
	… ảược không?	… dưẹk không
la cuisine	*nhà bếp*	gnà bép
le lave-linge	*máy giặt*	máï zạt
le téléphone	*điện thoại*	dịện thouạï
Pourrais-je	*Làm ơn cho*	làm œn tyo
avoir… ?	*tôi …?*	tôï …
une autre	*thêm một cái*	them một kấï
couverture	*chăn*	tyan
une moustiquaire	*một cái màn*	một kấï màn
ma clé	*chìa khoá*	tyìœ khouá
	phòng tôi	fòng tôï
un reçu	*một hoá đơn*	một houá dœn
Est-ce que	*Ở đây có dịch*	ὣ dœï kó zịk
vous… ?	*vụ … không?*	vọu … không
organisez	*du lịch*	zou lịk
des excursions		
changez de l'argent	*đổi tiền*	dổi tiền

Y a-t-il un message pour moi ?
Có tin nhắn nào cho   kó tin gnán nào tyo
tôi không?   tôï không

Puis-je laisser un message à quelqu'un ?
Tôi có thể để lại lời nhắn?   tôï kó thẻ dẻ lại lờï·gnán

---

panneaux indicateurs

Cấm Chụp Ảnh	kấem tyọup ểng	**Pas de photo**
Quay Phim	kouaï fim	**ni de vidéo**
Còn Phòng	kòn fòng	**Chambre libre**
Đóng	dóng	**Fermé**
Hết Phòng	hét fòng	**Complet**
Lạnh	lệng	**Froid**
Mở	mὣ	**Ouvert**
Nam	nʌm	**Hommes**
Nóng	nóng	**Chaud**
Nữ	nũ	**Femmes**
Tin Tức	tin túk	**Informations**
Vệ Sinh	vẹ ching	**Toilettes**

réclamations

Je suis coincé dehors (j'ai laissé ma clé à l'intérieur).

Tôi đã lỡ khoá phòng mất rồi.   tôi dã lỡ khouá fòng mớet jỗi

Ma chambre	*Phòng của*	fòng kỏuœ
est trop...	*tôi quá ...*	tôi kouá ...
lumineuse	*sáng*	cháng
froide	*lạnh*	lệng
sombre	*tối*	tỗi
chère	*đắt*	dát
bruyante	*ồn*	ồn
petite	*nhỏ*	gnỏ

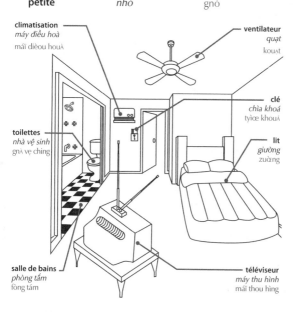

climatisation *máy điều hoà* máí dièou houà

ventilateur *quạt* kouʌt

clé *chìa khoá* tyìœ khouá

toilettes *nhà vệ sinh* gnʌ vẹ ching

lit *giường* zuờng

salle de bains *phòng tắm* fòng tám

téléviseur *máy thu hình* máí thou hìng

63

Le/la … est en panne.	… bị hỏng.	… bị hỏng
climatisation	*máy điều hoà*	máï dièou houà
ventilateur	*quạt*	kouạt
chasse d'eau	*hệ thống giội nước*	hẹ thống zội nuức

Puis-je avoir un(e) autre (couverture) ?
Cho tôi thêm cái (chăn) nữa.   tyo tôï them kấï (tyan) nữœ

Cet (oreiller) n'est pas propre.
Cái (gối) này không sạch.   kấï (gốï) nàï không sệk

Il n'y a pas d'eau chaude.
Nước nóng không chảy.   nuức nóng không tyảï

---

quelqu'un frappe à la porte…	
Qui est-ce ? *Ai đó?*	aï dó
Un instant. *Chờ một lát.*	tyờ một lát
Entrez. *Xin mời vào.*	sin mờï vào
Revenez plus tard, s'il vous plaît. *Xin bạn trở lại sau.*	sin bạn tchờ lạï chɑou

quitter un hôtel

trả phòng

À quelle heure dois-je libérer la chambre ?
Trả phòng vào lúc mấy giờ?   tchả fòng vào lóuk mấeï zờ

Puis-je libérer la chambre plus tard ?
Tôi có thể trả phòng   tôï kó thẻ tchả fòng
muộn được không?   mouọn duợk không

Pourriez-vous m'appeler un taxi (pour 11h) ?
Bạn làm ơn có thể gọi   bạn làm œn kó thẻ gọi
taxi cho tôi (vào lúc   ták si tyo tôï (vào lóuk
mười một giờ)?   mườï một zờ)

Je pars maintenant.
Tôi đi bây giờ.   tôï di bœï zœ̀

Puis-je laisser mes bagages ici ?
Tôi có thể để lại hành   tôï kó thẻ dẻ lại hềng
lý ở đây không?   lí œ̉ dœï không

Il y a une erreur dans la facture.
Có sự nhầm lẫn trên   kó chụ gnèm lõen tyen
hoá đơn.   houá dœn

Mon séjour a été agréable, merci.
Tôi đã có một kỳ nghỉ   tôï dã kó một kì nghỉ
tuyệt vời, cám ơn.   touiệt vờï kám œn

Je recommanderai cet endroit à mes amis.
Tôi sẽ giới thiệu chỗ này   tôï chẽ zœ́ï thieou tỗ nàï
với các bạn của tôi.   vœ́ï kák bạn kủœœ tôï

Pourrais-je	*Tôi có thể xin*	tôï kó thẻ sin
avoir… ?	*lại … không?*	lại … không
ma caution	*tiền đặt cọc*	tièn dạt kọk
mon passeport	*hộ chiếu*	hộ tyiéou
mes objets	*những đồ có*	gnũng dồ kó
de valeur	*giá trị*	zá tchị

Je serai de retour…	*Tôi sẽ trở lại …*	tôï chẽ tchờ lại …
dans (3) jours	*trong (ba)*	tchong (bᴀ)
	ngày nữa	ngàï nũœœ
(mardi)	*vào ngày*	vào ngàï
	(Thứ ba)	(thú bᴀ)

toute la journée	*suốt ngày*	chouốt ngàï
jour après jour	*ngày lại ngày*	ngàï lại ngàï
jour de repos	*ngày nghỉ*	ngàï nghỉ
tous les jours	*hằng ngày*	hàng ngàï
autrefois	*thời xưa*	thờï suœœ
un jour (futur)	*một ngày nào đó*	một ngàï nào dó
3 fois par jour	*mỗi ngày ba*	mỗï ngàï bᴀ
	lần	lœ̀n

camping

Y a-t-il… ?	Có … không?	kó … không
l'électricité	điện	diện
une laverie	nhà giặt máy	gnà zạt mái
des douches	thiết bị tắm	thiết bị tám
un terrain	nơi cắm trại	nơï kám tchại
des tentes à louer	trại cho thuê	tchại tyo thoue

Quel est le prix par… ?	Bao nhiêu tiền cho một …?	bᴀo gnieou tiền tyo một …
caravane	nhà lưu động	gnà lưou dộng
personne	người	ngườï
tente	trại	tchại
véhicule	xe	sê

Puis-je camper ici ?
*Tôi có thể cắm trại
ở đây không?*
tôï kó thẻ kám tchại
ở đơï không

À qui faut-il demander pour pouvoir camper ici ?
*Tôi phải hỏi ai để
được ở đây?*
tôï fᴀï hỏï ᴀï dé
dược ở đơï

Puis-je emprunter… ?
Tôi có thể mượn …?
tôï kó thẻ mượn …

Cette machine marche-t-elle avec des pièces ?
*Máy đó dùng đồng
xu phải không?*
mᴀí dó zòung dồng
sou fᴀï không

L'eau est-elle potable ?
*Có nước uống
được không?*
kó nướk ouống
dược không

location

Je viens pour	*Tôi đến đây*	tôï dén dœï
louer l'/le/la...	*để thuê ...*	dẻ thoue ...
Avez-vous un(e)	*Bạn có một*	bạn kó một
... à louer ?	*... cho thuê?*	... tyo thoue
appartement	*căn hộ*	kan hộ
chalet	*túp lều*	tóup lèou
maison	*nhà*	gnà
chambre	*phòng*	fòng
villa	*biệt thự*	biệt thụ
meublé	*tiện nghi*	tiện nghi
partiellement meublé	*một phần tiện nghi*	một fồen tiện nghi
non meublé	*không tiện nghi*	không tiện nghi

loger chez l'habitant

Puis-je loger chez vous ?
Tôi có thể ở chỗ bạn được không?
tôï kó thẻ ở tyỗ bạn dượk không

Puis-je vous aider ?
Tôi có thể giúp gì không?
tôï kó thẻ zóup zì không

Puis-je... ?	*Tôi có thể ... được không?*	tôï kó thẻ ... dượk không
apporter	*mang cái gì*	mᴀng kᴀï zì
à manger	*cho bữa ăn*	tyo būœ an
laver la vaisselle	*rửa bát đĩa*	jủœ bᴀ́t dĩœ
mettre/débarrasser la table	*bày/dọn bàn*	bᴀ̀ï/zọn bàn
sortir la poubelle	*đổ rác*	dổ rᴀ́k

J'ai apporté mon…	*Tôi có … rồi.*	tôï kó … jồï
matelas	*cái đệm*	kÁï dẹm
sac de couchage	*túi ngủ*	tóuï ngồu

Merci pour votre hospitalité.

Cảm ơn cho sự hiểu	kÁm œn tyo chụ hiéou
khách của bạn.	khếk kỏuœ bẠn

Pour connaître les expressions liées aux repas, voir **se restaurer**, p. 149.

Pour connaître les expressions liées aux repas, voir **se restaurer**, p. 149.

de l'art de nommer en vietnamien

Les noms vietnamiens sont en général composés d'un patronyme (*họ* họ), d'un nom intermédiaire (*tên đệm* ten dẹm ou *tên lót* ten lót) et d'un nom personnel (*tên* ten) ou prénom, placés dans cet ordre. Les gens s'appellent par leur prénom précédé d'un appellatif (par exemple *Cô Trang* ko tchAng, Mademoiselle Trang). Pour plus de détails sur les appellatifs, consultez l'encadré **pronoms appellatifs**, p. 99.

Le patronyme le plus courant au Vietnam est *Nguyễn* ngouïễn, suivi de *Trần* tchồen, *Lê* le et *Phạm* fẠm. Le nom intermédiaire n'a pas de réelle signification. Il peut indiquer s'il s'agit d'un homme (*Văn* van) ou d'une femme (*Thị* thị) ou être porté par tous les représentants masculins d'une famille.

Le prénom est choisi avec soin, car il est toujours porteur de sens. *Dũng* zõung (héroïque), *Cường* kùœng (fort), *Minh* ming (lumineux) et *Tuấn* touấen (talentueux) sont des prénoms masculins. *Kiều* kièou (gracieuse), *Mỹ* mĩ (jolie), *Dịu* zịou (douce) et *Lan* lAn (orchidée) sont des prénoms féminins. Certains prénoms peuvent être portés indifféremment par les garçons et les filles.

se renseigner

đi tìm …

Où y a-t-il un… ?	… ở đâu?	… ở dœou
grand	*Cửa hàng*	kúœ hàng
magasin	*bách hóa*	bếk hóuA
marché	*Chợ*	tyœ
supermarché	*Siêu thị*	chieou thị

Où puis-je acheter (un cadenas) ?
Tôi có thể mua   tôï kó thể mouœ
(ổ khóa) ở đâu?   (ổ khóuA) ở dœou

Pour les réponses correspondantes, reportez-vous au chapitre **orientation**, p. 57.

acheter

mua sắm

Je ne fais que regarder.
Tôi chỉ xem thôi.   tôï tỷi sêm thôï

Je voudrais acheter (un adaptateur pour prise).
Tôi muốn mua   tôï mouốn mouœ
(một ổ cắm).   (một ổ kám)

Combien cela coûte-t-il ?
Bao nhiêu tiền?   bAo gnieou tièn

Pourriez-vous m'écrire le prix ?
Bạn có thể viết giá   bạn kó thể viét zÁ
được không?   dượk không

En avez-vous d'autres ?
Bạn có cái khác không?   bạn kó kÁï khÁk không

Puis-je le voir ?
Tôi có thể xem không?   tôï kó thể sêm không

Acceptez-vous les… ?	*Bạn có dùng … không?*	bạn kó zòung … không
cartes de crédit	*thẻ tín dụng*	thẻ tín zọung
cartes de paiement	*thẻ trừ tiền*	thẻ tchù tiền
chèques de voyage	*séc du lịch*	chék zou lịk
Pourrais-je avoir un(e)… ?	*Xin cho tôi một …?*	sin tyo tôï một …
sac	*cái túi*	kÁï tóuï
facture	*hoá đơn*	houÁ dœn

Pourriez-vous me l'emballer, s'il vous plaît ?
Làm ơn gói giùm.   làm œn gói zòum

Est-ce garanti ?
Nó có được bảo hành không?   nó kó dượck bÁo hềng không

Pourriez-vous me l'envoyer à l'étranger ?
Bạn có thể gửi nó ja nước ngoài cho tôi được không?   bạn kó thẻ gửi nó jᴀ nuÁrk ngouÀï tyo tôï dượck không

Pourriez-vous me le commander ?
Bạn có thể đặt nó cho tôi được không?   bạn kó thẻ dạt nó tyo tôï dượck không

Puis-je venir le récupérer plus tard ?
Tôi có thể lấy nó sau được không?   tôï kó thẻ lÁëï nó chᴀou dượck không

Il y a un défaut.
Nó bị hỏng rồi.   nó bị hỏng jồï

Je voudrais…	*Làm ơn cho tôi …*	làm œn tyo tôï …
être remboursé	*tiền hoàn lại*	tiền houÀn lᴀï
ma monnaie	*tiền thừa*	tiền thùœ
le retourner	*trả lại cái này*	tchÁ lᴀï kÁï nàï

parler local		
marchander	*mặc cả*	mạk kÁ
hors de prix	*đắt cắt cổ*	dát kát kổ
en solde	*bán hạ giá*	bÁn hạ zÁ
prix spécial	*ưu đãi*	uou dÃï

marchander

sự mặc cả

C'est trop cher.
Cái đó quá đắt.   kǎï đó kouá dát

Pourriez-vous baisser le prix ?
Có thể giảm giá   kó thể zảm zá
được không?   dượk không

Auriez-vous quelque chose de moins cher ?
Bạn có cái nào   bạn kó kǎï nào
rẻ hơn không?   jẻ hơn không

Je vous en donne (10 000 dông).
Tôi chỉ trả (mười nghìn   tôï tỷ tchả (mười nghìn
đồng) thôi.   đồng) thôï

livres et lecture

sách và đọc

Y a-t-il un(e) …	*Có … tiếng Pháp*	kó … tiếng fáp
francophone ?	*ở đây không?*	ở dœï không
librairie	*hiệu sách*	hiệou chẳk
rayon	*nơi để sách*	nœï dẻ chẳk
Auriez-vous	*Bạn có …*	bạn kó …
un(e)… ?	*không?*	không
livre de	*một quyển*	một kouiẻn
(Ho Anh Thai)	*sách nào của*	chẳk nào kỏuœ
	(Hồ Anh Thái)	(hồ êng thǎï)
guide des	*quyển sách*	kouiẻn chẳk
sorties	*hướng dẫn*	hướng zõen
	nơi giải trí	nœï zǎï tchí

Je voudrais un…	Tôi muốn có một …	tôï mouốn kó một …
dictionnaire	quyển từ điển	kouiển tù diển
journal (en français)	tờ báo (bằng tiếng Pháp)	tờ báo (bàng tiếng fáp)

Pourriez-vous me conseiller un livre ?
Bạn có thể giới thiệu cho tôi một quyển sách được không? bạn kó thể záĩ thiệou tyo tôï một kouiển chếk dượk không

acheter des vêtements

trang phục

Je fais du…	Cỡ của tôi là …	kõ kủouœ tôï là …
(40)	(bốn mươi)	(bốn muœĩ)
S	bé	bế
M	trung bình	tchoung bìng
L	to	to

Puis-je l'essayer ?	*Tôi có thể mặc thử được không?*	tôï kó thể mạk thử dượk không
Ça ne me va pas.	*Nó không vừa.*	nó không vùœ
C'est juste ma taille !	*Vừa lắm!*	vùœ lám

Vous trouverez le vocabulaire propre aux vêtements dans le **dictionnaire**.

équipement électronique

Où puis-je acheter des appareils électroniques en duty free ?
Tôi có thể mua đồ điện   tôï kó thể moue̯ đồ diẹn
tử miễn thuế ở đâu?   tử miễn thuế ở dœou

Est-ce le modèle le plus récent ?
Đây có phải là loại mới   dœï kó fáï là louaï mœï
nhất không?   gnœt không

Cela fonctionne-t-il sur (240) volts ?
Cái này là (hai trăm bốn   kãï nãï là (hãï tcham bốn
mươi) vôn phải không?   mue̯ï) vôn fáï không

J'ai besoin d'un adaptateur pour prise.
Tôi cần một cái nắn dòng.   tôï kền một kãï nán zòng

chez le coiffeur

Je voudrais…	*Tôi muốn …*	tôï mouốn …
une permanente	*sấy tóc*	chœï tók
une couleur	*nhuộm tóc*	gnoue̯ộm tók
une coupe	*cắt tóc*	kát tók
tailler ma barbe	*tỉa râu*	tĩe̯ jœou
raser ma barbe	*cạo râu*	kạo jœou
couper les pointes	*tỉa tóc*	tĩe̯ tók

Ne coupez pas trop court.
Đừng cắt quá ngắn.   dùng kát quá ngán

Pourriez-vous utiliser une lame neuve ?
Xin dùng lưỡi mới.   sin zòung luœï mœï

Rasez tout !
Cạo sạch!   kạo chệk

Vous m'avez coiffé n'importe comment !
Mày cắt dở hơi bỏ mẹ!   màï kát zở hœï bỏ mẹ

musique

Je voudrais un(e)…	Tôi muốn một …	tôï mouốn một …
cassette vierge	*cuộn băng trắng*	kouốn bang tráng
CD	*đĩa CD*	dĩœ se de
DVD	*đĩa DVD*	dĩœ de ve de
cassette vidéo	*băng hình*	bang hìng

Je cherche un disque de (Hong Nhung).
Tôi đang tìm mọt cái đĩa của ca sĩ (Hồng Nhung).
tôï dɑng tìm một kái dĩœ kủœœ kɑ chĩ (hồng gnoung)

Quel est son meilleur album ?
Đĩa nào của anh/cô ấy là hay nhất?
dĩœ nào kủœœ êng/kô ớï là haï gnóet

Puis-je écouter ce disque ?
Tôi có thể nghe thử cái này được không?
tôï kó thể nghê thử kái nàï dượk không

Puis-je lire ce disque sur n'importe quel lecteur DVD ?
Đĩa này có chạy ở bất kỳ đầu DVD nào không?
dĩœ nàï kó tyaï ở bớet kì dồœou de ve de nào không

Puis-je le regarder sur un système (PAL/NTSC) ?
Cái này có hợp với hệ thống (PAL/NTSC) không?
kái nàï kó hợp vớï hệ thống (pɑl/ênœ te ês se) không

photographie

Avez-vous … pour cet appareil ?	Bạn có … cho máy ảnh này không?	bạn kó … tyo máï ểng nàï không
des piles	*pin*	pin
une carte mémoire	*thẻ nhớ*	thẻ gnớœ

Pourriez-vous… ?	*Bạn có thể*	bạn kó thẻ
	… không?	… không
tirer des photos	*rửa ảnh kỹ*	jùœ ểng kĩ
numériques	*thuật số*	thouợet chố
développer	*rửa cuộn*	jùœ kouộn
cette pellicule	*phim này*	fim nàï
recharger la	*nạp pin cho*	nạp pin tyo
batterie de mon	*máy ảnh kỹ*	mấĩ ểng kĩ
appareil	*thuật số*	thouợet chố
numérique	*của tôi*	kóuœ tôï
copier des	*chuyển ảnh*	tyouién ểng
photos de mon	*từ máy ảnh*	tù mấĩ ểng
appareil sur	*của tôi sang*	kóuœ tôï chạng
un CD	*đĩa CD*	dĩœ se de

J'ai besoin d'un câble pour relier mon appareil à un ordinateur.

Tôi cần một đường	tôï kèen một duờng
dây cáp để nối	zœï káp dẻ nốï
máy ảnh với máy tính.	máy ểng vớï mấĩ tíng

J'ai besoin d'un câble pour recharger cette batterie.

| *Tôi cần một đường nối* | tôï kèen một duờng nốï |
| *để sạc pin này.* | dẻ sạk pin nàï |

Je voudrais une cassette pour ce caméscope.
> *Tôi cần một băng ghi* — tôï kèen một bang ghi
> *hình cho máy quay này.* — hìng tyo mấï kouaï nàï

J'ai besoin d'une photo d'identité.
> *Tôi cần chụp ảnh* — tôï kèen tyoup ểng
> *cho hộ chiếu.* — tyo hộ tyiéou

Quand cela sera-t-il prêt ?
> *Khi nào sẽ xong?* — khi nào chế song

Je ne suis pas d'accord pour tout payer.
> *Tôi không muốn trả hết.* — tôï không mouốn tchả hét

Je ne suis pas satisfait du tirage de ces photos.
> *Tôi chưa hài lòng với* — tôï tyưœ hàï lòng vớï
> *những ảnh này.* — gnũng ểng nàï

réparations

Pourriez-vous réparer… ?	*Ở đây có thể sửa … được không?*	œ dœï kó thẻ chúœe … duœek không
Quand … sera-t-il/ seront-elles prêt(es) ?	*Khi nào … của tôi sẽ xong?*	khi nào … kóuœe tôï chế xong
mon sac à dos	*ba-lô*	ba lô
mon appareil photo	*máy ảnh*	mấï ểng
mes lunettes (de soleil)	*kính (râm)*	kíng (jœm)
mes chaussures	*giầy*	zœï

souvenirs		
objet en osier	*cái rổ*	káï jổ
objet en bronze	*đồ đồng*	dồ dồng
objet en bambou	*đồ mây tre*	dồ mœï tchê
broderie	*đồ thêu*	dồ theou
objet artisanal	*đồ thủ công*	dồ thóu kông
	mỹ nghệ	mĩ nghẹ
coquillages	*đồ lưu niệm*	dồ luou niem
	làm bằng vỏ sò	làm bàng vỏ chò
objet en bois sculpté	*tượng gỗ*	tuợng gỗ

Internet

mạng internet

Où y a-t-il un cybercafé ?
Cà phê Internet gần nhất ở đâu?
kà fe intêrnêt gờen gnóet ở dœou

Je voudrais accéder à...
Tôi muốn …
tôi mouốn …

mes e-mails	*kiểm tra email*	kiểm tchạ imêïl
Internet	*vào Internet*	vào intêrnêt
une imprimante	*dùng máy in*	zòung mái in
un scanner	*dùng máy quét*	zòung mái kouét

Avez-vous un... ?
Bạn có … không?
bạn kó … không

Mac	*máy tính Mac*	mái tíng mạk
PC	*máy tính PC*	mái tíng pe se
lecteur Zip	*ổ đĩa Zip*	ổ dĩœ zip

Combien coûte(nt)... ?
Bao nhiêu tiền cho …?
bạo gnieou tiền tyo …

une heure	*một tiếng*	một tiếng
(5) minutes	*(năm) phút*	(nam) fóut
une page	*một trang*	một tchạng

Comment fait-on pour se connecter ?
Làm thế nào để vào mạng?
làm thế nào dẻ vào mạng

Pourriez-vous afficher l'interface en français ?
Làm ơn chuyển sang tiếng Pháp.
làm ơn tyouiển chạng tiếng fáp

Il a planté.
Nó bị treo máy.
nó bị tchêo mái

J'ai fini.
Tôi đã xong.
tôi đà song

téléphone portable

Je voudrais…	Tôi muốn …	tôï mouón …
un chargeur pour portable	mua một cục sạc điện thoại	mouœ một kouk chạk diện thouaï
louer un portable	thuê một điện thoại di di động	thoue một diện thouaï zi dộng
une carte prépayée	mua một điện thoại di động trả trước	mouœ một diện thouaï zi dộng tchả tchuœ́k
une carte SIM	mua một SIM điện thoại	mouœ một chim diện thouaï

Combien cela coûte-t-il ?
Giá bao nhiêu?   zá bao gnieou

(500 dông) les (30) secondes.
(Năm trăm đồng) cho   (nam tcham dồng) tyo
(ba mươi) giây.   (ba muœï) zœï

des enseignes pour se repérer

Pour vous orienter dans une ville, ne recherchez pas un panneau à l'angle d'une rue, mais plutôt une boutique dont l'enseigne vous indiquera, en général, le nom de la rue où vous vous trouvez.

Le mot "rue" se dit de différentes manières selon la région. Au Sud et à Hồ Chí Minh-Ville, on emploie le mot *đường* duờng (*Đ*). Il est remplacé par *phố* fố (P) à Hanoi et dans d'autres villes du Nord. Comme en français, le mot "rue" précède le nom de la rue. La rue Nguyen Du se dira donc *Đường Nguyễn Du* duờng ngouiên zou (*Đ Nguyễn Du*) ou *Phố Nguyễn Du* fố ngouiên zou (*P Nguyễn Du*).

téléphone

Quel est votre numéro de téléphone ?
Xin cho biết số máy   sin tyo biết chố máï
điện thoại của bạn?   dien thouạï kủœœ bạn

Où est la cabine téléphonique la plus proche ?
Điện thoại công cộng   dien thouạï kông kộng
gần nhất ở đâu?   gền gnốt ở dœou

Puis-je chercher quelque chose dans l'annuaire ?
Tôi có thể xem danh   tôï kó thể sêm zêng
bạ điện thoại không?   bạ dien thouạï không

Je voudrais...	*Tôi muốn ...*	tôï mouốn ...
une carte	*mua một thẻ*	mouœ một thể
téléphonique	*gọi điện thoại*	gọï dien thouạï
appeler (à Paris)	*gọi (Paris)*	gọï (paʀi)
passer un	*gọi một cuộc*	gọï một kouộk
appel (local)	*(nội hạt)*	(nộï hạt)
appeler en	*người nghe*	ngườï nghê
PCV	*trả tiền*	tchả tiền
parler (3)	*nói chuyện*	nóï tyouien
minutes	*trong (ba) phút*	tchong (ba) fóut

Combien	*Giá ... bao*	zá ... bao
coûte... ?	*nhiêu?*	gnieou
un appel de	*một cuộc*	một kouộk
(3) minutes	*điện thoại*	dien thouạï
	(ba) phút	(ba) fóut
chaque minute	*mỗi một phút*	mỗï một fóut
supplémentaire	*tiếp sau*	tiếp chaou

C'est le (numéro)...
Số điện thoại là ...   chố dien thouạï là ...

Quel est l'indicatif régional/national de (la France) ?
Mã số vùng/nước của   mã chố vùng/nuớk kủœœ
(Pháp) là gì?   (fáp) là zì

C'est occupé.
Nó đã được kết nối.   nó dã duœk kết nốï

La ligne est mauvaise.
Sự kết nối rất tồi.　　　chụ kết nối jóet tồi

J'ai été coupé.
Nó đã bị cắt.　　　nó dã bị kát

Bonjour.　　*Xin chào.*　　　sin tyào
C'est…　　　*Đây là …*　　　dœï là …
Est-ce que …　*Có … ở đó không?*　kó … ờ dó không
est là ?

Je voudrais parler à…
Xin cho tôi gặp …　　sin tyo tôi gạp …

Dites-lui que j'ai appelé.
Làm ơn nói với　　　làm œn nói vớï
anh/chị ấy tôi đã gọi.　êng/tyị ớeï tôi dã gọï

Puis-je laisser un message ?
Tôi có thể để lại　　tôï kó thẻ dẻ lạï
lời nhắn không?　　lờï gnán không

Mon numéro est le…
Số điện thoại của tôi là …　chố diẹn thouạï kóuœ tôï là …

Je n'ai pas de numéro de téléphone.
Tôi không có số liên lạc.　tôï không kó chố lien lạk

Je rappellerai plus tard.
Tôi sẽ gọi lại sau.　　tôï chẻ gọï lạï chaou

Nhầm số.
　gnœèm chố
　　　　　　　　　　　C'est un faux numéro.

Ai gọi đấy?
　Aï gọï dœï
　　　　　　　　　　　Qui est à l'appareil ?

Bạn muốn nói chuyện với ai?
　bạn mouốn nóï
　tyouiẹn vớeï aï
　　　　　　　　　　　À qui voulez-vous
　　　　　　　　　　　parler ?

Đợi một chút.
　dợeï một tyóut
　　　　　　　　　　　Attendez un instant.

Anh/Chị ấy không có ở đây.
　êng/tyị ớeï không kó ờ dœï
　　　　　　　　　　　Il/elle n'est pas là.

poste

Je voudrais	*Tôi muốn*	tôï mouốn
envoyer un(e)...	*gửi một ...*	gửi một ...
fax	*bản fax*	bản fʌk
lettre	*lá thư*	lá thu
colis	*bưu phẩm*	buou fấm
carte postale	*bưu thiếp*	buou thiếp
Je voudrais	*Tôi muốn*	tôï mouốn
un(e)...	*một ...*	một ...
aérogramme	*thư gửi qua*	thu gửi kouʌ
	đường máy bay	duʌ̀ng mấï baï
enveloppe	*phong bì*	fong bì
timbre	*cái tem*	kấï têm
déclaration	*khai báo hải*	khʌï báo hấï
de douane	*quan*	kouʌn
intérieur	*trong nước*	tchong nuʌ́k
fragile	*dễ vỡ*	zễ vʌ̃
international	*quốc tế*	kouốk té
courrier	*thư*	thu
boîte aux lettres	*hộp thư*	hộp thu
code postal	*mã số bưu điện*	mã chố buou diện

par avion	*đường hàng không*	duʌ̀ng hàng không
express	*chuyển phát nhanh*	tyouiển fʌ́t gnêng
en recommandé	*thư bảo đảm*	thu bảo dảm
par voie de mer	*đường biển*	duʌ̀ng biển
par voie de terre	*đường bộ*	duʌ̀ng bộ

Pourriez-vous l'envoyer par avion en (France).

Xin hãy gửi nó bằng   sin hãï gửi nó bàng
đường hàng không   dường hàng không
đến (Pháp).   dén (fáp)

Il contient (des souvenirs).

Có (quà lưu niệm)   có (kouà luou niẹm)
ở trong.   ở trong

Où se trouve la poste restante ?

Nơi giữ lưu thư   nơï zũ luou thu
ở đâu?   ở dœou

Y a-t-il du courrier pour moi ?

Có thư nào cho tôi không?   kó thu nào tyo tôï không

noms de lieu		
Cao Bằng	kΛo bàng	Cao Bang
Cần Thơ	kèn thœ	Cantho
Côn Đảo	kôn dảo	Île de Côn Dao
Đà Lạt	dà lạt	Dalat
Đà Nẵng	dà nãng	Danang
Hà Nội	hà nộï	Hanoi
Hải Phòng	hảï fòng	Haiphong
Hạ Long	hạ long	Along
Hội An	hộï Λn	Hoi An
Huế	houé	Huê
Mỹ Tho	mĩ tho	Mytho
Phú Quốc	fóu kouốk	Île de Phu Quoc
Sài Gòn	chàï gòn	Saigon
Thành Phố	thềng fố	Hô Chi Minh-Ville
Hồ Chí Minh	hồ tyí ming	(HCM-Ville)

PRATIQUE

Au Vietnam, vous pourrez payer en dông (*đồng Việt Nam* đồng việt nʌm), la monnaie nationale, ou en dollar américain.

Changez-vous des devises ?
Bạn có dịch vụ đổi	bạn kó zịk vụ đổi
tiền ở đây không?	tiền ở đœï không

À quelle heure ouvre la banque ?
Mấy giờ ngân hàng	mấɤï zờ ngœn hàng
mở cửa?	mở kủœ

Où puis-je… ?
Tôi có thể …	tôï kó thể …
ở đâu?	ở đœou

Je voudrais…
	Tôi muốn …	tôï muốn …
encaisser	*đổi séc ra*	đổi chếk jʌ
un chèque	*tiền mặt*	tiền mạt
changer des	*đổi séc du*	đổi chếk zou
chèques de voyage	*lịch*	lịk
changer de l'argent	*đổi tiền*	đổi tiền
obtenir un crédit	*rút tiền tạm*	jóut tiền tʌm
de caisse	*ứng*	úng
retirer de l'argent	*rút tiền*	jóut tiền

Où puis-je trouver… ?
	… ở đâu?	… ở đœou
un distributeur	*Máy rút tiền*	máï jóut tiền
de billets	*tự động*	tụ động
un bureau	*Phòng đổi*	fòng đổi
de change	*ngoại tệ*	ngouʌï tệ

Quel(le) est… ?
	… là bao nhiêu?	… là bʌo gnieou
la commission	*Phí cho cái đó*	fí tyo kấï đó
le taux de change	*Tỉ giá hối đoái*	tỉ zá hối douʌï

C'est gratuit.
Miễn phí.	miễn fí

C'est (10) dollars.
(Mười) đô.	(mười) đô

C'est (10 000) dông.
(Mười nghìn)	(mười nghìn)
đồng.	đồng

Mon argent est-il arrivé ?
*Tiền của tôi đã
đến chưa?*   tiền kỏuœ tôï dã
              dén tyuœ

Dans combien de temps arrivera-t-il ?
Mất bao lâu nó mới đến?   mớet bʌo lœou nó mớï dén

Puis-je utiliser ma carte de crédit pour retirer de l'argent ?
*Tôi có thể dùng thẻ tín
dụng để rút tiền
được không?*   tôï kó thẻ zòung thẻ tín
               zọung dẻ jóut tiền
               duợk không

Le distributeur a avalé ma carte.
*Máy rút tiền đã nuốt
mất thẻ của tôi.*   máï jóut tiền dã nouốt
                   mớet thẻ kỏuœ tôï

J'ai oublié mon code confidentiel.
*Tôi đã quên mất
mã số PIN.*   tôï dã kouen mớet
              mã chố pin

giấy tờ tuỳ thân	zớeï tờ touỳ thœn	**carte d'identité**
hộ chiếu	hộ tyiéou	**passeport**
Có vấn đề rồi.		
kó vớen dề jồï		**Il y a un problème.**
Bạn không còn tiền nữa.		
bạn khổng kòn tiền nữœ		**Votre compte n'est plus approvisionné.**
Chúng tôi không thể làm điều đó.		
tyóung tôï không thẻ lầm dièou dó		**Nous ne faisons pas cela.**
Xin ký vào đây.		
sin kí vào dœï		**Signez ici.**

Je voudrais un(e)…	*Tôi muốn có một …*	tôï mouốn kó một …
audioguide	*băng hướng dẫn*	bang huống zõen
catalogue	*quyển ca-ta-lô*	kouiển ka ta lô
guide (personne)	*người hướng dẫn*	nguờï huống zõen
guide (livre) (en français)	*quyển sách hướng dẫn (bằng tiếng Pháp)*	kouiển chếk huống zõen (bàng tiếng fáp)
carte (du coin)	*bản đồ (địa phương)*	bản đồ (dĩœ fuœng)

Auriez-vous de la documentation sur les sites… ?	*Bạn có thông tin gì về những … không?*	bạn kó thông tin zì vè gnũng … không
culturels	*địa danh văn hoá*	dĩœ zăng van houá
historiques	*di tích lịch sử*	zi tík lịk chủ
religieux	*nơi tôn giáo*	nœï tôn záo
Je voudrais voir…	*Tôi muốn thăm …*	tôï mouốn tham …
un temple bouddhique	*một đền Phật Giáo*	một dèn fœt záo
une pagode	*một ngôi chùa*	một ngôï tyùœ
des tombes	*lăng tẩm*	lang tỏem

Qu'est-ce que c'est ?
Đó là cái gì?   dó là kái zì

Qui l'a construit ?
Ai đã xây nó?   ái dã sœï nó

De quand cela date-t-il ?
Nó được xây bao   nó dượk sœï bao
nhiêu lâu rồi?   gnieou lœou jồï

Pourriez-vous me prendre en photo ?
Bạn có thể chụp cho   bạn kó thẻ tyọup tyo
tôi một bức ảnh không? tôï một búk ểng không

Puis-je (vous) prendre en photo ?
Tôi có thể chụp ảnh (bạn) tôï kó thẻ tyọup ểng (bạn)
được không?   dượk không

Je vous enverrai la photo.
Tôi sẽ gửi ảnh này   tôï chẽ gửi ểng nàï
cho bạn.   tyo bạn

accéder à un site touristique

À quelle heure cela ouvre/ferme-t-il ?
Mấy giờ nó mở/đóng cửa? mớeï zờ nó mớ/đóng kửœ

Combien coûte l'entrée?
Giá vào là bao nhiêu? zá vào là bao gnieou

Y a-t-il une réduction pour les... ?	... có được giảm giá không?	... kó dượk zám zá không
enfants	*Trẻ em*	tchẻ êm
familles	*Gia đình*	za đing
groupes	*Nhóm*	gnóm
personnes âgées	*Người cao tuổi*	ngườï kao touổï
retraités	*Người hứu trí*	ngườï húou tchí
étudiants	*Sinh viên*	ching vien

circuits

Pourriez-vous me conseiller un(e)... ?	*Bạn có thể giới thiệu một chuyến ... không?*	bạn kó thể zớï thiệou một tyouién ... không
Quand sera le/la prochain(e)... ?	*Khi nào là chuyến ... tới?*	khi nào là tyouién ... tớï
voyage en bateau	*du thuyền*	zou thouièn
excursion à la journée	*du lịch nội nhật*	zou lịk nội gnœt
excursion	*thăm quan*	tham quan
L'/Le ... est-il compris ?	*Nó có bao gồm ... không?*	nó kó bao gồm ... không
hébergement	*chỗ ở*	tyỗ ửœ
repas	*đồ ăn*	đồ an
transport	*phương tiện đi lại*	fương tiện di lạï

Le guide va payer.
*Người hướng dẫn
sẽ trả.*
nguờï huấng zõen
chế tchá

Le guide a déjà payé.
*Người hướng dẫn
đã trả rồi.*
nguờï huấng zõen
đã tchá jờï

Combien de temps dure l'excursion ?
*Chuyến đi thăm quan
này kéo dài bao lâu?*
tyouién di tham quan
nàï kéo zãï bao lœou

À quelle heure devons-nous revenir ?
*Mấy giờ chúng tôi
được về?*
mấeï zờ tyóung tôï
duợck vè

Je suis avec eux.
Tôi đang đi với họ.
tôï dang di vấï họ

J'ai perdu mon groupe.
*Tôi đã lạc nhóm của
tôi rồi.*
tôï dã lạk gnóm kóuœ
tôï jờï

Au Vietnam, les mots "pagode" et "temple" ne renvoient pas aux mêmes concepts qu'en Chine ou dans d'autres pays asiatiques. La pagode (*chùa* tyòuœ) est un lieu de culte et ne renferme pas forcément les cendres des défunts. Il s'agit en général d'une construction de plain-pied qui n'a rien à voir avec une tour octogonale de plusieurs étages. Quant au temple (*đền* dèn), il ne s'agit pas vraiment d'un lieu de culte. Il est érigé en l'honneur d'un héros national ou d'un personnage mythique (Confucius ou Hô Chi Minh par exemple).

Je participe à	Tôi đang tham	tôï dang tham
un(e)…	dự một …	dụ một …
conférence	hội nghị	hội nghị
formation	hội thảo	hội thảo
réunion	buổi họp	bouổi họp
salon	hội chợ	hội tyœ
	thương mại	thuœng mạï

Je suis venu avec…	Tôi đến với …	tôï dén vœï …
mon/mes	đồng nghiệp	dồng nghiẹp
collègue(s)	của tôi	kóuœ tôï
(2) autres	(hai) người khác	(haï) nguœèï khák
personnes		

Je suis seul.
Tôi đến một mình.   tôï dén một mìng

J'ai rendez-vous avec…
Tôi có hẹn với …   tôï kó hẹn vœï …

Je loge à l'(hôtel Hoa Binh), chambre (21).
Tôi ở khách sạn (Hoà Bình)   tôï œ khếk chạn (houà bìng)
phòng (hai mươi mốt).   fòng (haï muœï một)

Je suis ici pour (3) jours/semaines.
Tôi ở đây (ba) ngày/tuần.   tôï œ dœï (ba) ngàï/touœèn

Dans toute relation commerciale, attendez-vous à échanger votre carte de visite (*danh thiếp* zêng thiếp) avec celle de vos partenaires vietnamiens, même pour la plus modeste des transactions. Il convient de recevoir leur carte à deux mains et de présenter la vôtre de la même manière.

Au cours d'un repas, évitez de planter vos baguettes (*đôi đua* dôï douœ) dans un bol de riz. Cela rappelle en effet les bâtons d'encens brûlés pour les défunts.

Voici ma...	Đây là ... của tôi.	dœï là ... kỏucœ tôï
Puis-je avoir votre... ?	Xin bạn cho tôi ... của bạn.	sin bạn tyo tôï ... kỏucœ bạn
adresse	địa chỉ	dĩœ tyỉ
carte de visite	danh thiếp	zêng thiép
adresse e-mail	địa chỉ email	dĩœ tyỉ imêïl
numéro de fax	số fax	chố fʌk
numéro de portable	số điện thoại di động	chố diẹn thouạï zi dộng
numéro de téléphone	số điện thoại	chố diẹn thouạï

Où se tient la... ?	... ở đâu?	... ở dœou
conférence	Hội nghị	hôï nghị
réunion	Buổi họp	bouỏï họp

J'ai besoin d'...	Tôi cần ...	tôï kèn ...
un ordinateur	một máy tính	một máï tíng
un accès Internet	vào mạng	vào mạng
un interprète	một người phiên dịch	một nguờï fien zịk
imprimer des cartes de visite	in danh thiếp nữa	in zêng thiép nữœ
un endroit pour m'installer	một chỗ để chuẩn bị	một tyỗ dẻ tyuọạn bị
envoyer un fax	gửi một bản fax	gửi một bản fʌk

Cela s'est très bien passé.

Buổi họp có kết quả tốt rồi. bouỏï hộp kó két kouʌ tốt jôï

Je vous invite à prendre un verre ?

Mời bạn đi uống nước. mờï bạn di uống nuắk

Voulez-vous manger quelque chose ?

Mời bạn đi ăn cơm. mờï bạn di an kœm

C'est moi qui paie.

Tôi mời bạn. tôï mờï bạn

Seuls les immeubles de bureaux et les hôtels internationaux de construction récente offrent des structures adaptées aux personnes à mobilité réduite.

Je suis handicapé.
Tôi bị khuyết tật.   tôï bị khouiét tọet

J'ai besoin d'aide.
Tôi cần sự trợ giúp.   tôï kờen chụ tchọc zóup

Je suis sourd.
Tôi bị điếc.   tôï bị diék

J'ai des problèmes pour entendre.
Tôi có vấn đề về thính giác.   tôï kó vớen dè về thíng záк

Je porte un appareil auditif.
Tôi dùng thiết bị trợ thính.   tôï zòung thiết bị tchọc thíng

Mon (ami) est aveugle.
(Bạn) tôi bị mù.   (bạn) tôï bị mòu

Acceptez-vous les chiens guides d'aveugle ?
Có nhận chó dẫn đường   kó gnọen tyó zẽen duờng
cho người khiếm thị không? tyo nguời khiém thị không

Quels services offrez-vous pour les personnes handicapées ?
Bạn có những dịch vụ   bạn kó gnũng zịk vọu
gì cho người bị khuyết   zì tyo nguời bị khouiét
tật?   tọet

Quelle est la largeur de l'entrée ?
Lối vào rộng bao nhiêu?   lối vào jộng bạo gnieou

Combien y a-t-il de marches ?
Có bao nhiêu bậc thang?   kó bạo gnieou bọek thang

Y a-t-il un ascenseur ?
Có thang máy không?   kó thang máí không

Y a-t-il un accès pour les fauteuils roulants ?
Có đường dành riêng   kó duờng zềng jieng
cho xe lăn không?   tyo sê lan không

Y a-t-il des toilettes pour les handicapés ?
Có nhà vệ sinh cho người khuyết tật ở đây không? — kó gnà vẹ ching tyo người khouiét tọt ở đœï không

Y a-t-il des rampes dans la salle de bains ?
Có tay vịn nào trong phòng tắm không? — kó taï vịn nào tchong fòng tám không

Y a-t-il des places de parking réservées ?
Có chỗ đỗ xe dành cho người khuyết tật không? — kó tỷo đỗ sê zềnh tyo người khouiét tọt không

Pourriez-vous m'appeler un taxi adapté ?
Bạn có thể gọi hộ tôi một taxi dành cho người khuyết tật không? — bạn kó thẻ gọï hộ tôï một ták si zềnh tyo người khouiét tọt không

Pourriez-vous m'aider à traverser la rue ?
Bạn có thể giúp tôi qua đường an toàn không? — bạn kó thẻ zúp tôï kouɑ dường ʌn touàn không

Puis-je m'asseoir quelque part ?
Có chỗ nào tôi có thể ngồi được không? — kó tỷỗ nào tôï kó thẻ ngồï dượek không

chien guide	*chó dẫn đường*	tyó zẽn dường
personne âgée	*người cao tuổi*	người kʌo touổï
personne handicapée	*người khuyết tật*	người khouiét tọt
rampe d'accès	*đường dốc*	dường zốk
déambulateur	*khung tập đi*	khoung tọep di
canne	*gậy chống*	gọï tỷống
fauteuil roulant	*xe lăn*	sê lan

voyager avec un enfant

du lịch với trẻ em

Les haltes-garderies n'existent pas au Vietnam. Si vous souhaitez faire garder vos enfants, la meilleure solution consiste à recourir à une baby-sitter (*người giữ trẻ* nguờ*i* zũ tchẻ).

Y a-t-il un(e)… ?	*Có … ở đây không?*	kó … ở đơới không
endroit pour le changer	*phòng thay tã lót*	fòng thaï tã lót
service de baby-sitting	*dịch vụ trông trẻ*	zịk vọu tchông tchẻ
menu enfant	*thực đơn trẻ em*	thụk dơn tchẻ êm
portion enfant	*suất ăn dành cho trẻ*	chouớćet an zềng tyo tchẻ
réduction pour les enfants	*giảm giá cho trẻ em*	zẚm zá tyo tchẻ êm
billet pour les familles	*vé gia đình*	vế zₐ dìng
J'aurais besoin d'un(e)…	*Tôi cần một …*	tôï kờn một …
siège pour bébé	*xe ăn bột*	xe an bột
baby-sitter (francophone)	*người giữ trẻ (nói được tiếng Pháp)*	nguờ*i* zũ tchẻ (nóï dược tiếng fáp)
rehausseur	*ghế nhỏ cho trẻ em ngồi cao lên*	ghé gnỏ tyo tchẻ êm ngồi kₐo len
berceau	*cái nôi*	kẚi nôï
chaise haute	*ghế cao dành cho trẻ*	ghé kₐo zềng tyo tchẻ
sac plastique	*túi nhựa*	tóuí gnụœ
alèse	*vải lót giường*	vẚï lót zuờng
pot	*cái bô*	kẚi bô
landau	*xe nôi*	sê nôi
sac à vomi	*túi nôn*	tóuí nôn
poussette	*xe đẩy*	sê dởї

Où se trouve le/la … le/la plus proche ?	Cái … gần nhất ở đâu?	kắï … gèen gnớet ở dœou
point d'eau potable	vòi uống nước	vòï ouống nuáék
jardin d'enfants	công viên sân chơi	kông vien chœen tyœï
piscine	bể bơi	bể bœï
robinet	vòi nước	vòï nuáék
parc de loisirs	công viên vui chơi	kông vien vouï tyœï
magasin de jouets	cửa hàng đồ chơi	kủœ hàng dồ tyœï
Vendez-vous des/du… ?	Bạn có bán … không?	bạn kó bán … không
lingettes	khăn ướt	khan uáét
couches jetables	tã giấy	tã zớeï
antalgiques pour enfants	thuốc giảm đau cho trẻ	thouốk zảm dɑou tyo tchể
lait en poudre	sữa bột	chũœ bột
mouchoirs	khăn giấy	khan zớeï

Louez-vous des landaus/poussettes ?

Bạn có cho thuê xe nôi/đẩy không? — bạn kó tyo thoue sê nôï/dớeï không

Y a-t-il assez de place pour un landau/une poussette ?

Có chỗ nào để xe nôi/đẩy không? — kó tỗ nào dể sê nôï/dớeï không

Les enfants sont-ils admis ?

Trẻ em có được phép vào không? — tchể êm kó dưœk fếp vào không

Cela convient-t-il à un enfant de (3) ans ?

Cái này có thích hợp với trẻ em (ba) tuổi không? — kắï nàï kó thík hœp vớï tchể êm (bɑ) touổï không

Où puis-je changer mon bébé ?

Tôi có thể thay tã ở đâu? — tôï kó thể thaï tã ở dœou

Cela vous dérange-t-il que je donne le sein à mon bébé ?
Bạn có phiền không nếu bạn kó fièn không néou
tôi cho con bú ở đầy? tôï tyo con bóu ở dœï

Auriez-vous du papier et des crayons ?
Làm ơn cho tôi giấy làm œn tyo tôï zóeï
và bút chì. và bóut tyì

Connaissez-vous un dentiste/docteur qui a l'habitude des enfants ?
Bạn có biết một bạn kó biét một
nha/bác sĩ nhẫn nại gnʌ/bák chĩ gnɶn nʌï
với trẻ em không? vœï tchế êm không

Vous trouverez des noms de maladies infantiles au chapitre **santé**, p. 175.

s'adresser à un enfant

trò chuyện với trẻ em

Comment t'appelles-tu ?
Tên cháu là gì? ten tyáou là zì

Quel âge as-tu ?
Cháu bao nhiêu tuổi? tyáou bʌo gnieou touổï

C'est quand ton anniversaire ?
Khi nào là sinh nhật khi nào là ching gnœt
của cháu? kủuœe tyáou

Vas-tu à l'école ?
Cháu đã đi học chưa? tyáou dã di họk tyuœ

En quelle classe es-tu ?
Cháu học lớp mấy? tyáou họk lớp mớï

Apprends-tu le français ?
Cháu có học tiếng tyáou kó họk tiéng
Pháp không? fáp không

Que fais-tu après l'école ?
Cháu thường làm gì tyáou thuờeng làm zì
sau khi đi học về? chʌou khi di họk về

Aimes-tu (le sport) ?
Cháu có thích (thể thao) tyáou kó thík (thể thʌo)
không? không

parler des enfants

Quand allez-vous accoucher ?
Khi nào sinh con?   khi nào ching kon

Quel prénom allez-vous donner à votre bébé ?
Bạn sẽ đặt tên con là gì?   bạn chế dạt ten kon là zì

Est-ce votre premier enfant ?
Đây có phải là con đầu lòng không?   dœï kó fáï là kon dòeou lòng không

Combien d'enfants avez-vous ?
Bạn có mấy con?   bạn kó mœï kon

Comme il est mignon !
Đứa trẻ xinh quá!   dúœ tchế sing quá

Est-ce un garçon ou une fille ?
Đó là con trai hay con gái?   dó là kon tchaï haï kon gáï

Comment s'appelle-t-il/elle ?
Tên cậu/cô bé là gì?   ten kœou/kô bế là zì

Quel âge a-t-il/elle ?
Cậu/Cô bé bao nhiêu tuổi?   kœou/kô bế bao gnieou touổi

Va-t-il/elle à l'école ?
Cậu/Cô bé có đi học không?   kœou/kô bế kó di họk không

Il/elle…	Cậu/Cô bé …	kœou/kô bế …
a vos yeux	*có mắt giống bạn*	kó mát zống bạn
vous ressemble	*trông có giống bạn*	tchông kó zống bạn

PRATIQUE

formules de base

cơ bản

Oui.	*Dạ.*	zʌ/yʌ **N/S**
Non.	*Không.*	không
S'il vous plaît.	*Xin.*	sin
Merci	*Cảm ơn*	kám ɛn
(beaucoup).	*(rất nhiều).*	(jóet gnièou)
Je vous en prie.	*Không có gì.*	không kó zì
Excusez-moi.	*Xin lỗi.*	sin lỗi
Je suis désolé.	*Xin lỗi.*	sin lỗi

Reportez-vous également à l'encadré **savoir dire non**, p. 110.

Reportez-vous également à l'encadré **savoir dire non**, p. 110.

> **remerciements**
>
> Ne vous attendez pas à entendre "s'il vous plaît" et "merci" aussi fréquemment qu'en français. Ne vous froissez pas pour autant… l'intention y est toujours !

saluer

lời chào hỏi và lời chia tay

Lorsque vous rencontrez une personne plus âgée que vous ou à qui vous devez du respect, ôtez votre chapeau et inclinez légèrement la tête. Des moines et des nonnes bouddhistes vous salueront peut-être en s'inclinant devant vous les mains jointes, comme le veut la tradition. Il convient de leur répondre de la même façon.

Bonjour.	*Xin chào.*	sin tỳʌo
Salut.	*Chào.*	tỳʌo
Bonjour (matin).	*Chào buổi sáng.*	tỳʌo bouổi cháng
Bonjour (midi).	*Chào buổi trưa.*	tỳʌo bouổi tchuɶ
Bonjour (après-midi).	*Chào buổi chiều.*	tỳʌo bouổi tyièou
Bonsoir.	*Chào buổi tối.*	tỳʌo bouổi tối

Comment allez-vous ?
Bạn khoẻ không?   bạn khoueẻ không

Bien. Et vous ?
Khoẻ. Còn bạn thì sao?   khoueẻ kòn bạn thì chao

Comment vous appelez-vous ?
Tên bạn là gì?   ten bạn là zì

Je m'appelle…
Tên tôi là …   ten tôï là …

Enchanté de faire votre connaissance.
Tôi rất vui được   tôï jóet vouï dược
gặp bạn.   gạp bạn

J'aimerais vous présenter…
Tôi muốn giới thiệu   tôï mouón zóeï thiẹou
bạn với …   bạn véeï …

Voici mon/ma…   *Đây là … của tôi.*   dœeï là … kóuœ tôï
  enfant   *con*   kon
  collègue   *đồng nghiệp*   dồng nghiẹp
  ami   *bạn*   bạn
  mari   *chồng*   tồng
  compagnon/   *tình nhân*   tìng gnœn
  compagne
  épouse   *vợ*   vợ

Vous trouverez les termes de parenté à la rubrique **famille**, p. 103.

À bientôt.	*Hẹn gặp lại.*	hẹn gạp lạï
Au revoir.	*Tạm biệt.*	tạm biẹt
Salut.	*Chào nhé.*	tỳao gnế
Bonne nuit.	*Chúc ngủ ngon.*	tyóuk ngoủ ngon
Bon voyage !	*Chúc thượng*	tyóuk thượng
	lộ bình an!	lộ bìng an

s'adresser à quelqu'un

xưng hô

Pour s'adresser à quelqu'un, il convient d'employer un pronom dit "appellatif", suivi ou non de son prénom. Cet appellatif est déterminé par l'âge, le sexe, la position sociale et le degré d'intimité entre les personnes impliquées. Ne soyez donc pas étonné si l'on vous demande votre âge de prime abord. Votre interlocuteur cherchera simplement à vous situer pour choisir l'appellatif adapté. Pour les situations intimes, reportez-vous au chapitre **vie amoureuse**, p. 119 et à l'encadré **comment dire "je t'aime"**, p. 121. Les appellatifs les plus courants sont les suivants :

Monsieur	*Ông*	ông
Madame	*Bà*	bà
Mademoiselle	*Cô*	kô

pronoms appellatifs		
anh	êng	homme un peu plus âgé que vous
bà	bà	femme plus âgée que vos parents
bác	bák	femme/homme plus âgé que vos parents
cháu	tyáou	fille/garçon en âge d'être votre enfant/petit-enfant
chị	tyị	femme un peu plus âgée que vous
em	êm	femme/homme plus jeune que vous
ông	ông	homme plus âgé que vos parents

engager la conversation

nói chuyện

Quelle belle journée !
Hôm này đẹp trời thế!   hôm nàï dẹp tchèï thé

C'est (magnifique), n'est-ce pas ?
Cái đó (đẹp) lắm, phải không?   kái dó (dẹp) lám fáï không

Il fait beau/mauvais, n'est-ce pas ?
Thời tiết đẹp/xấu, thờ̀i tiết dẹp/sœou
phải không? fấï không

Comment cela s'appelle-t-il ?
Cái này gọi là gì? kấï nàï gọï là zì

Où allez-vous ?
Bạn đi đâu thế? bạn di dœou thế

Qu'êtes-vous en train de faire ?
Bạn đang làm gì đấy? bạn dạng làm zì dấï

Puis-je (vous) prendre en photo ?
Tôi có thể chụp ảnh tôï kó thẻ tyọup ểng
(bạn) được không? (bạn) dượk không

Vivez-vous ici ?
Bạn sống ở đây không? bạn chống ở dœï không

Aimez-vous cet endroit ?
Bạn có thích ở đây không? bạn kó thík ở dœï không

J'adore cet endroit.
Tôi ở đây thích lắm. tôï ở dœï thík lám

Combien de temps resterez-vous ici ?
Bạn định ở đây bao bạn dịng ở dœï bao
nhiêu lâu? gnieou lœou

Je suis ici pour (4) semaines/jours.
Tôi định ở đây (bốn) tôï dịng ở dœï (bốn)
tuần/ngày. touền/ngàï

Êtes-vous ici en vacances ?
Bạn đang nghỉ ở đây bạn dạng nghỉ ở dœï
phải không? fấï không

Je suis ici... *Tôi đang đi ...* tôï dạng di ...
   en vacances *nghỉ* nghỉ
   pour le travail *làm* làm
   pour les études *học* họp

Hé !	*Này!*	nàï
Super !	*Tuyệt!*	touiệt
D'accord.	*Được.*	dượk
Peut-être.	*Có thể.*	kó thẻ
Impossible !	*Không được đâu!*	không dượk dœou
Je plaisante !	*Chỉ đùa thôi.*	tyỉ dòuœ thôï
Un instant.	*Chỉ một phút thôi.*	tyỉ một fóut thôï
Entendu.	*Được rồi.*	dượk jồï
Pas de problème.	*Không sao.*	không chᴀo

nationalité

quốc tịch

D'où venez-vous ?	*Bạn là người nước nào?*	bạn là nguờï nuấk nào
Je viens…	*Tôi là người …*	tôï là nguờï …
de Belgique	*Bỉ*	bỉ
du Canada	*Ca-na-đa*	kᴀnᴀdᴀ
de France	*Pháp*	fáp
de Suisse	*Thuỵ sĩ*	thouï chĩ

âge

tuổi

Quel âge… ?	*… bao nhiêu tuổi?*	… bᴀo gnieou touổï
avez-vous	*Bạn*	bạn
a votre fille	*Con gái của bạn*	kon gáï kỏuœ bạn
a votre fils	*Con trai của bạn*	kon tchᴀï kỏuœ bạn
J'ai … ans.	*Tôi … tuổi.*	tôï … touổï

rencontres

101

Mon fils/ma fille a … ans.
Con trai/ gái của tôi …
tuổi.
kon tchaï/gấi kỏuœ tôï …
touổi

Trop vieux !
Quá già!
kouá zà

Je ne fais pas mon âge.
Tôi trẻ hơn so với
bề ngoài.
tôï tchẻ hœn cho vấï
bề ngouảï

Concernant l'âge, reportez-vous au chapitre **nombres et quantités**, p. 35.

travail et études

nghề nghiệp và học vấn

Quel est votre métier ?	*Bạn làm nghề gì?*	bạn làm nghè zì
Je suis …	*Tôi là …*	tôï là …
cuisinier	*đầu bếp*	dœ̀ou bép
médecin	*bác sĩ*	bák chĩ
agriculteur	*nông dân*	nông zœn
journaliste	*nhà báo*	gnà báo
enseignant	*giáo viên*	záo vien
Je travaille dans…	*Tôi làm trong …*	tôï làm trong …
la fonction publique	*bộ phận hành chính*	bộ fœn hẽ̉ng týing
la santé	*y tế*	i té
le commercial/ marketing	*bán hàng và tiếp thị*	bán hàng và tiếp thị
Je suis…	*Tôi …*	tôï …
retraité	*đã nghỉ hưu*	dã nghỉ huou
à mon compte (libéral)	*tự tạo làm việc*	tụ tạo làm việk
chômeur	*thất nghiệp*	thớet nghiệp
Qu'étudiez-vous ?	*Bạn đang học cái gì?*	bạn dang họk kấï zì

J'étudie…	*Tôi đang học …*	tôï dɑng họk …
les sciences humaines	*nhân chủng học*	gnœn tủyng họk
les sciences	*khoa học*	khouɑ họk
le vietnamien	*tiếng Việt*	tiếng việt

famille

gia đình

Avez-vous un(e)… ?	*Bạn có … không?*	bạn kó … không
J'ai un(e)/Je n'ai pas de…	*Tôi (không) có …*	tôï (không) kó …
frère aîné	*anh trai*	êng tchaï
frère cadet	*em trai*	êm tchaï
fille	*con gái*	kon gáï
famille	*gia đình*	zɑ đìng
mari	*chồng*	tyồng
compagnon/ compagne	*tình nhân*	tìng gnœn
sœur aînée	*chị*	tỵị
sœur cadette	*em gái*	êm gáï
fils	*con trai*	kon tchaï
épouse	*vợ*	vợ

Êtes-vous marié ?
Bạn lập gia đình chưa?   bạn lœp zɑ đìng tyuœ

Je vis avec quelqu'un.
Tôi đang sống với một người.   tôï dɑng chống vœï một nguœï

Je suis…	*Tôi …*	tôï …
marié	*đã lập gia đình*	dã lœp zɑ đìng
séparé	*đã ly thân*	dã li thœn
célibataire	*độc thân*	dộk thœn

Pour les autres termes de parenté, consultez le **dictionnaire**.

au revoir

Demain, c'est mon dernier jour.
Ngày mai là ngày cuối   ngài maï là ngài kouốï
cùng của tôi ở đây.   kòung kủœ tôï ở dœï

Si vous venez en (France), je vous hébergerai.
Nếu bạn đến (Pháp)   néou bạn dén (fáp)
bạn có thể ở với tôi.   bạn kó thẻ ở vớï tôï

Restons en contact !
Giữ liên lạc nhé!   zũ lien lạk gné

J'ai été ravi de vous rencontrer.
Thật vui được gặp bạn.   thœt vouï dượk gạp bạn

Voici mon…	*Đây là … của tôi.*	dœï là … kủœ tôï
adresse (e-mail)	*địa chỉ (email)*	dĭœ tỷi (imêïl)
numéro de téléphone	*số điện thoại*	chố diện thouạï

Quelle est votre… ?	*… của bạn là gì?*	… kủœ bạn là zì?
adresse (e-mail)	*Địa chỉ (email)*	dĭœ tỷi (imêïl)
numéro de téléphone	*Số điện thoại*	chố diện thouạï

Bon voyage !	*Chúc thượng lộ bình an!*	tyóuk thượng lộ bình an
Félicitations !	*Xin chúc mừng!*	sin tyóuk mùng
Bonne chance !	*Chúc may mắn!*	tyóuk maï mán
Bon anniversaire !	*Chúc sinh nhật vui vẻ!*	tyóuk ching gnœt vouï vẻ
Bonne année ! (lunaire)	*Chúp mừng tết vui!*	tyóuk mùng tết vouï
Bonne année ! (en Occident)	*Chúp mừng năm mới!*	tyóuk mùng nam mớï
Joyeux Noël !	*Chúc giáng sinh vui vẻ!*	tyóuk záng ching vouï vẻ

centres d'intérêt

Quels sont vos passe-temps favoris ?
Khi bạn có thời gian — khi bạn kó thờï·zan
rỗi bạn thường làm gì? — jỗï bạn thường làm zì

Aimez-vous… ?	*Bạn có thích*	bạn kó thík
	… không?	… không
J'aime /Je	*Tôi (không)*	tôï (không)
n'aime pas…	*thích …*	thík …
les combats de buffles	*chọi trâu*	tyọï tchœou
les combats de coqs	*chọi gà*	tyọï gà
les jeux	*trò chơi*	tchò tyơï
vidéo	*điện tử*	diện tủ
cuisiner	*nấu ăn*	nớeou an
danser	*khiêu vũ*	khieou võu
dessiner	*vẽ*	vẽ
le cinéma	*xem phim*	sêm fim
jardiner	*làm vườn*	làm vườn
la randonnée	*đi bộ*	di bộ
	đường dài	dường zàï
le karaoké	*hát karaoke*	hát kɑraoke
la musique	*nghe nhạc*	nghê gnạk
peindre	*hội hoạ*	hộï houạ
la photographie	*chụp ảnh*	tyoup ểng
lire	*đọc sách*	dọk chék
faire du shopping	*đi mua sắm*	di mouœ chám
voir du monde	*giao tiếp*	zao tiép
faire du sport	*chơi thể thao*	tyơï thể thao
surfer sur Internet	*lướt web*	lướt oueb
voyager	*đi du lịch*	di zou lịk
les marionnettes	*xem múa rối*	sêm móuœ jốï
sur l'eau		

Pour le vocabulaire du sport, reportez-vous au chapitre **sport**, p. 131.

musique

Aimez-vous … ?	Bạn có … không?	bạn kó … không
danser	biết khiêu vũ	biét khieou võu
aller à	hay đi nghe	haï di nghê
des concerts	nhạc	gnạk
écouter	nghe nhạc	nghê gnạk
de la musique		
jouer d'un	chơi nhạc	tyœï gnạk
instrument		
chanter	biết hát	biét hát

Quels/Quelle…	Bạn thích	bạn thík
aimez-vous ?	những … nào?	gnũng … nào
groupes	ban nhạc	bạn gnạk
musique	dòng nhạc	zòng gnạk
chanteurs	ca sĩ	kạ chĩ

musique classique	nhạc cổ điển	gnạk kổ diẻn
musique électronique	nhạc điện tử	gnạk diẹn tủ
musique	nhạc cổ	gnạk kổ
traditionnelle	truyền	tchouièn
vietnamienne	Việt Nam	viẹt nạm
variété internationale	nhạc quốc tế	gnạk kouók té

Vous voulez assister à un concert ? Consultez **billets**, p. 44 et **sortir**, p. 115.

---

chapeaux à poème

Le chapeau conique (*cái nón* kắï nón), objet emblématique du Vietnam, est très pratique. Partout, les femmes le portent pour se protéger du soleil comme de la pluie.

Les chapeaux fabriqués dans la région de Huê sont appelés "chapeaux à poème" (*nón bài thơ* nón bằï thœ). Ils renferment entre deux couches de feuilles un poème ou un proverbe que l'on peut lire en transparence en tenant le chapeau devant une source lumineuse.

cinéma et théâtre

J'ai envie d'aller voir un(e)…	*Tôi muốn đi xem …*	tôï mouốn di sêm …
Avez-vous aimé le/la… ?	*Bạn có thích … không?*	bạn kó thík … không
ballet	*vũ ba lê*	võu bʌ le
film	*bộ fim*	bộ fim
pièce (de théâtre)	*vở kịch*	vớ kịk
J'ai trouvé cela…	*Tôi cho rằng nó …*	tôï tyo ràng nó …
ennuyeux	*chán*	tyán
excellent	*tuyệt vời*	touiệt vờï
trop long	*quá dài*	kouʌ zãï
pas mal	*cũng được thôi*	kõung dượk thôï
Quel est le programme au … ce soir ?	*Tối này có gì ở … không?*	tôï nãï kó zì ớ … không
cinéma	*rạp chiếu bóng*	rạp tyiếou bóng
théâtre	*rạp hát*	rạp hát

Est-ce que c'est en français ?
Có tiếng Pháp không? kó tiếng fáp không

Est-ce sous-titré en (français) ?
Có phụ đề (tiếng Pháp) không? kó fọu dè (tiếng fʌp) không

Avez-vous vu… ?
Bạn đã xem … chưa? bạn dã sêm … tyuœ

Qui sont les interprètes ?
Có những diễn viên nào? kó gnũng ziẽn vien nʌo

Les acteurs principaux sont…
Những diễn viên chính là … gnũng ziẽn vien tyíng lʌ …

Cette place est-elle prise ?
Có người ngồi ở chỗ này không? kó nguờï ngồï œ tyỗ nãï không?

Aimez-vous… ?	Bạn có thích fim … không?	bạn kó thík fim … không
J'aime/Je n'aime pas le/les…	Tôi (không) thích fim …	tôï (không) thík fim …
films d'action	hành động	hèng dộng
dessins animés	hoạt hình	houʌt hìng
cinéma (vietnamien)	điện ảnh (Việt Nam)	diẹn ẩng (viẹt nʌm)
comédies	hài	hãï
documentaires	tài liệu	tãï liẹou
drames	bị kịch	bị kịk
films d'horreur	kinh dị	king zị
films de science-fiction	khoa học viễn tưởng	khouʌ họk viẽn tưởng
courts métrages	ngắn	ngán
thrillers	hồi hộp	hồï hộp
films de guerre	chiến tranh	tyién tchêng

l'animal qui est en vous

Le calendrier lunaire vietnamien est régi par des cycles d'une durée de douze ans, au sein desquels chaque année est représentée par un animal du zodiaque. Vous pourrez interroger quelqu'un sur son signe en ces termes :

De quel signe êtes-vous ?
Bạn tuổi con gì?   bạn touổï kon zì

rat	Tý	tí
buffle	Sửu	chủou
tigre	Dần	zền
chat	Mão	mão
dragon	Thìn	thìn
serpent	Tỵ	tị
cheval	Ngọ	ngọ
chèvre	Mùi	mòuï
singe	Thân	thœn
coq	Dậu	zœou
chien	Tuất	touớet
cochon	Hợi	hợï

sentiments

cảm giác

Êtes-vous… ?	*Bạn có thấy*	bạn kó thœï
	… không?	… không
Je (ne) suis (pas)/	*Tôi (không) thấy …*	tôï (không) thœï …
J'ai (Je n'ai pas)…		
chaud	*nóng*	nóng
confus	*xấu hổ*	sœou hổ
content	*vui*	vouï
déçu	*thất vọng*	thœt vọng
en forme	*khoé*	khouẻ
faim	*đói*	dóï
fatigué	*mệt mỏi*	mẹt mỏï
froid	*lạnh*	lệng
inquiet	*lo lắng*	lo lẳng
pressé	*vội*	vộï
soif	*khát nước*	khát nuœk
surpris	*ngạc nhiên*	ngʌk gnien
triste	*buồn*	bouồn

Si vous ne vous sentez pas bien, consultez le chapitre **santé**, p. 175.

doser ses sentiments		
un peu	*hơi*	hœï
Je suis un peu	*Tôi thấy hơi*	tôï thœï hœï
confus.	*lộn xộn.*	lộn sộn
infiniment	*vô cùng*	vô kòung
Je suis infiniment	*Tôi vô cùng*	tôï vô kòung
désolé.	*xin lỗi.*	sin lỗï
très	*rất*	jœt
Je suis très	*Tôi rất*	tôï jœt
heureux.	*sung sướng.*	chung chuœng

opinions

Avez-vous aimé ?
Bạn có thích nó không?   bạn kó thík nó không

Qu'en pensez-vous ?
Bạn thấy nó như thế nào?   bạn thớeï nó gnu thế nào

J'ai trouvé cela…	*Tôi nghĩ nó …*	tôï nghĩ nó …
C'est…	*Nó …*	nó …
horrible	*tồi tệ*	tồï tẹ
beau	*đẹp*	dẹp
ennuyeux	*chán*	tyán
(trop) cher	*(quá) tốn kém*	(kouá) tốn kếm
génial	*tuyệt vời*	touïệt vờï
intéressant	*hay*	haï
pas mal	*cũng được*	koũng dượk
étrange	*lạ*	lạ

---

savoir dire non

Il existe plusieurs manières de dire "oui" en vietnamien. Dans le Nord, *dạ* zạ et *vâng* vœng sont employés pour acquiescer ou répondre poliment à une question. Où que vous soyez , si vous voulez répondre "non" tout en restant très poli, vous devrez d'abord dire *dạ* zạ/yạ **N/S**, avant de marquer votre désaccord.

Vous pourrez également avoir recours à *phải* fáï (litt : correct) et à *đúng* dóung (litt : exact) pour acquiescer ou confirmer quelque chose.

Có kó (litt : avoir) permet de répondre par l'affirmative aux questions du type "Avez-vous… ?". Pour des questions comme "Est-il possible de… ?", on emploiera *được* dượk (litt : pouvoir). Reprendre simplement le verbe principal de la question constitue la manière la plus simple et la plus courante de dire "oui". Reportez-vous également au chapitre **grammaire de A à Z**, p. 28.

politique et société

chính trị và các vấn đề xã hội

Pour quel parti votez-vous ?
Bạn thường bầu cho ai? bạn thuừœng bœèou tyo ʌï

Je soutiens le parti…	*Tôi ủng hộ đảng …*	tôï ỏung hộ dáng …
Je suis membre du parti…	*Tôi là đảng viên của đảng …*	tôï là dáng vien kỏuœ dáng …
communiste	*cộng sản*	kộng chán
conservateur	*bảo thủ*	bảo thỏu
démocrate	*dân chủ*	zœn tyỏu
écologique (vert)	*xanh*	sêng
libéral	*tự do*	tụ zo
socio- démocrate	*dân chủ xã hội*	zœn tyỏu sã hộï
socialiste	*xã hội*	sã hộï

Avez-vous déjà entendu parler de… ?
Bạn đã nghe về … chưa? bạn dã nghê vè … tyuœœ

Êtes-vous d'accord ?
Bạn có đồng ý với cái đó không? bạn kó dồng í vớï kấï dó không

Je (ne) suis (pas) d'accord…
Tôi (không) đồng ý với … tôï (không) dồng í vớï …

Que pensent les gens de… ?
Người ta cảm thấy thế nào về …? nguờï tʌ kám thớeï thế nào vè …

Comment peut-on soutenir… ?
Chúng tôi có thể ủng hộ … như thế nào? tyóung tôï kó thể ủng hộ … gnu thế nào

avortement	nạn phá thai	nạn fá thaï
bureaucratie	nạn quan liêu	nạn quan lieou
chômage	nạn thất nghiệp	nạn thớet nghiẹp
corruption	nạn tham nhũng	nạn thʌm gnõung
crime	nạn tội phạm	nạn tội phạm
discrimination	nạn phân biệt đối xử	nạn fœn biẹt dối sủ
droits de l'homme	vấn đề nhân quyền	vœn dè gnœn kouièn
droits des animaux	quyền lợi của động vật	kouièn lœï kóuœ động vœt
drogue	nạn ma tuý	nạn mʌ touí
économie	nền kinh tế	nèn king té
éducation	nền giáo dục	nèn záo zọuk
égalité des chances	sự bình đẳng về cơ hội	chụ bìng dảng vè kœ hội
État providence	phúc lợi xã hội	fóuk lợï sã hội
euthanasie	sự gây chết không đau đớn	chụ gœï tyét không dʌou dớn
immigration	vấn đề nhập cư	vœn dè gnœep ku
inégalités	sự không bình đẳng	chụ không bìng dảng
la guerre en…	chiến tranh ở …	tyién tchêng ở …
marché noir	nạn chợ đen	nạn tợʌ dên
mines	mìn nổ	mìn nổ
minorités	dân tộc thiểu số	zœn tọk thiéou chố
mondialisation	sự toàn cầu hoá	chụ touàn kòeou houá
partis politiques	vấn đề tinh thần đảng phái	vœn dè ting thòen dảng fáï
pauvreté	nạn nghèo đói	nạn nghèo dóï
pédophilie	nạn lạm dụng tình dục trẻ em	nạn lạm zọung tìng zọuk tchẻ êm
privatisation	sự tư nhân hoá	chụ tu gnœn houá
prostitution	nạn mại dâm	nạn maï zœm
racisme	nạn phân biệt chủng tộc	nạn fœn biẹt tyỏung tộk
sexisme	nạn thành kiến giới tính	nạn thềng kién zới tíng
terrorisme	nạn khủng bố	nạn khỏung bố
vétérans de guerre	cựu chiến binh	kụou tyién bing

Les proverbes vietnamiens véhiculent une sagesse multi-séculaire. Beaucoup ont pour thème la nourriture. En voici deux exemples :

Le riz est au poisson ce qu'une mère est à ses enfants.

Cơm với cá kœm vớeï ká
như mạ với con gnu mạ vớeï kon
(litt : riz avec poisson comme mère avec enfants)

Qui mange une prune rend une pêche.

Ăn mận trả đào ăn mœn tchả dào
(litt : manger prune rendre pêche)

environnement

vấn đề về môi trường

Est-ce un(e) …	*… này có được*	… nàï kó duœk
protégé(e) ?	*bảo vệ không?*	bảo vẹ không
forêt	*Rừng*	jùng
parc	*Vườn quốc gia*	vuờn kouốk zA
espèce	*Loài động vật*	louàï động vœt

Y a-t-il des problèmes de … ici ?

Có gặp vấn đề về … kó gạp vœn đè vè …
ở đây không? œ dœï không

Comment pourrait-on résoudre les problèmes de… ?

Người ta nên giải quyết nguœï tA nen zảï kouiét
vấn đề … như thế nào? vœn đè … gnu thế nào

champs de mines	*mìn sát thương*	mìn sát thương
chasse	*nạn săn bắt*	nạn chan bắt
couche d'ozone	*tầng ozôn*	tầng ôzôn
déboisement	*phá rừng*	fá jùng
déchets toxiques	*chất độc hại*	tyết dọk hại
écosystème	*hệ sinh thái*	hẹ ching thái
écotourisme	*du lịch sinh thái*	zou lịk ching thái
électricité hydraulique	*thuỷ điện*	thouý diện
énergie nucléaire	*năng lượng hạt nhân*	nang lượng hạt gnœn
environnement	*vấn đề môi trường*	vớen dè môi tchườ̀ng
érosion	*xói mòn của đất*	sói mòn kỏucœ dớet
espèces en voie de disparition	*những loài động vật quý hiếm*	gnũng louäï dộng vọet kouí hiém
essais nucléaires	*thử vũ khí hạt nhân*	thủ võu khí hạt gnœn
herbicides	*thuốc diệt cỏ*	thouốk ziẹt kỏ
inondation	*nạn lũ lụt*	nạn lõu lout
irrigation	*thuỷ lợi*	thouý lợï
napalm	*bom napan*	bom nApAn
OGM	*thực phẩm biến đổi gen*	thụk fớem biến dổi jên
pêche à grande échelle	*đánh cá quá mức*	dếng ká kouá múk
pesticides	*thuốc trừ sâu*	thouốk tchù chœou
pollution	*ô nhiễm môi trường*	ô gniễm môi tchườ̀ng
programme de recyclage	*chương trình tái chế*	tyuœng tchìng tái tyé
protection de l'environnement	*bảo vệ bảo tồn môi trường*	bảo vẹ bảo tồn môi tchườ̀ng
reboisement	*tái lập rừng*	tái lọep jùng
réchauffement de la planète	*sự hâm nóng toàn cầu*	chụ hœm nóng touàn kòeou
sécheresse	*hạn hán*	hạn hán
ressources en eau potable	*nguồn nước uống*	ngouồn nuớk ouống

où sortir

Que peut-on faire le soir ?
Có chỗ nào để đi chơi kó tyõ nào dẻ di tyơï
vào buổi tối ở đây không? vào buổï tốï ở dœï không

Connaissez-vous un bon restaurant ?
Bạn có biết nhà hàng bạn kó biết gnà hàng
nào ngon không? nào ngon không

Que peut-on faire… ? *Có cái gì hay* kó kaï zì haï
… không? … không
 dans le coin *gần đầy* gòen dœï
 ce week-end *cuối tuần này* kouốï touèn nàï
 aujourd'hui *hôm nay* hôm nàï
 ce soir *tối nay* tốï nàï

Où puis-je *Tôi có thể tìm* tôï kó thẻ tìm
trouver… ? *các … ở đâu?* kák … ở dœou
 une boîte de nuit *vũ trường* võu tchường
 un bar gay *quán mà giới* kouán mà zớï
 đồng tính dồng tíng
 hay đến haï dén
 un endroit *quán ăn ngon* kouán an ngon
 où manger
 un pub *quán rượu* kouán juợou

Y a-t-il un guide *Có quyển sách* kó kouièn chék
local des… ? *nào hướng dẫn* nào hướng zõen
 các … của kák … kỏuœœ
 nơi này không? nơï nàï không
 loisirs *chỗ giải trí* tyõ zảï tchí
 films *phim* fim
 lieux de *nơi của* nơï kỏuœœ
 rencontre gays *giới đồng tính* zớï dồng tíng
 des salles *nơi nghe nhạc* nơï nghẻ gnạk
 de concert

J'aimerais aller…	Tôi muốn đi …	tôï mouốn đi …
voir un ballet	*xem balê*	sêm ba le
dans un bar	*đến quán bar*	đến kouán ba
dans un café	*đến quán cà phê*	đến kouán kà fe
voir un concert	*nghe hoà nhạc*	nghê houà gnạk
voir un film	*xem phim*	sêm fim
dans un karaoké	*hát karaoke*	hát karaoke
en boîte de nuit	*đến câu lạc bộ đêm*	đến kœou lạk bộ dem
faire la fête	*dự tiệc*	zụ tiệk
voir un spectacle	*xem trình diễn*	sêm tchình ziên
au théâtre	*xem kịch*	sêm kịk
dans un pub	*đến quán rượu*	đến kouán juœou
au restaurant	*đến nhà hàng*	đến gnà hàng
voir des marionnettes sur l'eau	*xem múa rối*	sêm múœ jỗi

Pour en savoir plus sur les bars et les boissons, reportez-vous au chapitre **se restaurer**, p. 149.

invitations

lời mời

Que faites-vous… ?	Bạn làm gì …?	bạn làm zì …
tout de suite	*bây giờ*	bœï zœ
ce week-end	*vào cuối tuần nay*	vào kouối touèn nàï
ce soir	*vào tối nay*	vào tối nàï
Cela vous dirait de/d'… ?	Bạn có muốn đi … không?	bạn kó mouốn đi … không
prendre un café	*uống cà phê*	ouống kà fe
danser	*khiêu vũ*	khieou võu
boire un verre	*uống rượu*	ouống juœou
manger	*ăn*	an
aller quelque part	*chơi*	tyœï
vous promener	*dạo*	zạo

Voulez-vous aller à un concert avec moi ?
Bạn có muốn nghe hoà   bạn kó mouón nghê houà
nhạc với tôi không?   gnẠk vớɪï tôï không

Nous organisons une fête.
Chúng tôi sẽ làm tiệc.   tyóung tôï chẽ làm tiệk

Venez.
Mời bạn đến dự.   mờɪï bạn dén zụ

répondre à une invitation

đáp lại lời mời

Oui, avec grand plaisir.
Vâng, tôi rất muốn.   vœng tôï jóet mouón

C'est très gentil de votre part.
Bạn thật tốt bụng.   bạn thọet tốt bọung

Non, désolé, je ne peux pas.
Không, tôi e rằng   không tôï ê jàng
tôi không thể.   tôï không thé

Et demain ?
Còn ngày mai thì sao?   kòn ngàɪï mẠï thì chẠo

Désolé, je ne sais pas chanter/danser.
Xin lỗi, tôi không   sin lỗï tôï không
biết hát/nhẩy.   biét hẠt/gnœï

organiser un rendez-vous

thu xếp để gặp gỡ

À quelle heure nous retrouvons-nous ?
Mấy giờ chúng ta sẽ   mœï zờє tyóung tạ chẽ
gặp nhau?   gạp gnẠou

Où nous retrouvons-nous ?
Chúng ta sẽ gặp nhau   tyóung tạ chẽ gạp gnẠou
ở đâu?   ớє dœou

Retrouvons-nous… *Hãy gặp nhau…* hãĩ gạp gnʌou …
  à (8)h *vào lúc (tám) giờ* vào lóuk (tám) zờ̈
  à l'entrée *tại cửa* tại kủœ

Je passerai vous chercher.
  Tôi sẽ đón bạn. tôï chể̃ dón bạn

À plus tard.
  Hẹn bạn sau. hẹn bạn chʌou

J'ai hâte d'y être.
  Tôi mong gặp lại bạn. tôï mong gạp lại bạn

Êtes-vous prêt ?
  Bạn chuẩn bị xong chưa? bạn tyoủển bị song tyưœ

Je suis prêt.
  Tôi chuẩn bị xong rồi. tôï tyoủển bị song jồï

Excusez-moi, je suis en retard.
  Xin lỗi, tôi đến muộn. sin lỗï tôï dén mouộn

Ce n'est pas grave.
  Không sao. không chʌo

drogue

<hr>

ma tuý

Vous fumez ?
  Bạn có muốn hút không? bạn kó mouốn hóut không

Avez-vous un briquet ?
  Bạn có bật lửa không? bạn kó bật lủœ không

Je ne me drogue pas.
  Tôi không dùng ma túy. tôï không zòung mʌ tóui

Lonely Planet déconseille à ses lecteurs l'usage de drogues, même les plus "douces", qui modifient le comportement.

Les appellatifs employés dans ce chapitre sont adaptés à des relations intimes – ces "pronoms" sont choisis en fonction des rapports entre les interlocuteurs. Les symboles m (masculin) et f (féminin) indiquent le sexe de la personne qui parle ou à qui l'on s'adresse. Pour plus de détails sur les appellatifs, consultez le chapitre **grammaire de A à Z**, p. 27.

rendez-vous

rủ ai đó đi chơi

Où veux-tu aller (ce soir) ?
Bạn muốn đi đâu   bạn mouốn đi dœou
(tối này)?   (tối nàï)

Veux-tu faire quelque chose (demain) ?
Bạn có muốn đi chơi   bạn kó mouốn đi tyœï
(ngày mai) không?   (ngàï mαï) không

Oui, avec plaisir.
Có, tôi rất muốn.   kó tôï jœet mouốn

Je suis désolé, je ne peux pas.
Xin lỗi, tôi không thể.   sin lỗi tôï không thẻ

---

parler local

Il/elle est canon.
Anh/Cô ấy đẹp dã man.   êng/kô ốï dệp zã mαn

Il/elle est sexy.
Anh/Cô ấy gợi cảm thế.   êng/kô ốï gợï kảm thế

C'est un sale type.
Thằng ấy khốn nạn.   thàng ốï khốn nạn

C'est une garce.
Con ấy chó chết.   kon ốï tyó tyết

C'est un coureur/une fille facile.
Anh/Cô ấy sở khanh.   êng/kô ốï sở khêng

séduction

Voulez-vous prendre un verre ?
Bạn có muốn uống bạn kó mouốn ouống
gì không? zì không

Vous me rappelez quelqu'un.
Bạn trông quen thế. bạn trông kouen thé

Vous dansez très bien.
Bạn nhảy rất đẹp. bạn gnảeï jớet đạp

Est-ce que je peux… ? *Tôi có thể …* tôï kó thể …
không? không

danser avec vous	*nhảy với bạn*	gnảeï vớeï bạn
m'asseoir ici	*ngồi đây*	ngồï đœï
vous ramener	*đưa bạn về*	dưœ bạn vè
chez vous	*nhà*	gnẠ

refus

Non, merci.
Không, cám ơn. không kám œn

Je n'en ai pas envie.
Tôi không muốn thế. tôï không mouốn thé

Je suis venu(e) avec ma copine/mon copain.
Tôi đến đây với tôï dến dœï vớeï
bạn gái/trai của tôi. bạn gáï/tchẠï kủœ tôï

Excuse-moi, je dois m'en aller maintenant.
Xin lỗi, tôi phải đi bây giờ. sin lỗï tôï fáï di bœï zừ

parler local		
Laisse-moi	*Buông tha*	bouồng thẠ
tranquille !	*tôi ra!*	tôï jẠ
Dégage !	*Cút đi!*	kóut di

tentatives d'approche

gần gũi hơn

Tu es superbe.
Anh/Em thật tuyệt êng/êm thọt touiẹt
vời. m/f vờ̈i

Tu me plais beaucoup. (m > f)
Anh thích em lắm. êng thík êm lám

Tu me plais beaucoup. (f > m)
Em thích anh lắm. êm thík êng lám

Est-ce que je peux t'embrasser ? (m > f)
Anh có thể hôn êng kó thể hôn
em được không? êm dưęk không

Est-ce que je peux t'embrasser ? (f > m)
Em có thể hôn êm kó thể hôn
anh được không? êng dưęk không

Tu veux entrer une minute ?
Anh/Em có muốn vào êng/êm kó mouốn vào
trong nhà một lát tchong gnà một lát
được không? m/f dưęk không

Tu veux que je te fasse un massage ?
Anh/Em có muốn êng/êm kó mouốn
mát-xa không? m/f mát sᴀ không

---

comment dire "je t'aime"

Le pronom neutre *bạn* bạn est communément employé dans ce guide. Dans les conversations de tous les jours, il convient de prendre en compte l'âge et le sexe de la personne à qui l'on s'adresse et d'utiliser un pronom adapté. On ne peut pas parler d'amour sans respecter l'autre. En vietnamien, cela se traduit aussi dans les pronoms employés :

Je t'aime. (m > f) *Anh yêu em.* êng ieou êm
Je t'aime. (f > m) *Em yêu anh.* êm ieou êng

vie amoureuse

Embrasse-moi.
Hôn anh/em đi. **m/f**   hôn êng/êm di

J'ai envie de toi. (m > f)
Anh muốn em.   êng mouốn êm

J'ai envie de toi. (f > m)
Em muốn anh.   êm mouốn êng

Allons au lit.
Chúng ta lên giường đi.   týóung tᴀ len zuờng di

Caresse-moi ici.
Anh/Em sờ vào đây. **m/f**   êng/êm chờ vào dœï

Ça te plaît ?
Anh/Em có thích không? **m/f** êng/êm kó thík không

Ça (ne) me plaît (pas).
Anh/Em (không)   êng/êm (không)
thích lắm. **m/f**   thík lám

Je pense qu'on devrait arrêter là.
Anh/Em nghĩ chúng ta   êng/êm nghĩ týóung tᴀ
nên dừng lại bây giờ. **m/f**   nen zùng lᴀï bœï zœ

Tu as un (préservatif) ?
Anh/Em có (bao cao su)   êng/êm kó (bᴀo kᴀo chou)
không? **m/f**   không

Utilisons un (préservatif).
Chúng ta nên dùng   týóung tᴀ nen zòung
(bao cao su).   (bᴀo kᴀo chou)

Je ne ferai rien sans protection.
Anh/Em sẽ không làm   êng/êm chẽ không làm
chuyện này nếu không   tyouiȩn nàï néou không
có biện pháp bảo vệ. **m/f**   kó biȩn fáp bᴀo vẹ

C'est la première fois.
Đây là lần đầu tiên   dœï là lồen dèou tien
của anh/em. **m/f**   kóuœ êng/êm

Ne t'inquiète pas, je vais le faire moi-même.
Không sao, anh/em sẽ   không chʌo êng/êm chẽ
tự làm. **m/f**   tụ làm

Ça aide d'avoir le sens de l'humour.
Nếu anh/em mình cười   néou êng/êm mìng kuời
nó sẽ bớt căng thẳng.   nó chẽ bớt kang tháng

Oh oui !	*Ôi trời ơi!*	ôï tchời œï
C'est génial !	*Sướng quá!*	chuớng kouá
Vas-y doucement !	*Cứ từ từ!*	kú tù tù

plus vite	*nhanh hơn*	gnêng hœn
plus fort	*mạnh hơn*	mệng hœn
plus lentement	*chậm hơn*	tyœm hœn
plus doux	*nhẹ hơn*	gnệ hœn

C'était...	*Thật là …*	thọet là …
formidable	*tuyệt*	touiệt
romantique	*lãng mạn*	lãng mạn
fougueux	*hung hăng*	houng hang

amour

tình yêu

Je trouve que nous nous entendons bien.
Anh/Em nghĩ rằng chúng   êng/êm nghĩ jàng tyóung
ta hợp nhau. **m/f**   tʌ hợp gnʌou

Je t'aime. (m > f)
Anh yêu em.   êng ieou êm

Je t'aime. (f > m)
Em yêu anh.   êm ieou êng

Est-ce que tu m'aimes vraiment ? (m > f)
Em có yêu anh   êm kó ieou êng
thực lòng không?   thục lòng không

Est-ce que tu m'aimes vraiment ? (f > m)

Anh có yêu em   êng kó ieou êm
thực lòng không?   thụk lòng không

Je t'aimerai jusqu'à la fin de mes jours. (m > f)

Anh sẽ yêu em mãi mãi.   êng chể ieou êm mãï mãï

Je t'aimerai jusqu'à la fin de mes jours. (f > m)

Em sẽ yêu anh mãi mãi.   êm chể ieou êng mãï mãï

Veux-tu… ? (m > f)   *Em muốn …*   êm mouốn …
                không?   không

sortir avec moi	*đi chơi với anh*	di tyàïou vấï êng
m'épouser	*cưới anh*	kuấï êng
que je te présente	*muốn gặp bố*	mouốn gạp bố
mes parents	*mẹ của anh*	mẹ kỏuœ êng

Veux-tu… ? (m > f)   *Anh muốn …*   êng mouốn …
                không?   không

sortir avec moi	*đi chơi với em*	di tyàïou vấï êm
m'épouser	*cưới em*	kuấï êm
que je te présente	*muốn gặp bố*	mouốn gạp bố
mes parents	*mẹ của em*	mẹ kỏuœ êm

---

des mots doux

(Chérie,) tu me rends si heureux. (m > f)

(Cưng ơi,) Em làm cho   (kung œï) êm làm tyo
anh thật hạnh phúc.   êng thọt hệng fóuk

(Chéri,) tu me rends si heureuse. (f > m)

(Cưng ơi,) Anh làm cho   (kung œï) êng làm tyo
em thật hạnh phúc.   êm thọt hệng fóuk

(Mon amour,) tu es tout pour moi. (m > f)

(Bé yêu ơi,) Em là tất   (bế ieou œï) êm là tóet
cả đối với anh.   ká dối vấï êng

(Mon amour,) tu es tout pour moi. (f > m)

(Bé yêu ơi,) Anh là tất   (bế ieou œï) êng là tóet
cả đối với em.   ká dối vấï êm

reproches

Est-ce que tu sors avec quelqu'un d'autre ? (m > f)
Em có bạn trai khác không? êm kó bạn tchai khák không

Est-ce que tu sors avec quelqu'un d'autre ? (f > m)
Anh có bạn gái khác không? êng kó bạn gái khák không

C'est juste un(e) ami(e).
Anh/Cô ấy chỉ là bạn thôi. êng/kô ấy tyỉ là bạn tôi

Il n'y a que le sexe qui t'intéresse chez moi. (m > f)
Em chỉ muốn làm êm tyỉ mouốn làm
tình với anh thôi. tìng với êng thôi

Il n'y a que le sexe qui t'intéresse chez moi. (f > m)
Anh chỉ muốn làm êng tyỉ mouốn làm
tình với em thôi. tìng với êm tôi

Je ne veux plus jamais te revoir. (m > f)
Anh không bao giờ êng không bao zừ
muốn gặp lại em mouốn gạp lại êm
một lần nào nữa. một lền nào nữœ

Je ne veux plus jamais te revoir. (f > m)
Em không bao giờ êm không bao zừ
muốn gặp lại anh mouốn gạp lại êng
một lần nào nữa. một lền nào nữœ

Je ne pense pas que ça ira entre nous.
Anh/Em nghĩ chúng mình êng/êm nghĩ tyóung mìng
không hợp nhau lắm. **m/f** không hợp gnaou lắm

Nous allons trouver une solution.
Chúng mình sẽ vượt tyóung mìng chẽ vượt
qua mọi khó khăn. qua mọi khó khan

départ

Je dois m'en aller (demain).

	(Ngày mai) Anh/Em phải đi. **m/f**	(ngàï mAï) êng/êm fAï di
Je… (m > f)	*Anh sẽ …*	êng chễ …
t'appellerai	*liên lạc*	lien lAk
penserai à toi	*nhớ em*	gnœ́ êm
viendrai te voir	*đến thăm em*	dén tham êm
Je… (f > m)	*Em sẽ …*	êm chễ …
t'appellerai	*liên lạc*	lien lAk
penserai à toi	*nhớ anh*	gnœ́ êng
viendrai te voir	*đến thăm anh*	dén tham êng

des gestes de savoir-vivre

Pour interpeller quelqu'un, agitez la main paume vers le sol. Il est très impoli de montrer du doigt ou de tracer une croix avec deux doigts devant une femme. En Asie, la tête est considérée comme la partie la plus sacrée – car la plus haute – du corps. Ne touchez jamais personne sur la tête. À l'opposé, les pieds sont les parties les moins nobles. Mieux vaut donc éviter de montrer vos semelles ou de les exposer face à une statue du Bouddha – ce serait un sacrilège.

religion

tôn giáo

Quelle est votre religion ?
Bạn theo đạo nào?   bạn thêo dạo nào

Je ne suis pas croyant.
Tôi không theo đạo nào.   tôï không thêo dạo nào

Je suis…	*Tôi theo đạo …*	tôï thêo dạo …
agnostique	*bất khả tri*	bớet khả tchi
bouddhiste	*Phật*	fœt
catholique	*Thiên Chúa*	thien tyóuœ
chrétien	*Cơ Đốc*	kœ dốk
confucéen	*Khổng Tử*	khổng tủ
hindou	*Ấn-Độ Giáo*	œn độ zảo
juif	*Do Thái*	zo tháï
musulman	*Hồi*	hồï
protestant	*Tin Lành*	tin lềng
taoïste	*Lão*	lảo

Je (ne) crois (pas)…	*Tôi (không) tin vào …*	tôï (không) tin vào …
à l'astrologie	*thiên văn*	thien van
au destin	*số phận*	chố fœn
en Dieu	*Chúa Trời*	tyóuœ tchờï

Puis-je … ici ?	*Tôi có thể … ở đây không?*	tôï kó thể … ở dœï không
Où puis-je… ?	*Tôi có thể … ở đâu?*	tôï kó thể … ở dœou
assister à une messe	*đi lễ nhà thờ*	di lê gnà thờ
assister à un office	*lễ bái*	lê báï
prier	*cầu nguyện*	kờeou ngouiẹn
rendre un culte	*thờ cúng*	thờ kóung

différences culturelles

Est-ce une coutume locale/nationale ?
Đây là phong tục của   dœï là fong tọuk kỏuœ
địa phương này hay   dịœ fuœng nàï haï
là của cả nước?   là kỏuœ kả nuœrk

Je ne voulais pas vous offenser.
Tôi không muốn làm   tôï không mouốn làm
cho bạn bị xúc phạm.   tyo bạn bị sóuk fạm

Je n'ai pas dit/fait cela exprès.
Tôi không cố ý làm/nói   tôï không kố í làm/nóï
cái gì sai.   káï zì chaï

Je n'ai pas l'habitude.
Tôi chưa quen với cái này.   tôï tyuœ kouên vœrï káï nàï

Je préfère ne pas participer.
Xin lỗi, tôi không muốn   sin lỗï tôï không mouốn
tham gia.   tham za

Je veux bien essayer.
Tôi sẽ thử nó.   tôï chẻ thủ nó

Je suis désolé,	*Xin lỗi, cái đó là*	sin lỗï káï đó là
c'est contre…	*trái ngược*	tcháï nguœk
	với … của tôi.	vœrï … kỏuœ tôï
mes croyances	*đức tin*	dúk tin
ma religion	*tôn giáo*	tôn ziáo
C'est…	*Cái này …*	káï nàï …
original	*mới lạ*	mœrï lạ
amusant	*vui*	vouï
intéressant	*thú vị*	thóu vị

À quelle heure la galerie ouvre-t-elle ?
Mấy giờ phòng tranh mở cửa? — méeï zờє fòng tchêng mở kuЄє

À quelle heure le musée ouvre-t-il ?
Mấy giờ bảo tàng mở cửa? — méeï zờє bảo tàng mở kuЄє

Quels sont les arts qui vous intéressent ?
Bạn quan tâm đến loại nghệ thuật nào? — bạn kouʌn tœm dén louaï nghє thouợet nào

Que réunit cette collection ?
Có những gì trong bộ sưu tập đó? — kó gnũng zì trong bộ chuou tœp dó

Que pensez-vous de… ?
Bạn nghĩ gì về …? — bạn nghĩ zì vè…

C'est une exposition sur…
Nó là triển lãm về … — nó là tchiển lãm vè …

Je m'intéresse à…
Tôi quan tâm đến … — tôï kouʌn tœm dén …

l'art/les arts…	nghệ thuật …	nghє thouợet …
graphiques	đồ hoạ	đồ houʌ
impressionniste	trường phái ấn tượng	tchường fáï ốen tượng
moderne	hiện đại	hiện dậï
vivants	cuộc biểu diễn	kouộk biéou diên
de la Renaissance	thời Phục hưng	thờï fọuk hung
traditionnels	truyền thống	tchouièn thông

architecture	*kiến trúc*	kién tchóuk
art	*nghệ thuật*	nghẹ thouœt
artisanat	*tác phẩm nghệ thuật*	tἀk fἀm nghẹ thouœt
broderie	*đồ thêu*	dồ theou
céramique	*đồ gốm*	dồ gốm
collection permanente	*bộ sưu tập cố định*	bộ chuou tœp kố dịng
conservateur	*người phụ trách*	người fọu tchék
design	*thiết kế*	thiét ké
estampe	*bức ảnh in*	búk ẻng in
exposition	*cuộc triển lãm*	kouốk tchiẻn lãm
gravure	*thuật khắc*	thouœt khák
hall d'exposition	*nhà triển lãm*	gnà tchiẻn lãm
inauguration	*lễ khai mạc*	lễ khἀi mạk
installation	*sự sắp đặt*	chụ cháp dạt
laque	*đồ sơn mài*	dồ chœn mἀi
peintre	*hoạ sĩ*	houᴀ chĩ
peinture (œuvre)	*bức tranh*	búk tchêng
peinture (technique)	*hội họa*	hội houᴀ
peinture sur soie	*bức tranh lụa*	búk tchêng lọuœ
période	*thời kỳ*	thờï kì
sculpteur	*nhà điêu khắc*	gnà dieou khák
sculpture	*tác phẩm điêu khắc*	tἀk fἀm dieou khák
sculpture sur bois	*đồ khắc gỗ*	dồ khák gỗ
statue	*bức tượng*	búk tượng
studio	*xưởng vẽ*	suởng vẽ
style	*kiểu nghệ thuật*	kiẻou nghẹ thouœt
technique	*kỹ thuật*	kĩ thouœt
textile	*vải dệt*	vἀï zẹt

en parler

những môn thể thao yêu thích

Quel sport aimez-vous… ?	Bạn … loại thể thao nào?	bạn … louại thể thao nào
regarder	thích	thík
pratiquer	hay chơi	haï tyœï
Je fais du…	Tôi chơi …	tôï tyœï …
Je regarde l'/le/la/les…	Tôi thích …	tôï thík …
athlétisme	điền kinh	dièn king
badminton	cầu lông	kòeou lông
basket-ball	bóng rổ	bóng jố
boxe	môn quyền anh	môn kouièn êng
football	bóng đá	bóng dá
golf	gôn	gôn
gymnastique	thể dục	thể zọuk
karaté	võ caratê	võ kaгate
arts martiaux	võ thuật	võ thouọet
plongée	lặn biển	lạn bièn
tennis de table	bóng bàn	bóng bàn
tennis	ten-nít	tênnít
volley-ball	bóng truyền	bóng tchouièn
Je…	Tôi hay tập …	tôï haï tœp …
fais du vélo	xe đạp	sê dạp
cours	chạy	tyạï
marche	đi bộ	di bộ
Quel(le) est votre … préféré(e) ?	… mà bạn thích nhất là ai?	… mà bạn thík gnóet là aï
sportif	Vận động viên thể thao	vọen dộng vien thể thao
équipe	Câu lạc bộ thể thao	kœou lạk bộ thể thao

Aimez-vous le (football) ?
Bạn có thích (bóng đá) bạn kó thík (bóng đá)
không? không

Oui, beaucoup.
Có, tôi rất thích. kó tôï jœt thík

Pas trop.
Tôi không thích lắm. tôï không thík lám

J'aime bien le regarder.
Tôi thích xem thôi. tôï thík sêm thôï

D'autres termes liés au sport sont indiqués dans le **dictionnaire**.

assister à un match

đi xem trận đấu

Aimeriez-vous aller voir un match ?
Bạn có muốn đi xem bạn kó muốn di sêm
một trận đấu không? một tchœn dœou không

De quelle équipe êtes-vous supporter ?
Bạn ủng hộ đội nào? bạn ỏung hộ dội nào

droit au but		
Quel est le score ?		
Tỷ số là bao nhiêu?	ti chố là bao gnieou	
égalité	trận hoà	tchœn houà
zéro/nul	không	không
but de la victoire	điểm thắng	diểm tháng

Qui... ?	*Đội nào đang ...?*	dọï nào dang ...
joue	*thi đấu*	thi dɾéou
gagne	*thắng*	tháng
Ce match était	*Đó là một trận*	dó là một tchœn
vraiment... !	*đấu thật là ...!*	dɾéou thœt là ...
mauvais	*tồi tệ*	tồï tẹ
ennuyeux	*chán*	tyán
génial	*hay*	haï

pratiquer un sport

chơi thể thao

Veux-tu jouer ?
Bạn có muốn chơi không?   bạn kó mouốn tyœï không

Je peux jouer avec vous ?
Tôi có thể chơi được   tôï kó thẻ tyœï dưẹk
không?   không

Ce serait super.
Hay quá.   haï kouá

Je ne peux pas.
Tôi không thể.   tôï không thẻ

Je suis blessé.
Tôi bị chấn thương.   tôï bị tyɾén thương

Tu/Je marque(s).
Điểm của bạn/tôi.   diẻm kủœ bạn/tôï

Passe-moi le ballon !
Hãy đá/chuyển bóng   hãï dá/tyouiẻn bóng
cho tôi!   tyo tôï

Tu joues bien.
Bạn chơi rất hay.   bạn tyœï jɾét haï

Merci beaucoup (pour la partie).
Cám ơn bạn nhiều.   kám œn bạn gnièou

Quel(le)... !	Một ... rất xuất sắc!	một ... jóet souóet chák
but	bàn thắng	bàn tháng
frappe	cú đòn	kóu dòn
tir	cú đá	kóu dá
passe	chuyển bóng	tyouiên bóng
spectacle	cuộc cuốc trận đấu	kouộk kouốk tchợen dóeou

Où puis-je trouver un bon coin pour... ?	Bạn có biết chỗ nào hay để ... không?	bạn kó biét tyỗ nào haĩ dé ... không
pêcher	câu cá	kœou ká
monter à cheval	cưỡi ngựa	kưỡi nguợe
courir	đi chạy	di tyại
skier	trượt tuyết	tchượt touiét
plonger	lặn bằng ống thở	lạn bàng ống thở
surfer	lướt sóng	luớt chóng

Où est le/la ... le/la plus proche ?	Cái ... gần nhất ở đâu?	kái ... gòen gnóet ở dœou
terrain de golf	sân gôn	chœn gôn
club de sport	câu lạc bộ tập thể hình	kœou lạk bộ tợp thể hìng
piscine	bể bơi	bể bơï
court de tennis	sân ten-nít	chœn tênnít

Est-ce réservé aux adhérents ?

Tôi có cần phải là thành viên mới được vào không?   tôï kó kòen fáï là thàng vien móï dượk vào không

Y a-t-il une séance réservée aux femmes ?

Có buổi nào dành riêng cho phụ nữ không?   kó bouổï nào zềng jieng tyo fụu nũ không

Où sont les vestiaires ?

Phòng thay quần áo ở đâu?   fòng thaï kouồen áo ở dœou

EN SOCIÉTÉ

134

Quel est le tarif d'/pour… ?	Tôi phải đóng bao nhiêu tiền cho một …?	tôï fảï đóng bao gniêou tiền tʝo một …
une journée	ngày	ngàï
une partie	trận đấu	tchặn đấou
une heure	giờ	zừ
entrée	lần vào	lừn vào
Puis-je louer un(e)… ?	Tôi có thể thuê một … được không?	tôï kó thẻ thouê một … đượ́k không
balle/ballon	quả bóng	kouả bóng
bicyclette	xe đạp	sê đạp
court	sân đánh	chơn đếng
raquette	vợt	vợt

sports extrêmes

thể thao mạo hiểm

Je voudrais faire…	Tôi muốn đi …	tôï mouốn đi …
du saut à l'élastique	nhảy độ cao	gnẻï dộ kao
de la spéléologie	khoa hang động	khoua hang động
de la pêche au gros	đánh cá ngoài khơi	đếng ká ngouàï khơï
du VTT	đưa xe đạp địa hình	đưœ xê đạp địœ hìng
du parachute ascensionnel	lướt gió	louốt zó
de l'escalade	leo núi	lêo nóuï
du saut en chute libre	nhảy dù	gnẻï zòu
du rafting	đua thuyền địa hình	đuœ thouièn địœ hìng

Est-ce que le matériel est solide ?
Thiết bị này có an toàn không?   thiết bị nàï kó an touàn không

Ce n'est pas dangereux ?
Cái này có an toàn không?   kãï nàï kó an touàn không

pêche

Où se trouvent les meilleurs coins ?
Những nơi câu cá   gnũng nœï kœou ká
tốt nhất ở đâu?   tốt gnóet ở dœou

Faut-il un permis de pêche ?
Tôi có cần thẻ đăng ký   tôï kó kèen thẻ dang kí
mới được phép đánh   mœ́ï dượk fếp dếng
cá không?   ká không

Organisez-vous des parties de pêche ?
Bạn có tổ chức những   bạn kó tổ tyúk gnũng
chuyến đánh cá không?   tyouién dếng ká không

Quel est le meilleur appât ?
Loại mồi nào là tốt nhất?   louại mồi nào là tốt gnóet

Est-ce que ça mord ?
Chúng nó có rỉa nhiều   tyóung nó kó jiœ gnièou
không?   không

Quels poissons avez-vous pris ?
Bạn đã câu được   bạn dã kœou dượk
những loài cá nào?   gnũng louại ká nào

Combien pèse-t-il ?
Nó nặng bao nhiêu?   nó nạng bao gnieou

appât	*mồi*	mồi
fil de pêche	*dây câu cá*	zœ́ï kœou ká
fusée éclairante	*đèn báo hiệu*	dèn báo hiệou
	cấp cứu	kɛ́p kúou
flotteur	*phao câu cá*	fao kœou ká
crochet	*lưới câu*	luœ̃ï kœou
leurre	*nhử mồi*	gnú mồi
canne	*cần câu*	kèen kœou
plomb	*chì cần câu*	tỳ kèen kœou

courses hippiques

Où est le champ de courses ?
Trường đua ngựa   trường dược ngược
ở đâu?   ở đœou

Comment fait-on pour parier ?
Tôi cá cược như   tôï ká cượk gnu
thế nào?   thế nào

Combien voulez-vous parier ?
Bạn muốn cá cược   bạn mouốn ká cượk
bao nhiêu?   bao gnieou

Quelle est la cote ?
Tỷ lệ cá cược là gì?   tỉ lệ ká cượk là zì

Quel est le poids porté par ce cheval ?
Trọng lượng con ngựa   tchọng lượng kon ngược
đang mang là bao nhiêu?   đang mang là bao gnieou

Ce cheval est coté à (5 contre 1).
Con ngựa này là   kon ngược nàï là
(năm ăn một).   (nam an một)

Quel cheval… ?	*Con ngựa nào …?*	kon ngược nào …
est favori	*là hay nhất*	là haï gnóet
dois-je jouer	*tôi nên cá*	tôï nen ká
	cược	kượk

Je voudrais	*Tôi muốn cá*	tôï mouốn ká
parier sur le	*cược cho (số hai) …*	kượk tyo (chố haï) …
(numéro 2)…		
placé	*thứ tự xếp hạng*	thú tụ sép hạng
gagnant	*chiến thắng*	tyién thắng

parier	*cá cược*	ká kượk
bookmaker	*người thu cá cược*	người thou ká kượk
jockey	*tay đua ngựa*	taï dược ngược
photo d'arrivée	*chụp ảnh phân*	tyọu ếnh fœn
	thắng thua	thắng thouœ
courir/course	*đua*	đouœ

équitation

Combien coûte (une) heure d'équitation ?

Cưỡi ngựa là bao nhiêu tiền (một) giờ?   kuẵï nguœ là bʌo gnieou tiền (một) zờ

Combien de kilomètres fait la balade ?

Cưỡi ngựa bao nhiêu lâu?   kuẵï nguœ bʌo gnieou lœou

Je (ne) suis (pas) un très bon cavalier.

Tôi (không) phải một người cưỡi ngựa giầu kinh nghiệm.   tôï (không) fấï một nguờï kuẵï nguœ zờœou king nghiệm

Puis-je louer une bombe et des bottes ?

Tôi có thể thuê một cái mũ và một đôi ủng không?   tôï kó thẻ thoue một kấï môu và một dôï oúng không

mors	*hàm thiếc ngựa*	hàm thiék nguœ
bride	*dây cương*	zœï kuœng
aller au petit galop	*chạy nước kiệu*	tyạï nuấk kieou
cravache	*tay cầm*	taï kòem
aller au grand galop	*phi ngựa đại*	fi nguœ dạï
panser	*chải lông*	tyấï lông
cheval	*con ngựa*	kon nguœ
poney	*con ngựa nhỏ*	kon nguœ gnỏ
rênes	*thắt lưng*	thát lung
selle	*yên ngựa*	ien nguœ
écurie	*chuồng ngựa*	tyouồng nguœ
éperonner	*bàn đạp ngựa*	bàn dạp nguœ
aller au trot	*đi nước kiệu*	di nuấk kieou
aller au pas	*đi chậm*	di tyœm

football

Qui joue à (Hanoi) ?
Những ai chơi cho đội gnũng ʌï tyɑï tyo dộï
(Hà Nội)? (hà nộï)

C'est un super (joueur).
Anh ấy là (cầu thủ) êng óeï là (kœou thỏu)
xuất sắc. souéet chák

Il a brillamment joué dans le match contre (Huê).
Anh ấy đá hay lắm trong êng óeï dá haï lám tchong
trận gặp (Huế). tchœn gap (houé)

Quelle est l'équipe en tête du championnat ?
Đội nào đang dẫn dộï nào dʌng zõen
đầu trong giải? dœou tchong zʌ̈ï

Cette équipe est vraiment géniale/nulle !
Đội này đá thật là dộï nàï dá thœt là
tuyệt/chán! touiệt/tyʌ́n

ballon	*quả bóng*	kouả bóng
entraîneur	*huấn luyện viên*	houén louiẹn vien
corner	*đá phạt góc*	dá fʌt gók
expulsion	*bị đuổi*	bị douỗï
supporter n	*người hâm mộ*	nguèï hœm mộ
faute	*phạm lỗi*	fʌm lỗï
coup franc	*đá phạt*	dá fʌt
gardien de but	*thủ môn*	thỏu môn
manager	*ông bầu*	ông bœou
hors-jeu	*việt vị*	việt vị
tir au but	*phạt đền*	fʌt dèn
joueur	*cầu thủ*	kœou thỏu
carton rouge	*thẻ đỏ*	thẻ dỏ
arbitre	*trọng tài*	trọng tʌ̈ï
remettre la balle en jeu	*ném biên*	ném bien
carton jaune	*thẻ vàng*	thẻ vʌ̀ng

tennis et tennis de table

Je voudrais…	*Tôi muốn …*	tôï mouốn …
réserver une heure	*đăng ký*	dang kí
pour jouer	*giờ chơi*	zờ tyœï
jouer au tennis	*chơi bóng bàn*	tyœï bóng bàn
de table		
jouer au tennis	*đánh ten-nít*	dếng tênnít
ace	*cú giao bóng*	kóu zao bóng
	thắng điểm	tháng dïểm
raquette	*vợt bóng bàn*	vœt bóng bàn
(tennis de table)		
terre battue	*sân đất sét*	chœn dáet chết
faute	*ngoài*	ngouäï
jeu, set	*trận đấu kết*	tchœn dáeou két
et match	*thúc rồi*	thóuk jồi
gazon	*sân cỏ*	chœn kỏ
court (surface dure)	*sân đất (cứng)*	chœn dáet (kúng)
filet	*lưới*	luấï
jouer en double	*đánh đôi*	dếng dôï
raquette	*vợt*	vœt
servir	*phát bóng*	fát bóng
set (manche)	*ván*	ván
balle de tennis	*quả bóng bóng bàn*	kouả bóng bóng bàn
de table		
balle de tennis	*quả bóng ten-nít*	kouả bóng tênnít

Peut-on jouer le soir ?
Chúng tôi có thể chơi　　　　　　tyóung tôï kó thể tyœï
vào buổi tối không?　　　　　　　vào bouổi tốï không

Ma raquette doit être recordée.
Tôi cần phải thay dây vợt.　　　tôï kòen fáï thaï zœï vœt

> ### avec ou sans vous
>
> Le "nous" a deux formes en vietnamien. Le pronom
> *chúng tôi* tyóung tôï ("nous sans toi/vous") est employé
> pour exclure son interlocuteur. Dans le cas contraire, on
> préfèrera *chúng ta* tyóung ta ("nous avec toi/vous"). Pour
> plus de détails sur les pronoms, reportez-vous au chapitre
> **grammaire de A à Z**, p. 27.

EN SOCIÉTÉ

sports aquatiques

Puis-je réserver une leçon ?	Tôi có thể đặt buổi học không?	tôï kó thẻ dạt bouỗi họk không
Puis-je louer un(e)/du/des… ?	Tôi có thể thuê … không?	tôï kó thẻ thoue … không
bateau	thuyền	thouïèn
canoé	ca-nô	kanô
matériel de plongée	trang thiết bị lặn	tchʌng thiét bị lạn
kayak	xuồng cai-ac	souồng kaïʌk
gilet de sauvetage	áo phao	áo fʌo
matériel de plongée (en apnée)	thiết bị lặn bằng ống thở	thiét bị lạn bàng ống thở
skis nautiques	ván lướt nước	ván luất nuấk
combinaison	bộ quần áo lặn	bộ kouền áo lạn
Où y a-t-il des… ?	Có … ở đây không?	kó … ở dœï không
coraux	san hô	chœn hô
récifs	dòng nước xiết chảy	zòng nuấk siét tyẩi
coins	những hiểm	gnũng hiểm
dangereux	hoạ do nước	houʌ zo nuấk
Y a-t-il des… ?	Có … ở đó không?	kó … ở dó không
courants	dòng chảy mạnh	zòng tyẩi mẹng
requins	cá mập	ká mœp
baleines	cá voi	ká voï
guide	người hướng dẫn	nguœï huấng zœn
bateau à moteur	xuồng máy	souồng máï
faire de la voile	đi lướt ván buồm	di luất ván bouồm
voilier	thuyền buồm	thouïèn bouồm
planche de surf	ván lướt sóng	ván luất chóng
surfer	đi lướt sóng	di luất chóng

Où se trouvent les bons sites de plongée ?
Những chỗ tốt để   gnũng tỗ tốt dể
lặn biển ở đâu?   lạn biển ở dœou

La visibilité est-elle bonne ?
Nước ở đó có trong   nuất ở dó kó trong
không?   không

Jusqu'à quelle profondeur peut-on plonger ?
Lặn biển ở đó bao sâu?   lạn biển ở dó bao chœou

Plonge-t-on depuis la rive/un bateau ?
Đây là một cuộc lặn   dœï là một kouộk lạn
biển từ tầu/bờ không?   biển tù tờeou/bờ không

Je dois recharger ma bouteille.
Tôi cần phải bơm đầy   tôï kờen fấï bơm dờeï
bình ôxy.   bình ôksi

J'aimerais…	Tôi muốn …	tôï mouốn …
explorer des grottes/épaves	*xem các hang/tàu đắm*	sêm kấk hang/tàou dám
plonger de nuit	*lặn vào buổi tối*	lạn vào bouổï tốï
plonger (avec des bouteilles)	*lặn*	lạn
plonger en apnée	*lặn bằng ống thở*	lạn bàng ống thở
faire une sortie plongée	*tham gia chuyến lặn*	tham za tyouién lạn
apprendre à plonger	*học lặn*	họk lạn
compagnon	*bạn lặn*	bạn lạn
grotte	*hang động*	hang dộng
plongée	*chuyến lặn biển*	tchouién lạn biển
plonger	*lặn*	lạn
bateau de plongée	*tàu lặn*	tàou lạn
cours de plongée	*lớp dạy lặn*	lớp zạï lạn
plongée nocturne	*lặn vào buổi tối*	lạn vào bouổï tốï
épave	*tàu đắm*	tàou dám

ngoài trời

randonnée

đi bộ đường dài

Où puis-je… ?	*Tôi có thể … ở đâu?*	tôi kó thẻ … ở dœou
acheter des provisions	*mua đồ dùng mang theo*	mouœ dồ zoùng maɴg thêô
trouver quelqu'un qui connaît la région	*tìm người có hiểu biết về nơi này*	tìm nguʼèi kó hiểou biết vè nœi nàï
trouver une carte	*mua bản đồ*	mouœ bảɴ dồ
louer du matériel de randonnée	*thuê đồ đi đường xa*	thouê dồ di duʼèng sᴀ
Quel(le) est… ?	*… bao nhiêu?*	… bᴀo gnieou
le dénivelé	*Leo núi này là cao*	lêô nóuï nàï là kᴀo
la distance	*Đường mòn này dài*	duʼèng mòn nàï zᴀ̈ï

Quel est le chemin le plus… ?	*Lối đi nào là …?*	lối di nᴀ̀o là …
facile	*dễ nhất*	zẽ gnɑ̈ɑt
intéressant	*thú vị nhất*	thóu vị gnɑ̈ɑt
court	*ngắn nhất*	ngắn gnɑ̈ɑt
Le chemin est-il… ?	*Lối đi có … không?*	lối di kó … không
(bien) balisé	*(nhiều) biển hướng dẫn*	(gnieou) biển huʼéng zẽɴ
facile	*dễ đi*	zẽ di
pittoresque	*thắng cảnh đẹp*	tháng kẻng dệp

143

Nous faut-il un guide ?
Chúng tôi có cần   tyóung tôï kó kèen
người hướng dẫn không?   ngườï huống zõen không

Y a-t-il un guide pour nous accompagner ?
Có người hướng dẫn   kó ngườï huống zõen
cho những chuyến   tyo gnũng tyouién
đường dài không?   duờng zãï không

Y a-t-il des champs de mines dans la région ?
Có mìn ở khu vực   kó mìn ở khou vụk
này không?   nàï không

Ce n'est pas dangereux ?
Nó có an toàn không?   nó kó ʌn touàn không

À quelle heure tombe la nuit ?
Khi nào thì trời tối?   khi nʌo thì tchờï tốï

Faut-il emporter… ?	Có cần phải mang … không?	kó kèen fáï mʌng … không
un duvet	tư trang	tu tchʌng
à manger	thức ăn	thúk an
de l'eau	nước uống	nuǽk uoúng

Où puis-je trouver le(s)… ?	Tôi có thể tìm … ở đâu?	tôï kó thể tìm … ở dœou
terrain de camping	nơi cắm trại	nœï kám tchại
village le plus proche	làng gần nhất	làng gèen gnœ́et
douches	chỗ tắm	tyỗ tám
toilettes	nhà vệ sinh	gnà vẹ ching

D'où venez-vous ?
Bạn từ đâu về đây?   bạn tù dœou vè dœ̈ï

Combien de temps avez-vous mis ?
Từ đó về đây là bao lâu?   tù dó vè dœ̈ï là bʌo lœou

Ce chemin mène-t-il à… ?
Đường mòn này có dẫn đến … không?   duʔờng mòn nàï kó zẽn dén … không

Puis-je passer par ici ?
Tôi có thể đi qua đây được không?   tôï kó thể di kouʌ dœ̈ï duʉk không

Y a-t-il un abri ?
Có nhà nhỏ ở đó không?   kó gnà gnỏ ở dó không

L'eau est-elle potable ?
Nước có thể uống được không?   nuǽk kó thể uoúng duʉk không

---

bleu ou vert ?

Le mot *xanh* sêng signifie à la fois "bleu" et "vert". Des précisions sont apportées pour les distinguer :

xanh da trời	sêng zʌ tchờï	**bleu (comme le ciel)**
xanh lá cây	sêng lá kœï	**vert (comme les feuilles)**

plage

Où se trouve	*Bãi biển*	bãï bién
la plage… ?	*… ở đâu?*	… ở dœou
la plus belle	*đẹp nhất*	dệp gnóet
la plus proche	*gần nhất*	gờen gnóet
pour nudistes	*khoả thân*	khouả thœn
publique	*công cộng*	kông kộng

Combien coûte	*Một cái … bao*	một káï … bao
un(e)… ?	*nhiêu tiền?*	gnieou tièn
chaise	*ghế*	ghé
cabane	*lều tranh*	lèou tchêng
parasol	*ô/dù* N/S	ô/zòu N/S

Peut-on plonger/nager sans danger ?
Có an toàn để lặn/bơi — kó an touàn dé lặn/bơi
ở đây không? — ở dœï không

À quelle heure la marée est-elle haute/basse ?
Mấy giờ thuỷ triều — mớeï zừ thouỷ tchièou
lên/xuống? — len/souống

Est-ce payant ?
Có cần phải trả tiền — kó kờen fáï tchả tièn
không? — không

---

expressions courantes

Hãy cẩn thận khi sóng dội từ bờ!
hãï kẩn thợen khi chóng **Attention aux courants !**
zộï tù bừ

Nó nguy hiểm đấy!
nó ngoui hiẻm dớeï **C'est dangereux !**

Cấm Bơi	kœ́m bơɪ	**Baignade interdite**
Cấm Lao Xuống	kœ́m lʌo souống	**Plongée interdite**

météo

thời tiết

Quel temps fait-il ?
Thời tiết thế nào?   thờɪ tiết thế nʌo

Quel temps fera-t-il demain ?
Thời tiết ngày mai   thờɪ tiết ngàɪ mʌɪ
như thế nào?   gnu thế nʌo

Il fait/Le temps est…	*Trời …*	tchơɪ …
nuageux	*có mây*	kó mœ̆ɪ
froid	*lạnh*	lệng
sec	*khô*	khõ
chaud	*nóng*	nóng
soleil	*nắng*	náng
doux	*ấm*	œ́m
humide	*ẩm ướt*	œ̉m uœ́t
Il pleut	*mưa*	muœ
Il y a du vent	*gió*	zó

Où puis-je	*Tôi có thể*	tôɪ kó thể
acheter un… ?	*mua … ở đâu?*	mouœ … ở dœ̆ou
imperméable	*áo mưa*	áo muœ
parapluie	*cái ô*	kấɪ ô

saison sèche	*mùa khô*	mòuœ khô
mousson	*mùa mưa bão*	mòuœ muœ bằo
tsunami	*nạn nhân*	nạn gnœn
	sóng thần	chóng thền
typhon	*cơn bão*	kơn bầo
saison des pluies	*mùa mưa*	mòuœ muœ

faune et flore

Quel est cet(te)… ?	*Đó là loài … gì?*	dó là louại … zì
animal	*động vật*	dộng vọet
fleur	*hoa*	houA
plante	*thực vật*	thụk vọet
arbre	*cây*	kœï

Est-ce	*Nó có phải …*	nó kó fảï …
une espèce… ?	*không?*	không
courante	*bình thường*	bìng thườeng
dangereuse	*nguy hiểm*	ngoui hiểm
en danger	*quý hiếm*	kouí hiếm
venimeuse	*độc*	dộk
protégée	*được bảo vệ*	dượek bảo vẹ

Quel usage en fait-on ?
Nó được dùng để làm gì?   nó dượek zoùng dể làm zì

Ce fruit est-il comestible ?
Quả này có ăn được   kouá nàï kó an dượek
không?   không

---

plantes et animaux du Vietnam

bambou	*cây tre*	kœï tchê
mangrove	*rừng đước*	zùng duớek
orchidée	*cây hoa lan*	kœï houA lan
pin	*cây thông*	kœï thông
rhododendron	*cây đỗ quyên*	kœï dỗ kouien
rizière	*cánh đồng lúa*	kếng dồng lóuœ
cobra	*rắn hổ mang*	ján hổ mAng
	bành	bềng
crocodile	*cá sấu*	ká chớeou
éléphant	*con voi*	kon voï
singe	*con khỉ*	kon khỉ
python	*con trăn*	kon tchan
tigre	*con hổ*	kon hổ

vocabulaire de base

cơ bản

petit-déjeuner	*ăn sáng*	an cháng
déjeuner	*ăn trưa*	an tchưœ
dîner	*ăn tối*	an tối
en-cas	*ăn nhẹ*	an gnệ
manger	*ăn*	an
boire	*uống*	ouống
Je voudrais…	*Tôi muốn …*	tôï mouốn …
S'il vous plaît.	*Làm ơn.*	làm œn
Merci.	*Cám ơn.*	kám œn
Je meurs de faim !	*Tôi đói đã man!*	tôï đóï zã man

La journée commence tôt, dans les bruits de circulation et les cris des vendeurs ambulants. Le petit-déjeuner se prend en général avant 8h. Les Vietnamiens s'installent à de petites tables dans la rue pour déguster une soupe de nouilles au bœuf ou au poulet (*phở bò/gà* fớ bò/gà) – un mets de choix. Cette soupe est agrémentée de citron (*chanh* tchêng), de pousses de soja (*giá* zá), de piment (*ớt* ớt) et d'herbes aromatiques (*râu* jœou). Les bouillons et les soupes de riz (*cháo* týAo) du matin se consomment toute la journée, notamment comme en-cas de fin de soirée.

Au déjeuner, le riz constitue l'aliment de base. Il s'accompagne de divers plats de viande, de poisson et de légumes. Si beaucoup de Vietnamiens rentrent chez eux pour manger, les restaurants/cantines (*Quán Ăn Cơm* kouán an kœm ou *Cơm Bình Dân* kœm bìng zœn), bon marché et omniprésents, n'en sont pas moins bondés. Les plats y sont exposés et il vous suffira d'indiquer ceux que vous voudrez ajouter à une assiette de riz fumant.

Le repas du soir ressemble au déjeuner. Le dessert est peu répandu. On vous proposera parfois un *rau câu* jAou kœou (une gelée à base d'agar-agar) ou un fruit frais (*trái cây* tchẩï kœï).

149

où se restaurer

Pouvez-vous me conseiller un(e)… ?	Bạn có thể giới thiệu một … không?	bạn kó thẻ zɑ́ï thiệou một … không
bar	quán bar	kouán bɑ
café	quán cà phê	kouán kà fe
restaurant	nhà hàng	gnà hàng
échoppe de rue	quán ăn bình dân	kouán an bìng zɛn
Où me conseillez-vous d'aller pour… ?	Những chỗ hay để … ở đâu?	gnũng tyỗ haï dẻ … ở dœou
un repas de fête	xem lễ hội	sêm lẽ hội
manger pas cher	ăn một bữa rẻ	an một bũœ jẻ
des spécialités locales	đặc sản địa phương	dặk chản dịœ fuœng
Je voudrais réserver une table pour…	Tôi muốn đặt bàn cho …	tôï mouốn dạt bàn tyo …
(2) personnes	(hai) người	(haï) nguœï
(8)h	vào lúc (tám) giờ	vào lóuk (tám) zờ
Pourrais-je avoir…	Xin cho tôi …	sin tyo tôï …
le menu enfant	thực đơn cho trẻ em	thụk dœn tyo tchẻ êm
la carte des boissons	thực đơn đồ uống	thụk dœn dồ ouống
une demi-portion	một nửa xuất	một nủœ souɛ́t
un menu (en français)	thực đơn (bằng tiếng Pháp)	thụk dœn (bàng tiếng fáp)
une table non-fumeur	bàn trong khu cấm hút thuốc	bàn tchong khou kɛ́m hóut thouốk
une table fumeur	bàn trong khu được hút thuốc	bàn tchong khou duợk hóut thouốk
une table pour (5)	một bàn cho (năm) người	một bàn tyo (nam) nguœï

Servez-vous encore à manger ?
Bạn còn bán hàng không?   bạn kòn bán hàng không

Combien de temps faudra-t-il attendre ?
Phải đợi bao nhiêu lâu?   fái dợï bao gnieou lœou

Đóng cửa rồi.	dóng kủœ jồï	**Fermé.**
Hết bàn rồi.	hét bàn jồï	**Complet.**
Đợi một lát.	dợï một lát	**Un instant.**
Bạn muốn ngồi ở đâu?	bạn mouốn ngồï ở dœou	**Où voulez-vous vous asseoir ?**
Bạn muốn ăn gì?	bạn mouốn an zì	**Que voulez-vous manger ?**
Thưa đây!	thuœ dœï	**Voici !**
Mời bạn ăn cơm.	mờï bạn an kœm	**Bon appétit !**

au restaurant

nhà hàng

Que nous conseillez-vous ?
Bạn có giới thiệu những món gì?   bạn kó zớï thiệou gnũng món zì

Qu'y a-t-il dans ce plat ?
Có những gì ở trong môn kia?   kó gnũng zì ở tchong môn kiœ

Comment cela s'appelle-t-il ?
Món đó tên gì?   món dó ten zì

Je vais en prendre.
Tôi chọn món đó.   tôï tyọn món dó

Est-ce long à préparer ?
Món đó có mất thời gian để làm không?   món dó kó mœét thờï zan dể làm không

Est-ce en self-service ?
Có thể tự phục vụ không?   kó thể tụ fouk không

Y a-t-il un droit d'entrée ?
Có phải trả tiền   kó fáï tchả tiền
vào cửa không?   vào kúœ không

Le service est-il compris ?
Tiền boa có cộng   tiền bouₐ kó kộng
vào hoá đơn không?   vào houá dœn không

Est-ce offert par la maison ?
Cái này có khuyến   káï nàï kó khouién
mại không?   mₐï không

Je voudrais ce plat avec...	*Tôi muốn ăn nó với ...*	tôï mouốn an nó vׇí ...
Je le voudrais sans...	*Tôi muốn ăn nó không có ...*	tôï mouốn an nó không kó ...
beurre	*bơ*	bœ
(sauce) piment	*(tương) ớt*	(tuœng) ᴧt
ail	*tỏi*	tỏï
ketchup	*sốt cà chua*	shốt kà tyouœ
glutamate	*mì chính*	mì tyíng
noix	*hạt lạc*	hₐt lₐk
huile	*dầu ăn*	zׇou an
poivre	*hạt tiêu*	hₐt tieou
sel	*muối*	mouốï
sauce tomate	*tương cà chua*	tuœng kà tyouœ
vinaigre	*dấm*	zᴧem

Reportez-vous également au chapitre **végétariens/régimes spéciaux**, p. 163.

Bạn có thích …?
  bₐn kó thík …   **Aimez-vous… ?**

Tôi đề nghị …
  tôï dè nghị …   **Je vous suggère…**

Bạn muốn nó nấu như thế nào?
  bₐn mouốn nó
  náœou gnu thé nào   **Quelle cuisson désirez-vous ?**

Je voudrais…	*Tôi muốn …*	tôï mouón …
du poulet	*ăn thịt gà*	an thịt gà
la spécialité	*món đặc sản*	món dặk chản
locale	*địa phương*	dịœ fuœng
un repas	*một bữa*	một būœ
somptueux	*đàng hoàng*	dàng houàng
le menu	*thực đơn*	thụk dœn
un sandwich	*bánh sandwich*	bếng san ouit
ce plat-là	*món kia*	món kiœ

au menu…

Phở	fớœ	pâtes de riz plates
Bún	bóun	vermicelles de riz
Mì	mì	pâtes de blé
Canh	kêng	bouillons
Cơm	kœm	plats de riz
Món thịt gà	món thịt gà	plats de poulet
Món thịt bò	món thịt bò	plats de bœuf
Món thịt lợn/heo N/S	món thịt lợn/hêo N/S	plats de porc
Món hải sản	món hải chản	plats de fruits de mer
Sa lát	chа lát	salades
Món tráng miệng	món tcháng miệng	desserts
Đồ uống	dồ ouống	boissons
Nước ngọt	nuœ́k ngọt	boissons gazeuses
Rượu	jụœou	boissons alcoolisées
Bia	biœ	bières
Rượu vang có ga	jụœou vаng kó gа	vins pétillants
Rượu vang trắng	jụœou vаng tcháng	vins blancs
Rượu vang đỏ	jụœou vаng dỏ	vins rouges

Pour décrypter le reste de la carte, consultez le **lexique culinaire**, p. 165.

à table

Pourrais-je avoir… *Xin mang …*   sin mʌng …

l'addition	*hoá đơn*	houá dœn
une nappe	*khăn trải bàn*	khan tchăï bàn
un verre (à vin)	*một ly (rượu)*	một li (juœou)
une serviette	*một khăn ăn*	một khan an

C'est…	*Món này …*	món năï …
(trop) froid	*(quá) lạnh*	(kouá) lệng
épicé	*cay quá*	kaï kouá
délicieux	*tuyệt ngon*	touiệt ngon

Ce n'est pas ce que j'ai commandé.
Tôi không gọi món này.   tôï không gợi món năï

Il y a une erreur dans l'addition.
Có sự nhầm lẫn trên   kó chụ gnœm lõen tchen
hoá đơn.   houá dœn

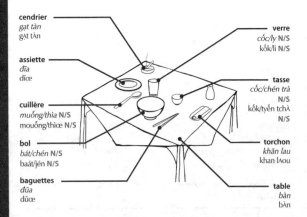

cendrier	verre
gạt tàn	*cốc/ly N/S*
gạt tàn	kốk/li N/S

assiette	tasse
đĩa	*cốc/chén trà N/S*
dĩœ	kốk/tyến tchà N/S

cuillère	torchon
muỗng/thìa N/S	*khăn lau*
mouỗng/thìœ N/S	khan lʌou

bol	table
bát/chén N/S	*bàn*
baát/jén N/S	bàn

baguettes
đũa
dũœ

À TABLE

parler gastronomie

J'adore ce plat.
Món này ngon thế.   món nàï ngon thé

J'adore la cuisine locale.
Tôi rất thích những   tôï jáet thík gnũng
món ăn ở đây.   món an ở dœï

C'était excellent !
Ngon tuyệt!   ngon touïẹt

Mes compliments au chef.
Đầu bếp thật tài ba.   dòeou bép thẹt tAïï bA

Je n'ai plus faim.
Tôi no rồi.   tôï no jồï

cuissons et préparations

Je le voudrais…	*Tôi thích nó …*	tôï thík nó …
Je ne le veux pas…	*Tôi không thích nó …*	tôï không thík nó …
bouilli	*luộc*	louộk
grillé	*nướng vỉ*	nuấng vỉ
frit (dans l'huile)	*rán ngập dầu*	ján ngœp zòeou
frit (rissolé)	*rán/chiên N/S*	ján/tyien N/S
écrasé (en purée)	*nghiền*	nghiền
à point	*vừa*	vùœ
saignant	*tái*	tAï
réchauffé	*làm nóng lại*	làm nóng lẠï
à la vapeur	*hấp*	hóep
à point	*nhừ*	gnù
sans…	*không có …*	không kó …

bò bia   bò biœ   petit rouleau garni

Ces rouleaux sont fourrés d'une farce composée de radis blanc, de saucisse chinoise, de crevettes séchées et d'herbes aromatiques. Dégustez-les en les trempant dans une sauce épaisse de couleur foncée, parsemés de piments et d'oignons séchés. Repérez un vendeur ambulant (aux abords d'un parc, par exemple) et commandez-lui en une assiette entière !

bánh ngọt   bếng ngọt   gâteau

Vous vous en doutiez, les gâteaux et les pâtisseries sont directement issus de la tradition culinaire française. Vous trouverez tout aussi bien des croissants briochés que des génoises légères. Les vendeurs ambulants en proposent à toute heure de la journée.

trái cây   tyáï kœï   fruit

Pour vous ressourcer, rien de tel qu'un fruit rafraîchissant. Les vendeurs ambulants les gardent au frais dans une glacière. Les fruits les plus appréciés sont la mangue (*xoài* souàï), la pastèque (*dưa hấu* zưœ hứœou), l'ananas (*dứa* zúœ), la prune (*mận* mœn), le pamplemousse (*bưởi* buœï) et la papaye (*đu đủ* dou dủu). On vous proposera un petit sachet de piment et de sel (*ớt và muối* ớt và muốï) pour les assaisonner. Cela leur donne une saveur étrange mais, qui sait, vous y prendrez peut-être goût. Vous trouverez à coup sûr un vendeur ambulant à la sortie des écoles, vers 11h.

boissons non alcoolisées

đồ uống

eau bouillie	*nước sôi*	nưức chôi
eau chaude	*nước nóng*	nưức nóng
jus d'(orange)	*nước (cam)*	nưức (kʌm)
boisson gazeuse	*nước ngọt*	nưức ngọt

eau minérale gazeuse	*nước sô-đa*	nuǽk chôdʌ
eau minérale plate	*nước suối*	nuǽk chouỗï
(une tasse de) café...	*(một cốc) cà phê ...*	(một kốk) kà fe ...
(une tasse de) thé...	*(một cốc) trà ...*	(một kốk) tchà ...
avec du lait	*có sữa*	kó chŭœ
sans lait	*không sữa*	không chŭœ
non sucré	*không có đường*	không kó dừœng
sucré	*có đường*	kó dừœng

pause café

Le café vietnamien a la réputation d'être très fort. Servi très sucré après avoir été mélangé à du lait concentré, il peut engendrer un véritable électrochoc ! Si vous l'aimez fort (*mạnh* mệng), inutile de le préciser. Même si vous le commandez léger (*nhẹ* gnệ), il ne manquera pas de vous faire de l'effet.

café...	*cà phê ...*	kà fe ...
noir	*đen*	dên
noir frappé	*đá*	dá
au lait frappé	*sữa đá*	chŭœ dá
fort	*loại mạnh*	louʌï mệng
au lait	*sữa*	chŭœ

boissons alcoolisées

các loại rượu

cognac	*rượu brandi*	juœou brʌndi
champagne	*rượu sâm banh*	juœou chœm bêng
cocktail	*côctai*	kôktʌï
une dose de...	*một ngụm rượu ...*	một ngoum juœou ...
gin	*gin*	djin
rhum	*rom*	rom

tequila	*têquila*	tekilʌ
vodka	*vôtka*	vôtkʌ
whisky	*uytky*	ouitki

une bouteille/	*một chai/cốc*	một tyʌï/kốk
un verre de vin…	*rượu vang …*	juçou vang …
mœlleux	*tráng miệng*	tcháng miệng
rouge	*đỏ*	đỏ
pétillant	*có ga*	kó gʌ
blanc	*trắng*	tcháng

un(e) … de bière	*một … bia*	một … biœ
verre	*cốc/ly* N/S	kốk/li N/S
pichet	*bình*	bìng
bouteille	*chai to*	tyʌï to
petite bouteille	*chai nhỏ*	tyʌï gnỏ

bia tươi/	biœ tuœï/	bière pression
hơi N/S	hœï N/S	
nước dừa	nuức zùœ	lait de coco
nước mía	nuức míœ	jus de canne à sucre
rượu nếp	juçou nép	alcool de riz
rượu rắn	juçou ján	alcool de serpent

au bar

tại quán bar

S'il vous plaît !
Xin lỗi! sin lỗi

C'est mon tour.
Đã đến lượt của tôi. dã dén luçt kóuœ tôï

Donnez-moi…
Cho tôi … tyo tôï …

La même chose, s'il vous plaît.
Cho một cái nữa. tyo một kấï nũœ

Sans glaçon.
Đừng cho nước đá vào.　dùng tyo nuœ́k đá vào

Je vous offre un verre.
Cho tôi mua một　tyo tôï mouœ một
ly rượu cho bạn.　li juœou tyo bạn

Que voulez-vous boire ?
Bạn thích uống gì?　bạn thík ouống zì

Je ne bois pas d'alcool.
Tôi không biết uống　tôï không biết ouống
rượu.　juœou

C'est ma tournée.
Tôi mời một chầu rượu　tôï mœ̀ï một tyœ̀ou juœou

Combien cela coûte-t-il ?
Cái đó bao nhiêu tiền?　káï đó bao gnieou tiền

Servez-vous à manger ?
Có phục vụ đồ ăn　kó fọuk vọu đồ an
ở đây không?　œ̉ dœ̆ï không

Bạn uống gì?	bạn ouống zì	**Que prenez-vous ?**
Bạn đã uống	bạn dã ouống	**Vous avez**
quá nhiều rồi.	kouá gnièou rồi	**assez bu.**
Bạn say lắm rồi!	bạn chaï lám rồi	**Vous êtes ivre !**

boire un verre

uống mừng

Vous entendrez souvent les gens trinquer dans les bars en déclamant *Trăm phần trăm!* tcham fền tcham (litt : cent pour cent). Il s'agit tout simplement d'une invitation à boire cul sec.

Santé !
Chúc sức khoẻ!   tyóuk chúk khouẻ

Ça fait du bien.
Uống cái này ngon lắm!   ouống kấï nàï ngon lám

Je me sens tout léger !
Tôi thấy mình vui vui!   tôï thốï mìng vouï vouï

Je crois que j'ai trop bu.
Tôi đã uống quá   tôï dã ouống kouá
nhiều rượu rồi.   gnièou juợou rồi

Je suis soûl.
Tôi say rồi.   tôï chaï rồi

Où sont les toilettes ?
Nhà vệ sinh ở đâu?   gnà vẹ ching ở dœou

Je suis fatigué, je ferais mieux de rentrer chez moi.
Tôi mệt rồi, tốt nhất   tôï mẹt rồi tốt gnốet
là đi về thôi.   là di vè thôï

Je ne pense pas que tu sois en état de conduire.
Bạn không nên lái xe.   bạn không nen lấï sê

Pouvez-vous m'appeler un taxi ?
Bạn có thể gọi taxi   bạn kó thẻ gọi ták si
cho tôi được không?   tyo tôï duợk không

À TABLE

faire les courses

Quelle est la spécialité de la région ?
Có những đặc sản   kó gnũng dạk chán
gì ở đây?   zì ở dœï

Qu'est-ce que c'est ?
Cái đó là cái gì?   kắï đó là kắï zì

Puis-je goûter ?
Tôi có thể ăn thử   tôï kó thẻ an thủ
được không?   dược không

Combien coûte un kilo de (riz) ?
Một cân (gạo) là bao   một kœn (gạo) là bạo
nhiêu?   gniêou

Puis-je avoir un sac, s'il vous plaît ?
Cho tôi xin một cái túi?   tyo tôï sin một kắï tóuï

Je n'ai pas besoin de sac, merci.
Tôi không cần bao.   tôï không kờen bạo

Donnez-moi...	*Cho tôi …*	tyo tôï …
(200) grammes	*(hai trăm) gam*	(hắï tram) gạm
(2) kilos	*(hai) cân*	(hắï) kœn
(3) morceaux	*(ba) cái*	(bạ) kắï
une bouteille	*một chai*	một tyắï
une douzaine	*một tá*	một tá
un paquet	*một gói*	một gói
une boîte	*một hộp*	một hộp
celui-ci/celui-là	*cái này/đó*	kắï nàï/dó

Bạn muốn mua gì?
    bạn mouốn mouœ zì   **Que voulez-vous ?**

Hết rồi.
    hét jồï   **Il n'y en a plus.**

Moins.	*Ít hơn.*	ít hœn
Un peu plus.	*Một chút nữa.*	một týóut nũœ
Ça suffit.	*Đủ rồi.*	dỏu jỗi
Auriez-vous… ?	*Bạn có … không?*	bạn kó … không
quelque chose de moins cher	*cái gì rẻ hơn*	kǎï zì jẻ hœn
autre chose	*những loại khác*	gnũng louại khák
Où se trouve le rayon (des)… ?	*Cho tôi biết chổ bán … ở đâu?*	tyo tôi biét tỗ bán … œ dœou
produits frais	*đồ sữa*	dỗ chũœ
surgelés	*đồ ướp lạnh*	dỗ uẩp lệng
fruits et légumes	*rau và hoa quả*	jʌou và houʌ kouá
boucherie	*thịt*	thịt
poissonnerie	*đồ biển*	dỗ biẻn

ustensiles de cuisine

đồ dùng nấu ăn

J'ai besoin d'un(e)…	*Tôi cần một …*	tôi kền một …
planche à découper	*cái thớt*	kǎï thœt
poêle à frire	*cái chảo rán*	kǎï tyáo ján
couteau	*con dao*	kon zʌo

Pour un vocabulaire plus étendu dans le registre de la cuisine, consultez le **dictionnaire**.

comment l'aimez-vous ?		
cuit	*nấu sẵn*	nốeou chãn
salé	*ướp muối*	uẩp mouổï
séché	*khô*	khô
frais	*tươi*	túœï
frit	*rán*	ján
congelé	*ướp lạnh*	uẩp lệng
cru	*sống*	chống
fumé	*hun khói*	houn khóï

commander

En dehors des restaurants pour touristes étrangers, ne vous attendez pas à ce que l'on sache vous dire si tel ou tel aliment contient du gluten ou de la caféine. Mieux vaut donc vous renseigner au préalable.

Y a-t-il un restaurant végétarien près d'ici ?
Có nhà hàng đồ chay   kó gnà hàng đồ tyaï
nào gần đây không?   nào gòen đœï không

Est-ce cuit dans/avec… ?
Có … ở trong đó không?   kó … ở tchong đó không

Avez-vous des aliments… ?	*Bạn có làm món gì theo luật … không?*	bạn kó làm món zì thêo louœt … không
halal	*Hồi giáo*	hồï záo
kascher	*Do Thái*	zo thấï

Pourriez-vous préparer un plat sans… ?	*Bạn có thể nấu những món không có … được không?*	bạn kó thể nốeou gnũng món không kó … dượk không
beurre	*bơ*	bœ
œufs	*trứng*	tchúng
bouillon de poisson	*nước hầm xương cá*	nuốk hòem sương ká
viande	*thịt đỏ*	thịt đỏ
bouillon de viande	*nước hầm xương thịt*	nuốk hòem sương thịt
glutamate	*mì chính*	mì týíng
huile	*dầu ăn*	zòeou an
porc	*thịt lợn/heo* N/S	thịt lợn/hêo N/S
volaille	*thịt gà hay vịt*	thịt gà haï vịt

163

Est-ce… ?	*Cái này có … không?*	kᴀ̈ï nài kó … không
(du poulet) élevé en plein air	*phải là (gà) ta*	fᴀ̈ï là (gà) tᴀ
à base d'OGM	*dùng thực phẩm biến đổi gen*	zoùng thụk fœ̂m bién đối jên
allégé en graisse	*ít chất béo*	ít tyœ́t bẻo
allégé en sucre	*ít đường*	ít duœ̀ng
biologique	*phải là rau trồng hữu cơ*	fᴀ̈ï là jœou tchồng hũou kœ

régimes spéciaux et allergies

ăn kiêng và dị ứng

Je suis un régime spécial.
Tôi đang theo chế độ ăn kiêng.
tôï dᴀng thêo tyé độ an kieng

Je suis végétarien/végétalien.
Tôi là người ăn chay/ ăn chay thuần túy
tôï là nguœ̀ï an tyᴀ̈ï/ an tyᴀ̈ï thouœ̀en túi

Je suis allergique à la/au(x)…	*Ăn … làm cho tôi bị dị ứng nặng.*	an … làm tyo tôï bị zị úng nạng
produits laitiers	*đồ làm từ sữa*	đồ làm tù chữœ
œufs	*trứng*	tchúng
gélatine	*chất giêlatin*	tyœ́t zelᴀtin
gluten	*chất glutên*	tyœ́t glouten
miel	*mật ong*	mœt ong
glutamate	*mì chính*	mì tyíng
noix	*các loại hạt*	kᴀ́k louᴀ̈ï hạt
cacahuètes	*hạt lạc*	hạt lak
fruits de mer	*đồ biển*	đồ bién
coquillages et crustacés	*tôm cua sò hến*	tôm kouœ chò hén

Ce lexique récapitule les principaux plats et ingrédients de la cuisine vietnamienne. Il vous permettra de profiter au mieux de vos découvertes culinaires et gastronomiques au restaurant et sur les marchés. Les termes sont classés dans l'ordre alphabétique vietnamien indiqué dans le tableau suivant. L'ordre des tons pour une même voyelle est le suivant : a, á, à, ả, ã, ạ. Les symboles **N** et **S** indiquent respectivement les traductions d'un mot dans le Nord et dans le Sud (pour plus de détails sur les parlers régionaux, consultez le chapitre **prononciation**, p. 15).

alphabet vietnamien

A a ʌ	Ă ă a	Â â œ	B b be	C c se	D d ze	Đ đ de	E e ê	Ê ê e
G g je	H h hat	I i i	K k kʌ	L l êlœ	M m êmœ	N n ênœ	O o o	Ô ô ô
Ơ ơ œ	P p pe	Q q kou	R r êrœ	S s êsœ	T t te	U u ou	Ư ư u	V v ve
X x êksœ	Y y igrêt							

A

anh đào êng dào *cerise*
anh túc êng tóuk
  graines de pavot (ou hạt sen)

B

bánh bêng *pain • gâteau • tarte*
bánh chay bêng tyaï *bouchée de riz gluant bouillie*
bánh chung bêng tyoung *gâteau de riz gluant farci à la viande cuit dans des feuilles de bananier*
bánh cốm bêng kốm *gâteau de riz collant vert*
bánh cuốn bêng kouôn *ravioli farci (porc, crevette, champignon) cuit à la vapeur*
bánh dày bêng zàï *gâteau de riz gluant*
bánh đa bêng dʌ *galette de riz*
bánh giò bêng zò *gâteau à la viande*
bánh hấp bêng hấp *bouchée à la farine de riz cuite à la vapeur*

bánh hỏi bêng hỏï *vermicelles de riz*
bánh Hue bêng houê *gâteau de riz farci de crevettes hachées*
bánh kẹp bêng kêp *crêpe*
bánh khoai bêng khouʌï *gâteau/crêpe à la patate douce*
bánh mì bêng mì *pain*
bánh mì kẹp bêng mì kêp *sandwich*
bánh mì nướng bêng mì nuống *pain grillé*
bánh mì thịt bêng mì thịt *rouleau à la viande (de porc en général) et aux légumes*
bánh nậm bêng nʌm *gâteau sucré*
bánh ngô non bêng ngô non *pain à la farine de maïs cuit à la vapeur*
bánh ngọt bêng ngọt *gâteau • pâtisserie*
bánh nướng bêng nuống *gâteau farci cuit au four*
bánh phở bêng fɤ *nouille de riz*
bánh phồng tôm bêng fòng tôm *beignet de crevette*
bánh tráng bêng tcháng *feuille de riz*

bánh tráng nem bẻng tcháng nêm *galette de riz*

bánh tro bẻng tcho *gâteau de riz gluant cuit dans un mélange d'eau, de noyaux de margousier grillés et pilés, et de citron vert, nappé d'un sirop sucré*

bánh ướt bẻng uớt *pâtes de riz coupées en fines lamelles pour soupes et fritures*

bánh xèo bẻng sèo *crêpe/omelette au porc et aux crevettes, enveloppée d'une feuille de laitue*

bánh xừng bò bẻng sùng bò *croissant*

bào ngư bào ngu *ormeau*

bạch hà bạk hà *menthe • menthe poivrée*

bạch tuột bạk tuột *pieuvre*

bắp báp *maïs*

bắp cải tàu báp kải tàou *chou chinois*

bắp chuối báp tyouỗi *fleur de bananier*

bắp non báp non *maïs nain*

bắp rang báp jʌng *maïs soufflé*

bia biœ *bière*

bia tươi/hơi N/S biœ tuœï/hœï *bière pression*

bí bí *courge*

bí xanh bí sẻng *courgette*

bò lá lốt bò lá lốt *viande de bœuf hachée enveloppée dans une feuille de bétel et cuite au barbecue*

bông cải xanh bông kải sẻng *brocolis*

bộ lòng bộ lòng *abats*

bột cà ri bột kà ri *poudre de curry*

bột lúa mì bột lóuœ mì *farine complète*

bột mì bột mì *farine de blé*

bơ bœ *beurre*

bún bóun *vermicelles de riz*

bún bò bóun bò *vermicelles de riz au bœuf sauté et au piment*

bún bò Huế bóun bò houé *soupe de vermicelles au bœuf sauté et au piment*

bún ốc bóun ốk *vermicelles aux escargots*

bưởi buởï *pamplemousse*

C

cam thảo kʌm thảo *réglisse*

canh kêng *soupe*

canh chua cá kêng tyouœ ká *soupe au poisson piquante*

cá ká *poisson*

cá basa ká bʌcha *poisson-chat (ou cá trê)*

cá hồi ká hồï *saumon*

cá lóc ká lók *poisson à tête de serpent (ou cá quả)*

cá mòi ká mòï *sardine*

cánh gà chiên kẻng gà tyien *ailes de poulet frites*

cá quả hấp với bia rau giá vị ká kouá hấp vớï biœ jʌou zá vị *poisson à tête de serpent mariné et cuit à la bière*

cà chua kà tyouœ *tomate*

cà phê kà fe *café*

cà phê đá kà fe đá *café noir frappé*

cà phê đen kà fe dên *café noir*

cà phê sữa kà fe sữœ *café au lait*

cà phê sữa đá kà fe sữœ đá *café au lait frappé*

cà ri kà ri *curry*

cà tím kà tím *aubergine*

cải bắp kải báp *chou*

cải bẹ trắng kải bẹ tchảng *chou blanc*

cải bru xen kải brou sên *chou de Bruxelles*

cải hoa kải houœ *chou-fleur*

cải tàu kải tàou *chou chinois*

cải xanh kải sẻng *chou vert*

chanh vàng tyêng vàng *citron*

chanh xanh tyêng sẻng *citron vert*

chay tyaï *végétarien a*

cháo tyáo *gruau de riz • soupe de riz*

chả cá tyả ká *poisson frit*

chả cá lã vọng tyả ká lã vọng *poisson mariné et frit sur un brasero servi avec des nouilles et des oignons nouveaux*

chả giò/nem rán N/S tyả zò/nêm ján *pâté impérial – galette de riz farcie au porc, soja, crabe et champignons noirs, roulée et frite, servie avec de la salade et des herbes, à tremper dans du nước chấm*

chả lụa tyả lọuœ *saucisson de porc (ou giò)*

chạo tôm tyạo tôm *canne à sucre farcie à la crevette*

chân tyœn *patte*

chân gà tyœn gà *patte de poulet*

chè tyè *thé • dessert à base de légumes*

chè bánh trôi tyè bẻng tchôï *boulettes de riz gluant farcies de purée de haricots mung, nappées d'un sirop à la noix de coco (ou chè trôi nước)*

chè thái tyề thÁi *crème de tapioca à la banane et à la crème de coco*
chim bồ câu tyim bồ kœou *pigeon*
chim cút tyim kóut *caille*
chôm chôm tyôm tyôm *ramboutan*
chuối tyouối *banane*
con cá trích kon ká tchík *hareng*
con mực kon mục *calmar*
con sò điệp kon chò diẹp *coquille Saint-Jacques*
cơm kœm *repas · riz blanc cuit*
cơm chiên kœm tyien *riz frit*
cơm hương giang kœm hương zang *riz aux légumes (spécialité de Huế)*
cua kouœ *crabe*
củ cà rốt kóu kà rốt *carotte*
củ cải kóu kảï *navet*
củ cải đỏ kóu kảï đỏ *radis rouge*
củ cải trắng kóu kảï tchắng *radis blanc (daikon)*
củ dền tím kóu zèn tím *betterave*
củ đậu kóu dœou *pois-manioc*
củ hành kóu hàng *oignon*
củ kiệu kóu kiệou *ciboule de Chine*
củ kiệu chua kóu kiệou tyouœ *petits oignons aigres-doux*
củ sen kóu sèn *rhizome de lotus*
cừu kùou *agneau*

D

dạ dày zạ zảï *tripes*
dâu dœou *baies*
dâu tằm dœou tàm *mûre*
dâu tây dœou tœï *fraise*
dấm zóem *vinaigre*
dầu zòeou *huile*
dầu hào zòeou hào *sauce à l'huître*
dầu mè zòeou mề *huile de sésame*
dồi tiết zồi tiét *boudin noir (accompagne la soupe de nouilles de Huế - bún Bò Huế)*
dưa zuœ *melon*
dưa chuột zuœ tyouọt *concombre (ou dưa leo)*
dưa chuột xanh zuœ tyouọt sêng *cornichon*
dưa hấu zuœ hấeou *pastèque (ou dưa đỏ)*
dưa vàng zuœ vàng *melon · melon brodé*

dưa xanh zuœ sêng *melon honeydew (à chair verte)*
dứa zúœ *ananas*
dừa zùœ *noix de coco*

Đ

đào dÀo *pêche*
đại hồi dẠi hồi *badiane · anis étoilé*
đậu dœou *dolique · haricot*
đậu bắp dœou bắp *gombo*
đậu đen dœou dên *dolique noir*
đậu đỏ dœou dỏ *dolique pourpre*
đậu đũa dœou dũœ *dolique asperge*
đậu đũa ngắn dœou dũœ ngắn *pois mange-tout*
đậu hà lan xanh dœou hà lan sêng *petit pois*
đậu hũ dœou hũu *lait de soja caillé · tofu*
đậu lăng dœou lang *lentille*
đậu nành dœou nằng *lentille de soja*
đậu phọng dœou fọng *graine d'arachide · cacahuète*
đậu phụ dœou fọu *voir đậu hũ*
đậu que dœou kouê *haricot vert*
đậu tằm dœou tàm *fève*
đậu tây dœou tœï *haricot vert*
đậu thân leo dœou thœn lêo *haricot d'Espagne*
đậu trắng dœou tchắng *haricot jaune · haricot beurre*
đậu vườn tươi dœou vuờen tuœï *petit pois · pois des jardins*
đậu xanh dœou sêng *haricot mung · mungo*
đinh hương ding hương *clou de girofle*
đu đủ dou đủu *papaye*
đùi lợn muối dòui lợn mouối *jambon (ou giăm bông)*
đường duờeng *sucre*
đường phen duờeng fên *sucre candi*

Ê

ếch ék *grenouille*

G

gan gan *foie*
gà gà *poulet*
gà lôi gà loï *faisan*

gà tây gà tœï *dinde*
gạo gạo *riz (cru)*
gia cầm zʌ kèm *volaille*
giá zʌ́ *pousse de soja*
gỏi cuốn gỏï kouốn *rouleau de printemps*
gỏi ngó sen gỏï ngó sèn *salade de tiges de lotus*
gừng gừng *gingembre*

H

hải sản hảï sản *fruits de mer*
hạt điều hạt dièou *noix de cajou*
hạt sen hạt sèn *graines de lotus*
heo rừng hèo rừng *sanglier*
hẹ tây hẹ tœï *échalote*
hến hén *moule*
hồng hồng *kaki*
hột dẻ hột zẻ *châtaigne*
hột vịt lộn hột vịt lộn *œuf de canard bouilli*

K

kem kêm *crème • crème glacée*
kẹo kẹo *bonbons • sucreries*
khế khé *carambole*
khoai lang khouaï lʌng *patate douce*
khoai mì khouaï mì *manioc*
khoai môn khouaï môn *taro*
khoai tây khouaï tœï *pomme de terre*
khoai tây chiên khouaï tœï tyien *pommes frites*
khô bò khô bò *bœuf séché*
khổ qua khổ kouʌ *melon amer (voir aussi mướp đắng)*

L

lá chuối lá tyouốï *feuille de bananier*
lá lốt lá lốt *feuille de bétel*
lạp xưởng lʌp sưởng *saucisse de porc épicée*
lẩu lẩou *ragoût*
lẩu dê lẩou ze *ragoût d'agneau ou de chèvre*
lẩu lươn lẩou lươn *ragoût d'anguille*
lê le *poire*
lòng lòng *abats*
lươn lươn *anguille*

M

măng cầu măng kồou *anone (voir aussi na)*
mắm nêm mám nem *saumure d'anchois*
mắm ruốc mám juốk *pâte de crevette épicée (ou mắm tôm)*
măng mang *pousses de bambou*
măng cụt mang kọut *mangoustan*
măng tây mang tœï *asperge*
mâm xôi mœm sôï *framboise*
mận mọen *prune*
mật ong mọet ong *miel*
me mê *tamarin*
men mèn *levure*
mè mề *graines de sésame*
miến mién *vermicelles*
mía míœ *canne à sucre*
mì mì *nouilles de blé*
mì ống mì ống *nouilles (en forme de tubes)*
mít mít *fruit du jaquier*
mộc nhĩ/nấm mèo N/S mộk gnĩ/nóem mèo *champignon noir • oreille de Judas*
món ăn nhẹ món an gnẹ *en-cas*
mơ mœ *abricot*
mỡ lợn mỡ lọen *saindoux*
muối mouốï *sel*
mù tạc mòu tʌk *moutarde*
mướp đắng muớp dáng *melon amer (ou khổ qua)*
mực mụk *calmar*
mực khô mụk khô *calmar séché*
mứt mút *confiture • fruit ou légume confit*
mứt mận khô mút mọen khô *pruneau*

N

na nʌ *anone*
nấm nóem *champignon*
nấm hương nóem hương *champignon parfumé • agaric de senteur*
nấm rơm nóem jœm *volvaire (champignon)*
nem nêm *saucisse de porc (souvent utilisée dans les sandwichs)*
nem nướng nêm nướng *boulettes de viande grillées, servies avec des nouilles de riz et de la sauce de poisson*

nem rán N nêm ján *pâté impérial (voir chả giò)*

ngô ngô *maïs*

ngỗng ngỗng *oie*

ngũ vị hương ngũ vị hương *mélange de cinq épices*

nhãn gnán *longane*

nho gno *raisin*

nước nướk *eau*

nước cam nướk kam *jus d'orange*

nước chấm nướk tyấm *sauce à base de saumure de poisson, de sucre, de jus de citron vert et de piment*

nước dừa nướk zừe *lait de coco*

nước mắm nướk mắm *sauce de poisson • saumure de poisson*

nước mía nướk míœ *jus de canne à sucre*

nước ngọt nướk ngọt *boisson gazeuse*

nước tương nướk tương *sauce de soja*

nước sô-đa nướk chôdα *eau minérale gazeuse*

nước suối nướk chouối *eau minérale plate*

Ô

ô mai ô maï *abricots (ou autres petits fruits) confits dans du sel, de la réglisse et du gingembre*

ốc ốk *escargot*

ốc cuốn chả ốk kuốn tyả *escargots roulés et grillés*

ốc hấp bia ốk hấp biœ *escargots à la bière*

ốc xào cả vỏ ốk xào cá vỏ *escargots frits (dans leur coquille)*

ổi ổï *goyave*

Ơ

ớt ớt *piment*

ớt hiếm ớt hiem *petit piment très fort*

ớt ngọt ớt ngọt *poivron*

ớt xanh ớt sêng *poivron vert*

P

pho mát fo mát *fromage*

phòng phong fòng fong *panais*

phở fởe *soupe de nouilles au bœuf ou au poulet*

phở bò fởe bò *soupe de nouilles au bœuf*

phở gà fởe gà *soupe de nouilles au poulet*

Q

quả/trái bơ N/S kouả/tchấï bœ *avocat*

quê koue *cannelle*

quít kouít *mandarine • clémentine*

R

rau cải ngọt jαou kẩï ngọt *chou chinois*

rau má jαou má *centelle asiatique*

rau muống jαou mouống *liseron d'eau*

rau mùi N jαou mouï *coriandre*

rau ngò S jαou ngò *coriandre chinoise • panicaut fétide*

rau sống jαou chống *légumes*

rau xanh jαou sêng *légumes verts*

rau xà lách jαou sà lếk *salade • laitue*

rau giấm jαou zấm *légumes aigres-doux*

rượu jượou *vin*

rượu cần jượou kần *alcool de riz léger*

rượu cồn jượou kồn *spiritueux*

rượu nếp jượou nếp *alcool de riz*

rượu rắn jượou ján *alcool de serpent (alcool de riz où marine un serpent à l'aigre-douce)*

rượu sâm banh jượou chœm bêng *champagne*

rượu vang có ga jượou vαng kó gα *vin pétillant*

rượu vang đỏ jượou vαng dỏ *vin rouge*

rượu vang trắng jượou vαng tcháng *vin blanc*

S

sa lát chα lát *salade*

sà lách son chα lếk chon *cresson (ou cải xoong)*

sầu riêng chừœou jieng *durian*

sò chò *coquillage (générique)*

sô cô la chô kô lα *chocolat*

sữa chữœ *lait*

sữa chua chữœ tyouœ *yaourt*

sữa đậu nành chữœ dœou nàng *lait de soja*

sữa tươi không béo chữœ tươï không béo *lait écrémé*

sườn chườn *travers • côtes*

T

táo táo *pomme*

thận thœn *rein*

thì là thì là *fenouil*

thịt bê thịt be *veau*

thịt bò thịt bò *bœuf*

thịt chó thịt tyó *chien*

thịt cừu thịt kùou *agneau*

thịt heo hun khói thịt hêo houn khóï *bacon*

thịt kho nước dừa thịt kho nuứk zùœ *porc mijoté au caramel et au lait de coco*

thịt lợn/heo N/S thịt lợn/hêo *porc*

thịt nướng thịt nuứng *viande grillée*

thịt rắn thịt ján *serpent*

thỏ thỏ *lapin*

tiêu tieou *poivre*

tim tim *cœur*

tỏi tỏï *ail*

tôm tôm *crevette*

tôm đất tôm đớet *crevette glissante (ou tôm rảo)*

tôm hùm tôm hòum *homard*

tôm khô tôm khô *crevette séchée*

tôm to tôm to *bouquet (crevette)*

tôm xào hành nấm tôm sào hềng nóem *crevettes sautées aux champignons*

trái bí đỏ tyáï bí đỏ *citrouille*

trái bưởi tây tyáï buới tœï *pamplemousse*

trái cam tyáï kʌm *orange*

trái cây tyáï kœï *fruit*

trái chanh dây tyáï tyêng tœï *fruit de la passion*

trái đậu tyáï dœou *légumineuse*

trái nho khô tyáï gno khô *raisin sec*

trà tchà *thé (ou chè)*

trầu không tchœou không *bétel*

trứng tchúng *œuf*

trứng bóc vỏ luộc tchúng bók vỏ louộk *œuf poché*

trứng luộc chín tchúng louộk tyín *œuf dur*

trứng tráng tchúng tcháng *omelette*

trứng vừa chín tchúng vừœ tyín *œuf mollet*

tương tuœng *sauce de soja*

tương ớt tuœng ớt *sauce pimentée*

V

vải váï *litchi*

vịt vịt *canard*

X

xá xíu sá síou *porc au barbecue*

xả sả *citronnelle*

xì dầu sì zœou *sauce de soja*

xoài souáï *mangue*

xôi sôï *riz gluant cuit*

xúc xích lợn sóuk sík lợn *saucisson de porc*

xúc xích Ý óuk sík í *salami*

xúp sóup *soupe*

xương sườn suœng suờn *travers • côte levée*

l'essentiel

trường hợp khẩn cấp

Au secours !	*Cứu tôi với!*	kúou tôï vớï
Arrêtez-vous !	*Dừng lại đi!*	zùng lại di
Allez-vous-en !	*Đi đi!*	di di
Au voleur !	*Cướp!*	kuớp
Au feu !	*Cháy!*	tyáï
Attention !	*Cẩn thận!*	kỏen thẹn

Appelez la police !
Gọi cảnh sát đến!   gọï kẻnh chát dén

Appelez un médecin !
Gọi bác sĩ đến!   gọï bák chĩ dén

Appelez une ambulance !
Gọi xe cứu thương đến!   gọï sẻ kúou thưœng dén

C'est une urgence.
Đó là một ca   dó là một kạ
cấp cứu.   kấp kúou

Il y a eu un accident.
Có một tai nạn.   kó một taĩ nạn

Puis-je utiliser votre téléphone ?
Tôi có thể dùng điện thoại   tôï kó thẻ zòung diẹn thouạĩ
của bạn được không?   kủœ bạn dượk không

---

panneaux indicateurs

Bệnh Viện	bẹng vien	**Hôpital**
Cảnh Sát	kẻng chát	**Police**
Đồn Cảnh Sát	dồn kẻng chát	**Commissariat de police**
Phòng Cấp Cứu	fòng kấp kúou	**Service des urgences**

Pourriez-vous m'aider, s'il vous plaît ?
Làm ơn giúp đỡ.   làm ơn zóup dã

Je me suis perdu.
Tôi bị lạc.   tôi bị lạk

Où sont les toilettes ?
Nhà vệ sinh ở đâu?   gnà vẹ ching ở dœou

Est-ce sûr (pour)… ?	*Nó có an toàn*	nó kó ʌn touàn
	… không?	… không
la nuit	*vào ban đêm*	vào ban dem
les homo-sexuels	*cho những người đồng tính nam*	tyo gnũng nguờï đồng tíng
les touristes	*cho khách du lịch*	tyo khẻk zou lịk
les femmes	*cho phụ nữ*	tyo fọu nũ
une personne seule	*cho bản thân*	tyo bản thœn

police

Où se trouve le poste de police ?
Đồn cảnh sát ở đâu?   dồn kẻng chát ở dœou

Veuillez téléphoner à la police touristique.
Làm ơn gọi đến phòng Cảnh Sát Du Lịch.   làm ơn gọi dén fòng kẻng chát zou lịk

Je souhaite porter plainte.
Tôi muốn tường trình một hành vi phạm tội.   tôi mouốn tuờng tchình một hềng vi fạm tộï

C'était lui/elle.
Đó là anh/cô ấy.   dó là êng/kô ớï

J'ai une assurance.
Tôi có bảo hiểm.   tôi kó bảo hiểm

J'ai été…	*Tôi đã từng bị …*	tôi dã tùng bị …
attaqué	*hành hung*	hềng houng
violé	*hiếp dâm*	hiép zœm
volé	*ăn cướp*	an kuớp

On m'a volé mon/ma/mes...	... của tôi đã bị lấy cắp.	... kủœ tôi đã bị lốeï káp.
carte de crédit	Thẻ tín dụng	thẻ tín zọung
sac à main	Túi sách tay	tóuï chék tœï
papiers	Giấy tờ	zéeï tờ
passeport	Hộ chiếu	hộ tyiéou
portefeuille	Ví	ví

J'ai perdu mon/mes...	Tôi đã bị mất ...	tôi đã bị mốet ...
sac à dos	ba lô	bA lô
sacs	túi sách	tóuï chék
bijoux	trang sức	tchAng chúk
argent	tiền	tièn
chèques de voyage	séc du lịch	chék zou lịk

De quoi suis-je accusé ?
Tôi bị kết tội gì?   tôi bị két tội zì

Je ne savais pas que je faisais quelque chose de mal.
Tôi không hề biết là tôi   tôi không hè biét là tôi
đã làm điều gì sai trái.   đã làm dièou zì chaï tchaï

Ce n'est pas moi qui l'ai fait.
Tôi đã không làm điều đó.   tôi đã không làm dièou dó

Puis-je payer l'amende tout de suite ?
Tôi có thể trả tiền phạt   tôi kó thẻ tchả tièn fạt
ngay ở đây được không?   ngaï ở dœï duợk không

Puis-je passer un appel téléphonique ?
Tôi có thể gọi điện   tôi kó thẻ gọï diẹn
thoại được không?   thoụaï duợk không

Puis-je parler à un avocat (francophone) ?
Tôi có thể có một luật   tôi kó thẻ kó một luợet
sư (nói tiếng Pháp)   chu (nóï tiéng fáp)
được không?   duợk không

Ce médicament est destiné à mon usage personnel.
Thuốc này là để   thuốk nàï là dé
sử dụng cá nhân.   chủ zọung kả gnœn

J'ai une ordonnance pour ce médicament.
Tôi có đơn thuốc cho   tôi kó dœn thuốk tyo
loại thuốc này.   luọaï thuốk nàï

Je veux contacter mon…	Tôi muốn liên lạc với …	tôï mouốn lien lạk vớï …
consulat	lãnh sự quán	lễng chụ kouάn
ambassade	đại sứ quán	dạï chú kouάn

Anh/Cô bị buộc tội về … **m/f**	êng/kô bị bouộk tộï vè …	**Vous êtes accusé d'/de…**
ăn cắp	an káp	**vol à l'étalage**
ăn trộm	an tchộm	**vol**
hành vi chiếm hữu tài sản trái phép	hềng vi tyi ém hũou tãï chản tchãï fếp	**détention de substances illicites**
hành vi chống đối chính quyền	hềng vi tyống dốï týing kouièn	**activité anti-gouvernementale**
không có thị thực nhập cảnh	không kó thị thụk gnọep kẻng	**défaut de visa**
tội hành hung	tộï hềng houng	**agression**
tội quấy rối trật tự	tộï kouấï jốï tchẹet tụ	**trouble à l'ordre public**
visa hết hạn	vịsʌ hét hạn	**séjourner ici avec un visa périmé**
Sẽ bị phạt tiền do …	chẽ bị fạt tièn zo …	**C'est une amende pour…**
đi xe quá tốc độ cho phép	di se kouά tốk dộ tyo fếp	**excès- de vitesse**
đỗ xe không đúng chỗ quy định	dỗ se không doúng tyỗ koui dịng	**stationnement illégal**

consulter un professionnel de santé

bác sĩ

Où se trouve ... le/la plus proche ?	... gần nhất ở đâu?	... gền gnóet ớ dœou
le dentiste	Phòng khám nha khoa	fòng khám gna khoua
le médecin	Bác sĩ	bák chĩ
le service des urgences	Phòng cấp cứu	fòng kấep kúou
l'hôpital	Bệnh viện	bẹng vien
le centre médical	Trung tâm khám bệnh	tchoung tœm khám bẹng
l'ophtalmologue	chuyên gia khoa mắt	tyouien za khoua mát
la pharmacie (de garde)	Cửa hàng dược phẩm (mở đêm)	kủœ hàng zuœk fấem (mở dem)

Je voudrais voir un médecin (qui parle français).
Tôi cần khám một bác sĩ (nói tiếng Pháp).
tôï kền khám một bák chĩ (nóï tiéng fáp)

Puis-je voir un médecin femme ?
Tôi có thể gặp một bác sĩ nữ được không?
tôï kó thẻ gạp một bák chĩ nũ duœk không

Le médecin peut-il venir me voir ?
Bác sĩ có thể đến đây được không?
bák chĩ kó thẻ dén dœï duœk không

Y a-t-il un numéro spécial pour les urgences nocturnes ?
Trong trường hợp khẩn cấp có số nào để gọi ngoài giờ làm việc không?
tchong tchườeng hợp khẻen kấep kó chố nào dẻ gọï ngouaï zờ làm việk không

Je n'ai plus les médicaments que je prends d'habitude.
Tôi đã hết thuốc điều trị.
tôï dã hét thouốk dièou tchị

C'est mon médicament habituel.
Đây là thuốc uống bình   dœï là thouốk ouống bìng
thường của tôi.   thừœng kỏuœ tôï

Mon enfant pèse (20) kilos.
Con tôi nặng   kon tôï nạng
(hai mươi) cân.   (haï muœï) kœn

La posologie est de…
Đơn thuốc của tôi là …   dœn thouốk kỏuœ tôï là …

Combien vous dois-je ?
Cái đó là bao nhiêu?   káï dó là bảo gnieou

Puis-je avoir un reçu pour mon assurance ?
Cho xin hoá đơn để gửi   tyo sin houá dœn dé gửi
cho công ty bảo hiểm   tyo kông ti bảo hiém
được không?   dượk không

Je ne veux pas de transfusion sanguine.
Tôi không muốn   tôï không mouốn
truyền máu.   tchouièn máou

Pouvez-vous utiliser une seringue neuve ?
Xin hãy dùng ống   sin hãï zòung ống
tiêm mới.   tiem mœï

J'ai apporté ma propre seringue.
Tôi có ống tiêm của   tôï kó ống tiem kỏuœ
mình rồi.   mìng jồi

Je suis	*Tôi đã tiêm*	tôï dã tiem
vacciné	*vắc-xin*	váksin
contre…	*phòng bệnh …*	fòng bệng …
Il/elle est	*Anh/Cô ấy đã*	êng/kô ốï dã
vacciné(e)	*tiêm vắc-xin*	tiem váksin
contre…	*phòng bệnh …*	fòng bệng …
l'hépatite	*viêm gan*	viem gan
A/B/C	*A/B/C*	a/be/se
le tétanos	*uốn ván*	ouốn ván
la typhoïde	*sốt thương hàn*	chốt thuœng hàn
Il me faut de	*Tôi cần … mới.*	tôï kœn … mœï
nouvelles…		
lentilles	*kính áp tròng*	kíng áp tchòng
lunettes	*kính*	kíng

Bạn có vấn đề gì?
bạn kó vớen dè zì

Quel est le problème ?

Bạn thấy đau ở chỗ nào?
bạn théeï đaou ở tyỗ nào

Où avez-vous mal ?

Bạn có bị sốt không?
bạn kó bị chốt không

Avez-vous de la fièvre ?

Bạn bị đau như thế này bao lâu rồi?
bạn bị đaou gnu thế
nàï bao lœou jồi

Depuis combien de temps êtes-vous ainsi ?

Bạn đã bị như thế này bao giờ chưa?
bạn dã bị gnu thế
nàï bao zờ tyuœ

Cela vous est-il déjà arrivé ?

Gần đây bạn đã có quan hệ tình dục với ai không?
gòen dœï bạn dã kó quan
hẹ tìng zọuk vớeï aï không

Avez-vous eu des relations sexuelles ?

Bạn đã bao giờ có quan hệ tình dục mà không dùng đến biện pháp an toàn chưa?
bạn dã bao zờ kó quan hẹ
tìng zọuk mà không zòung dén
biện fáp an touàn tyuœ

Avez-vous eu des rapports non protégés ?

Bạn có dùng ma tuý không?
bạn kó zòung ma touí không

Vous droguez-vous ?

Bạn có hút thuốc lá không?
bạn kó hóut thouốk lá không

Est-ce que vous fumez ?

Bạn có uống rượu không?
bạn kó ouống juœou không

Est-ce que vous buvez ?

Bạn bị dị ứng cái gì không?
bạn bị zị úng
káï zì không

Êtes-vous allergique à quelque chose ?

Bạn đang dùng thuốc không?
bạn dang zòung thouốk không

Suivez-vous un traitement ?

Bạn định đi du lịch bao nhiêu lâu?
bạn dịng zou lịk
bao gnieou lœou

Combien de temps comptez-vous voyager ?

Bạn cần phải nhập viện.
bạn kòen fáï gnœp viện

Vous devez être hospitalisé.

Bạn nên đi khám lại khi bạn về nước.
bạn nen di khám lạï
khi bạn vè nuœk

Faites-vous ausculter par votre médecin à votre retour.

Bạn nên đi về nước để điều trị bệnh luôn.
bạn nen di vè
nuœk dé dièou
tchị bẹng louôn

Vous devriez rentrer dans votre pays pour suivre un traitement.

Bạn mắc bệnh tưởng.
bạn mák bẹng tưởng

Vous êtes hypocondriaque.

symptômes et condition physique

triệu chứng và bệnh tật

Je suis malade.	*Tôi bị ốm.*	tôï bị ốm
Mon (enfant) est malade.	*(Con) của tôi đang bị ốm.*	(kon) kủuœ tôï dẠng bị ốm
Il/elle a/fait un(e)…	*Anh/Cô ấy đang …*	êng/kô œ̂ï dẠng …
réaction allergique	*bị dị ứng*	bị zị úng
crise d'asthme	*bị cơn hen suyễn*	bị kœn hên chouiên
des contractions (pour accoucher)	*đau đẻ*	dẠou dẻ

| crise d'épilepsie | bị cơn động kinh | bị kɑn dộng king |
| attaque cardiaque | bị cơn đau tim | bị kɑn dɑou tim |

J'ai/je suis…	Tôi bị …	tôï bị…
Il/elle est/a…	Anh/Cô ấy bị …	êng/kô ɶï bị …
blessé(e)	chấn thương	týɶn thuɑng
vomi	nôn	nôn

Je me sens/J'ai…	Tôi cảm thấy …	tôï kảm thɶï …
oppressé	hồi hộp	hồi hộp
mieux	tốt hơn	tốt hɑn
déprimé	trầm cảm	tchòɶm kảm
des vertiges	choáng mặt	tyouáng mạt
tantôt chaud	vừa nóng	vùɶ nóng
tantôt froid	vừa lạnh	vùɶ lệng
nauséeux	buồn nôn	bouồn nôn
des tremblements	lạnh run	lệng joun
bizarre	lạ	lạ
faible	yếu	iéou
moins bien	đau nhiều hơn	dɑou gnièou hɑn

J'ai mal ici.
Nó đau ở chỗ này.   nó dɑou ɶ tyổ nàï

Je suis déshydraté.
Tôi đang bị thiếu nước.   tôï dɑng bị thiéou nuɑ́k

Je n'arrive pas à dormir.
Tôi không ngủ được.   tôï không ngồu dưɶk

Je crois que c'est le médicament que je prends.
Tôi nghĩ nó do thuốc   tôï nghĩ nó zo thouốk
mà tôi đang dùng.   mà tôï dɑng zoùng

Je prends des médicaments pour…
Tôi đang dùng thuốc   tôï dɑng zoùng thouốk
để điều trị bệnh …   dẻ dièou tchị bệng …

Il/elle prend des médicaments pour…
Anh/Cô ấy đang dùng   êng/kô ɶï dɑng zoùng
thuốc để điều   thouốk dẻ dièou
trị bệnh …   tchị bệng …

J'ai…
>   *Tôi bị …*   tôï bị …

Il/Elle a…
>   *Anh/Cô ấy bị …*   êng/kô ǽï bị …

asthme	*bệnh hen suyễn*	bẹng hen chouiẽn
rhume	*cảm*	kám
constipation	*táo bón*	táo bón
toux	*ho*	ho
dengue	*bệnh sốt xuất huyết*	bẹng chốt souǽt houiét
diabète	*bệnh tiểu đường*	bẹng tieou duừng
diarrhée	*tiêu chảy*	tieou tyả̈ï
fièvre	*sốt*	chốt
mal de tête	*đau đầu*	dʌou dầeou
insolation	*say nắng*	chả̈ï náng
paludisme	*bệnh sốt rét*	bẹng chốt jét
nausée	*buồn nôn*	bouồn nôn
douleur	*đau*	dʌou
mal de gorge	*viêm họng*	viem họng
coup de soleil	*sự rám nắng*	chụ jám náng

santé au féminin

sức khoẻ của phụ nữ

(Je pense que) Je suis enceinte.
>   *(Tôi nghĩ) Tôi có bầu.*   (tôï nghĩ) tôï kó bầeou

Je prends la pilule.
>   *Tôi đang dùng thuốc*   tôï dʌng zoùng thouốk
>   *tránh thai.*   tchếng thả̈ï

Je n'ai pas eu mes règles depuis (6) semaines.
>   *Hơn (sáu) tuần rồi tôi*   hơn (cháou) touèn jồï tôï
>   *không bị hành kinh.*   không bị hềng king

J'ai remarqué une grosseur ici.
>   *Tôi mới thấy tôi*   tôï mớ̈ï thếï tôï
>   *có u ở đây.*   kó ou ở̈ dơ̈ï

Avez-vous quelque chose pour soulager les (douleurs menstruelles) ?

Bạn có thuốc gì để giảm (đau bụng hành kinh) không?

bạn kó thouốk zì dẻ zảm (dảou boụng hềng king) không

J'ai une… *Tôi đang bị …* tôi dang bị …
  infection *nhiễm trùng* gniễm tchòung
  urinaire *đường tiết niệu* dừơng tiét niệou
  levurose *bệnh phụ khoa* bệng fọu khouʌ

Il me faut… *Tôi cần … thai.* tôi kờen … thaï
  un contraceptif *thuốc ngừa* thouốk ngừœ
  la pilule du lendemain *thuốc tránh* thouốk tchếng
  un test de grossesse *khám* khám

ce que le médecin dira peut-être…

Bạn có dùng phương pháp nào để tránh thai không?
bạn kó zoùng fưœng fáp nào dẻ tchếng thaï không
Utilisez-vous un contraceptif ?

Bạn có đang bị hành kinh không?
bạn kó dang bị hềng king không
Avez-vous vos règles ?

Bạn có bầu không?
bạn kó bờeou không
Êtes-vous enceinte ?

Kỳ hành kinh cuối cùng của bạn là bao giờ?
kì hềng king kuối koùng kủœ bạn là bao zờœ
Quand avez-vous eu vos dernières règles ?

Bạn có bầu. N
Bạn đang mang thai. S
bạn kó bờeou N
bạn dang mang thaï S
Vous êtes enceinte.

santé

181

allergies

Je fais une allergie cutanée.	*Tôi bị dị ứng ngoài da.*	tôi bị zị úng ngouAï za
Je suis allergique à/au(x)…	*… làm tôi bị dị ứng.*	… làm tôi bị zị úng
Il/Elle est allergique à/au(x)…	*… làm anh/cô ấy bị dị ứng.*	… làm êng/kô ớï bị zị úng
antibiotiques	*Thuốc kháng sinh*	thouốk kháng ching
anti-inflammatoires	*Thuốc chống viêm*	thouốk tyống viem
l'aspirine	*Thuốc giảm đau*	thouốk zAm dAou
abeilles	*Con ong*	kon ong
la codéine	*Thuốc côđêin*	thouốk kodein
la pénicilline	*Thuốc pênicilin*	thouốk penisilin
pollen	*Phấn hoa*	phớen houA
médicaments à base de soufre	*Thuốc có chất lưu huỳnh*	thouốk kó tyớet louu houìng
antihistaminiques	*thuốc chống dị ứng phấn hoa*	thouốk tyống zị úng phớen houA
inhalateur	*ống xịt thuốc*	ống sịt thouốk
piqûre	*phát tiêm*	fÁt tiem

Pour les termes liés aux allergies alimentaires, reportez-vous au chapitre **végétariens/régimes spéciaux**, p. 164.

---

une huile qui fait du bien

Vous trouverez partout de petits flacons d'une huile verte (*dầu xanh* zèou sêng) qui soulage toutes sortes de maux. Ce médicament traditionnel contient du camphre, du menthol et de l'eucalyptus. Appliquez-le sur les tempes, les articulations et sur d'autres points sensibles. Il pourra notamment soulager vos maux de tête. Quelques gouttes sur un mouchoir dont vous vous couvrirez le nez chasseront les mauvaises odeurs.

les parties du corps

những bộ phận cơ thể

J'ai mal à/au…
... *của tôi đang bị đau.* ... kóuœ tôï dʌng bị dɑou

Je ne peux plus bouger le/la/les…
... *của tôi không vận* ... kóuœ tôï không vœn
động được. dộng dưœk

J'ai une crampe à/au…
... *bị chuột rút.* ... bị tyouột joút

J'ai le/la … enflé(e).
... *của tôi đang* ... kóuœ tôï dɑng
bị sưng. bị chung

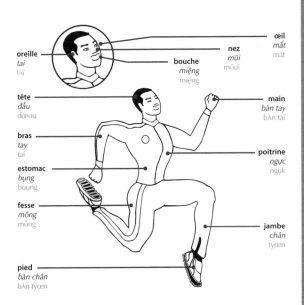

œil
mắt
mát

oreille
tai
tɑï

nez
mũi
mõuï

bouche
miệng
miệng

tête
đầu
dờeou

main
bàn tay
bʌn taï

bras
tay
taï

poitrine
ngực
nguk

estomac
bụng
boung

fesse
mông
mông

jambe
chân
tyœn

pied
bàn chân
bʌn tyœn

médecines douces

Je ne prends pas de (médicaments occidentaux).
Tôi không dùng (thuốc tây).   tôï không zoùng (thouốk tœï)

Je préfère...	*Tôi thích ... hơn.*	tôï thík ... hơn
Puis-je voir	*Tôi có thể gặp*	tôï kó thể gạp
un... ?	*bác sĩ chuyên*	bÁk chĩ tyouien
	gia về ...?	zA vè ...
acupuncteur	*chẩm cứu*	tyÁem kúou
médecin	*thuốc cổ*	thouốk kổ
phytothérapeute	*truyền*	tchouièn
naturopathe	*thiên nhiên*	thien gnien
	liệu pháp (không	liẹou fÁp (không
	dùng thuốc)	zoùng thouốk)
réflexologue	*vật lý trị liệu*	vọt lí tchị liẹou

---

bien dans sa peau

Si vous ne vous sentez pas bien, pourquoi ne pas essayer l'un des traitements suivants, issus de la médecine traditionnelle chinoise – *đông y* dông i ?

cạo gió   kạo zó
Cette pratique consiste à tracer des lignes sur la peau à l'aide d'une pièce de monnaie trempée dans l'huile. Elle permettrait d'évacuer la maladie et de rééquilibrer le corps. Les marques vives disparaissent au bout de quelques jours.

giác   zÁk
Ce traitement s'apparente à l'acupression. De petites coupelles en verre sont chauffées puis posées à même la peau en des points précis. La chaleur crée un vide, qui provoque un effet de succion de la peau. On utilise plusieurs coupelles sur le dos, une seule au milieu du front. Le patient conserve des marques pendant quelques jours. Comme la technique précédente, ce traitement est censé extraire les impuretés à l'origine d'un rhume ou d'une grippe et soigner toutes sortes d'autres maux.

à la pharmacie

J'ai besoin de quelque chose pour (mon mal de tête).
Tôi cần thuốc (đau đầu).   tôï kằn thouốk (dʌou dòeou)

Faut-il une ordonnance pour avoir des (antihistaminiques) ?
Tôi có cần đơn thuốc   tôï kó kằn dʌn thouốk
cho (thuốc chống dị   tyo (thouốk tyống zị
ứng phấn hoa)?   ứng fốen houʌ)

J'ai une ordonnance.
Tôi có đơn thuốc đây.   tôï kó dʌn thouốk dœï

Quelle est la posologie ?
Liều lượng chính   lièou lượng tyíng
xác là gì?   sák là zì

Combien de fois par jour ?
Mấy lần một ngày?   mấeï lằen một ngàï

Y a-t-il des risques d'assoupissement ?
Thuốc này có gây   thouốk nàï kó gœï
buồn ngủ không?   bouồn ngỏu không

antiseptique	*thuốc diệt trùng*	thouốk ziệt tchoùng
préservatif	*bao cao su*	bʌo kʌo chou
contraceptif	*thuốc tránh thai*	thouốk tchếng thaï
analgésique	*thuốc giảm đau*	thouốk zắm dʌou
sels de	*thuốc muối*	thouốk mouốï
réhydratation	*bù nước*	bòu nuốk

santé

185

chez le dentiste

J'ai un(e)…	Tôi bị …	tôi bị …
dent cassée	gẫy một cái răng	gẽeï một kắi jang
trou dans une dent	sâu răng	chœou jang
rage de dent	đau răng	dᴀou jang

Mon appareil dentaire est cassé.
Bộ răng giả của tôi bị hỏng. bộ jang zᴀ́ kóuœ tôï bị hỏng

J'ai mal aux gencives.
Lợi của tôi đang bị đau. lợï kóuœ tôï dᴀng bị dᴀou

Je ne veux pas que vous me l'arrachiez.
Tôi không muốn nhổ răng. tôï không mouốn gnổ jang

Faites-moi un(e)…	Tôi cần …	tôï kờen …
anesthésie	thuốc gây tê	thouốk gœï te
plombage	vật liệu	vọet lièou
	trám răng	tchᴀ́m jang

---

ce que le dentiste dira peut-être…

Cái này chắc không đau. kắi nàï tyák không dᴀou	**Ça ne fera pas mal du tout.**
Cứ cắn vào cái này. kú kán vᴀo kắi nàï	**Mordez.**
Cứ mở miệng rộng. kú mœ miệng jông	**Ouvrez grand.**
Đừng cứ động. dùng kủ dộng	**Ne bougez pas.**
Súc miệng đi! chúk miệng di	**Rincez-vous la bouche !**
Lại đây, tôi chưa xong. lᴀï dœï tôï tyuœ song	**Revenez, je n'ai pas fini.**

DICTIONNAIRE >
français/vietnamien

Les symboles **n**, **a**, **adv**, **prép** et **v** (nom, adjectif, adverbe, préposition et verbe) apporteront des précisions sur la nature d'un mot si nécessaire. **N** et **S** indiqueront si un mot est employé spécifiquement dans le Nord du pays, ou dans le Sud (pour plus de détails sur les régionalismes, consultez la rubrique **parlers régionaux**, p. 15). Pour les termes liés à la nourriture, reportez-vous au **lexique culinaire**, p. 165.

A

à *prép tại* TẠI

à bord (bateau) *trên tàu* tchen TÀou

à-côté (de) *bên cạnh* ben kệng

à l'aise *thoải mái* thouẢI MÁI

à l'arrière (position) *ở đằng sau* ở dàng chẠou

à l'avance *trước* tchuẤk

à l'avant *về phía trước* về fíœ tchuẤk

à l'étranger *nước ngoài* sắp nuẤk ngouẰI cháp

à l'ombre *chỗ râm mát* tỷỔ jœm MÁT

à la mode (personne) *hợp thời trang* hợp thời tchang

à nouveau *lại* LẠI

à temps plein *nguyên ngày* ngouien ngàI

à temps partiel *giờ ngắn* zờ ngán

abeille *con ong* kon ong

abri (montagne) *túp lều trên núi* toúp lèou tchen nóuí

abrupt *dốc* zốk

accepter *nhận* gnœn

accident *tai nạn* TẠI ṆAn

accueil (hôtel) *quầy ghi danh* kouèè ghi zèng

acheter *mua* mouœ

acte de naissance *giấy khai sinh* zếẽ khaï ching

acteur *tài tử* TÀI tú

acupuncture *châm cứu* tỵœm kúou

adaptateur *ổ cắm điện* ổ kám diện

admettre *thú nhận* thoú gnœn

administration *hành chánh* hềng tyếng

adresse *địa chỉ* dịœ tyỉ

adulte *người lớn* ngườì lớn

aérobic *thể dục thẩm mỹ* thể zọuk thœm mĩ

aéroport *sân bay* chœn baï

affaires courantes *những sự kiện quan trọng trên thế giới* gnũng chụ kiện kouan tchọng tchen thế zớí

affiche publicitaire *bích chương quảng cáo* bík tyuœng kouẢng kÁo

affranchissement *bưu phí* buou fí

Afrique *Châu Phi* tyœou fi

âge *tuổi* touổí

agence de presse *thông tấn xã* thông tớn sẠ

agence de voyages *văn phòng đại lý du lịch* van fòng DẠI lí zou lịk

agence immobilière *hãng thuê và bán nhà cửa đất đai* hãng thoue và bÁn gnà kủœ dớt daï

agent de police *cảnh sát* kẢng chát

agent immobilier *người thuê và bán nhà cửa đất đai* ngườì thoue và bÁn gnà kủœ dớt daï

agriculture *nông nghiệp* nông nghiệp

aide *giúp đỡ* zoúp dỡ

aider *giúp* zoúp

aiguille (couture) *kim may* kim maï
 • **(seringue)** *kim chích* kim tyík

aile *cánh* kếng

aimer *thích* thík
 — **(quelqu'un)** *yêu* ieou

air *không khí* không khí

alcool (vin) *rượu* juᶏou
— **de riz** *rượu cơm* juᶏou kᴐm
— **de serpent** *rượu rắn* juᶏou ján
aliment *thực phẩm* thụk fᴇm
— **pour bébé** *đồ ăn trẻ con* đồ an
tchế kon
Allemagne *nước Đức* núᴀck dúk
aller *đi* di
allergie *dị ứng* zị úng
aller simple *vé một chiều* vé một tyìᴇou
allocation chômage *trợ cấp thất nghiệp*
tchᴐ kᴇp théᴀt nghiệp
allumette *diêm quẹt* ziem kouᴇt
alpinisme *môn thể thao leo núi* môn
thế thᴀo lêo nóuï
altitude *độ cao* dộ kᴀo
amant *người yêu* ngườï ieou
ambassade *đại sứ quán* dᴀị chú kouán
ambassadeur *đại sứ* dᴀị chú
ambulance *xe cấp cứu* sê kᴇp kúou
amer *đắng* dáng
ami *bạn* bᴀn
amour (sentiment) *tình yêu* tìng ieou
ampoule (corps) *vết bỏng giập* vét bỏng
zᴏᴇp • **(électrique)** *bóng đèn điện*
bóng dèn diᴇn
amusant *vui đùa* vouï dòuᴏᴇ
amuser (s') *thích thú* thík thóu
analyse de sang *xét nghiệm mẫu máu*
sét nghiệm mᴏᴇou máou
anarchiste n *người tin vào thuyết vô
chính phủ* ngườï tin vᴀo thouiét vô
týing fóu
ancien *cổ* kố
anémie *bệnh thiếu máu* bᴇng thiéou
máou
anglais (langue) *tiếng Anh* tiéng êng
angle *góc* gók
Angleterre *nước Anh* núᴀck êng
animal *động vật* dộng vᴏᴇt
— **sauvage** *thú vật hoang dã* thóu
vᴏᴇt houᴀng zã
année *năm* nam

anniversaire *ngày sinh nhật* ngàï ching
gnᴏᴇt
— **du Bouddha** *ngày Lễ Phật Đản*
ngàï lễ fᴏᴇt dán
annuaire *danh bạ điện thoại* zêng bᴀ
diᴇn thouᴀï
annuel *hằng năm* hàng nam
annuler *hủy bỏ* hủi bỏ
anormal *không bình thường* không bìng
thường
antibiotique *kháng sinh* kᴀng ching
anti-gouvernemental *phản động*
fán dộng
antinucléaire *chống hạt nhân* tᴏng
hᴀt gnᴏᴇn
antiquité *đồ cổ* dồ kố
antiseptique n *khử trùng* khú tchòung
antivol *ổ khóa xe đạp* ổ khóuᴀ sê dᴀp
août *tháng tám* tháng tám
appareil acoustique *máy trợ tai* máï
tchᴐ tᴀï
appareil photo *máy chụp hình* máï
tyᴏup hìng
appartement *căn phố* kan fố
appel en PCV *cú điện thoại người nhận
trả tiền* kóu diᴇn thouᴀï ngườï gnᴏᴇn
tchá tiᴇn
appeler *kêu* keou
appendice (corps) *ruột dư* jouᴏt zu
apporter *mang theo* mᴀng thêo
apprendre *học* hᴏk
après *sau* chᴀou
— **-demain** *ngày mốt* ngàï mốt
— **-midi** *buổi chiều* bouổi tyìᴇou
— **-rasage** *nước hoa cho đàn ông*
núᴀck houᴀ tyo dàn ông
araignée *con nhện* kon gnᴇn
arbitre *trọng tài* tchᴏng tᴀï
arbre *cây* kᴏᴇï
archéologie *liên quan đến khảo cổ
học* lien kouᴀn dén khảo kố hᴏk
architecte *kiến trúc sư* kiến tchóuk chu
architecture *khoa kiến trúc* khouᴀ kiến
tchóuk

argent (métal) *bạc* bẠk • **(monnaie)** *tiền* tièn

armoire à linge *tủ quần áo* tủu kouền áo

arnaque *vụ lợi dụng* vọu lợi zọung

arrêt (bus, métro) *trạm xe* tchẠm sê
— **cardiaque** *bệnh tim tạm ngừng* bẹng tim tẠm ngừung
— **de bus** *trạm xe buýt* tchẠm sê bouít

arrêter (cesser) *dừng lại* zùng lạï
• **(un criminel)** *bắt* bát

arrière *sau* chẠou

arrivées (aéroport) *sự tới nơi* chụ tắï nơï

arriver *đến* dén

art *nghệ thuật* nghẹ thouẹt

artisan *người thợ* nguời thợ
• **(BTP)** *thợ xây nhà* thợ sœï gnà

artisanat *nghề thủ công* nghè thủ kông

artiste *họa sĩ* họuẠ chĩ

arts martiaux *võ thuật* võ thouẹt

ascenseur *thang máy* thẠng mắï

Asie *Châu Á* tyœou á

aspirine *thuốc nhức đầu* thouốk gnúk dèou

assassiner *giết người* zét nguời

asseoir (s') *ngồi* ngồï

assez (suffisamment) *đủ* dủou

assiette *cái đĩa* kắï dĩœ

assoiffé *khát nước* khát nuắk

assurance *sự bảo hiểm* chụ bảo hiẻm

asthme *bệnh suyễn* bẹng chouiên

atelier *công xưởng* kông suởng

athlétisme *thể thao điền kinh* thẻ thẠo diên king

atmosphère *khí quyển* khí kouiên

attaque (santé) *bệnh chắn thương sọ não* bẹng tyan thương sọu não
— **cardiaque** *bệnh đau tim* bẹng dẠou tim

attendre *đợi* dợï

attentat à la bombe *vụ nổ bom* vọu nổ bom

au-dessus *ở trên* ẩ tchen

auberge de jeunesse *nhà nghỉ thanh niên* gnà nghỉ thêng nien

audioguide *băng thu lời hướng dẫn* bang thou lời huắng zẽn

aujourd'hui *hôm nay* hôm naï

au revoir *chào* tyào

aurore *bình minh* bìng ming

aussi *cũng* kũng

autel *bàn thờ* bàn thờ

autocuiseur (pour le riz) *cái nồi cơm điện* kắï nồï kơm dien

automne *mùa thu* mòuœ thou

autorisation *giấy phép* zốeï fép

autorisé *được phép* duợk fếp

autoriser *cho phép* tyo fếp

autoroute *xa lộ* sA lộ • **(à péage)** *xa lộ siêu tốc* sA lộ chieou tốk

autour *xung quanh* soung kouêng

autre (différent) *khác* khák
• **(supplémentaire)** *thêm* them

avant *trước đây* tchuắk dœï
— **-hier** *ngày hôm kia* ngàï hôm kiœ

avarié (nourriture) *hư* hu

avec *với* vắï

avenir *tương lai* tuơng laï

avenue *đại lộ* dẠï lộ

aveugle *mù* mòu

avion *máy bay* mắï baï

aviron (sport) *sự chèo thuyền* chụ tyềo thouièn

avocat *luật sư* louẹt chu

avoine *lúa mạch* lóuœ mẹk

avoir *có* kó
— **besoin** *cần* kèn
— **confiance** *tin cậy* tin kẹï
— **de l'estime (pour quelqu'un)** *quan tâm* kouan tœm
— **faim** *đói* dóï
— **le mal des transports** *bị say xe* bị chaï sê
— **le mal de mer** *say sóng* chaï chóng
— **le vertige** *chóng mặt* tyóng mẠt
— **peur** *sợ hãi* chợ hãï
— **sommeil** *buồn ngủ* bouồn ngỏu
— **un rhume** *cảm* kẠm

avortement *sự phá thai* chụ fá thaï
avril *tháng tư* tháng tu

B

baby-sitter *người giữ trẻ* nguờì zũ tchẻ
bac (bateau) *chiếc pha* chiếk fA
badminton *cầu lông* kòeu long
bagage *hành lý* hềng lí
— **en consigne** *hành lý bị bỏ lại* hềng lí bị bỏ lạï
bague (bijou) *nhẫn* gnẽen
baguettes *đôi đua* dôï douœ
baie *vịnh* vịng
baignoire *bồn tắm* bồn tám
baiser n *nụ hôn* nọu hôn
balance (monter sur une) *leo trèo* lêo tchẻo
balcon *bao lơn* bao lœn
balle de golf *bánh gôn* bếng gôn
ballet *múa ba lê* múoœ bA le
ballon (sport) *quả bóng* kouả bóng
bambou *cây tre* kœï tchê
banane (sac) *bóp đeo bụng* bóp dêo bọung
bandage *băng* bang
banlieue *ngoại thành* ngouaï thềng
banque *ngân hàng* ngœn hàng
baptême *lễ rửa tội* lễ júoœ tộï
bar *quầy rượu* kouèeï juœou
— **karaoké** *quán ba karaoke* kouán bA kArAoke
barbier *thợ hớt tóc* thọœ hứt tók
bas *thấp* thếep
— **(vêtements)** *vớ mặc váy* vớœ mạk váï
basket-ball *bóng rổ* bóng jỗ
bateau *thuyền* thouièn
— **à moteur** *thuyền máy* thouièn máï
baume à lèvres *thuốc bôi môi* thouốk bôï môï
beau *đẹp* dẹp • **(homme)** *đẹp trai* dẹp tchaï
beaucoup *nhiều* gnièou

beau-père (père de la femme) *cha vợ* tyA vợœ • **(père du mari)** *cha chồng* tyA tyồng
bébé *em bé* êm bé
Belgique *nước Bỉ* nuớk bỉ
belle-mère (mère de la femme) *mẹ vợ* mẹ vợœ • **(mère du mari)** *mẹ chồng* mẹ tyồng
beurre *bơ* bœ
bible *kinh Thánh* king thếng
bibliothèque *thư viện* thu viện
biche *nai* naï
bicyclette *xe đạp* sê dạp
bien *tốt* tốt
bientôt *sắp* cháp
bière *bia* biœ
— **à la pression** *bia hơi* biœ hœï
bijou *đồ trang sức* dồ tchAng chúk
billet *vé* vé
— **aller-retour** *vé khứ hồi* vé khú hồï
— **de banque** *tờ bạc giấy* tờœ bạk zéeï
— **sans réservation** *vé chờ chỗ trống* vé tyờœ tyổ tchống
billetterie *phòng bán vé* fòng bán vé
Birmanie *nước Miến Điện* nuớk miến diện
biscuit *bánh qui* bếng kouï
— **salé** *bánh quy mặn* bếng kouï mạn
— **sucré** *bánh quy ngọt* bếng kouï ngọt
blague *nói đùa* nóï dòuœ
blanc *màu trắng* màou tcháng
blanchisserie *phòng giặt* fòng zạt
blessé *bị thương* bị thuœng
blessure *thương tích* thuœng tík
bleu *xanh da trời* sêng zA tchờï
bloc *tảng* tảng
bloqué *kẹt* kẹt
boire *uống* ouống
bois *gỗ* gỗ
— **de chauffage** *củi đốt lò* kỏuï dốt lò
boisson *thức uống* thúk ouống
— **alcoolisée** *rượu* juœou
— **sucrée** *nước ngọt* nuớk ngọt
boîte *cái hộp* kãï hộp
— **aux lettres** *hộp thư* hộp thu
— **de nuit** *hộp đêm* hộp dem

bol *chén* tyến
— **de riz** *bát cơm* bát kơm
bon *tốt* tốt
— **d'échange** *phiếu thưởng hiện vật* fiếou thưởng hiện vợt
— **marché** *rẻ* jẻ
bonbon *kẹo* kẹo
bonde (baignoire) *nút chặn nước* nóut tyạn nướk
bondé (plein de monde) *đông* đông
botte *giày ống* zãï ống
bouche *cái miệng* kãï miệng
boucher *người bán thịt* người bán thịt
boucherie *hàng bán thịt* hàng bán thịt
bouchons d'oreille *nút bịt lỗ tai* nóut bít lỗ taï
boucle d'oreille *bông tai* bông taï
bouddhiste n *Phật tử* fợt tủ
boue *bùn* bòun
bougie *đèn cầy* dèn kờï
bouilli *sôi* chôï
boulangerie *tiệm bánh mì* tiệm bểng mì
boule de coton *bông gòn* bông gòn
boussole *la bàn* la bàn
bouteille *chai* tyãï
— **de gaz** *bình chứa ga* bình tyứα gα
boutique de souvenirs *cửa hàng bán đồ lưu niệm* kủα hàng bán đồ lưou niệm
bouton (sonnerie) *cái nút bấm* kãï nóut bấm
bras *cánh tay* kếng taï
briquet *cái bật lửa* kãï bợt lửα
brochure *cuốn giới thiệu đồ* kuốn zớï thiệou đồ
broderie *đồ thêu* đồ theou
bronchite *bệnh viêm phế quản* bẹng viem fế kuản
brosse *bàn chải* bàn tyãï
— **à cheveux** *bàn chải tóc* bàn tyãï tók
— **à dents** *bàn chải đánh răng* bàn tyãï đếng jang
bruit *tiếng ồn ào* tiếng ồn ào
brûlé *bị cháy* bị tyãï
brûlure *vết bỏng* vết bỏng
brumeux *có xương mù* kó sương mòu

bruyant *ồn ào* ồn ào
budget *ngân sách* ngơn chếk
buffle *con trâu* kon tơôu
buraliste *quán bán thuốc lá* kuán bán thuốk lá
bureau *văn phòng* van fòng
— **de poste** *bưu điện* buou diẹn
— **des objets trouvés** *phòng đồ đạc bị thất lạc* fòng đồ dạk bị thớet lạk
bureaucratie *hệ thống hành chánh* hẹ thống hềng tyếng
bus *xe buýt* sê bouít
but (football) *gôn* gôn

C

cabine téléphonique *phòng điện thoại* fòng diẹn thoạï
câble *dây kim loại* zơï kim loạï
— **de démarrage** *dây điện nối* zơï diẹn nốï
cacao *ca cao* kα kαo
cadeau *quà* kouà
cadenas *cái khóa móc* kãï khóuα mók
cafard (blatte) *con gián* kon zán
café (boisson) *cà phê* kà fe • **(lieu)** *quán cà phê* kouán kà fe
caisse enregistreuse *máy tính tiền* mãï tíng tiền
caissier *thu ngân viên* thou ngơn vien
calculatrice *máy tính* mãï tíng
caleçon *quần đùi* kouền đòuï
calendrier *quyển lịch* kouiển lịk
— **lunaire** *âm lịch* ơm lịk
calmant (antalgique) *thuốc giảm đau* thuốk zãm đαou
calme *yên lặng* ien lạng
Cambodge *nước Kampuchia* nướk kαm pou tchiα
camion *xe chở hàng* sê tyở hàng
camionnette *xe hàng* sê hàng
campagne (rurale) *miền quê* miền koue
camper *cắm* kám
Canada *nước Ca-na-đa* nướk kα nα dα
canard *con vịt* kon vịt

cancer *bệnh ung thư* bẹng oung thư
canif *dao nhíp* zʌo gníp
capable *có thể* kó thẻ
capitalisme *chủ nghĩa tư bản* tyủ nghĩœ tu bán
caravane *xe moóc cắm trại* sê mók kám tchaĩ
carnet *sổ tay* chỏ taĩ
carte d'embarquement *thẻ lên máy bay* thẻ len maí baĩ
carte d'identité *giấy chứng minh* zéẽ tyúng ming
carte de crédit *thẻ tín dụng* thẻ tín zọung
carte de visite *danh thiếp* zêng thiép
carte grise *giấy đăng bộ xe* zéẽ dʌng bộ sê
carte postale *bưu ảnh* bou ẻng
carte routière *bản đồ đi đường* bản dồ di dừœng
carte téléphonique *thẻ điện thoại* thẻ diẹn thouaĩ
cartes (jeu) *con bài* kon baĩ
cascade *thác nước* thák nuẃk
casino *sòng bạc của khách sạn* chòng bạk kỏuœ khẽk chạn
casque *mũ an toàn* mõu ʌn touàn
cassé *bị gẫy* bị gẽĩ
casser *gẫy* gẽĩ
casserole *cái nồi* kaí nỏi
cassette audio *băng ghi âm* bang ghi œm
cassette vidéo *băng hình* bang hìng
cathédrale *nhà thờ lớn* gnà thờ lớn
catholique *theo đạo Thiên Chúa* thêo dʌo thien tyóuœ
caution (argent) *tiền đặt cọc* tiền dạt kọk
cave à vins *hàng rượu* hàng juœou
CD *CD* se de
ce soir *tối nay* tốĩ naĩ
ceci *cái này* kaí nàĩ
ceinture de sécurité *dây nịt an toàn vào chỗ ngồi* zœĩ nịt ʌn touàn vào tỷ ngồĩ
cela *cái đó* kaí dó

célèbre *nổi tiếng* nốĩ tiéng
célébrité *ngôi sao* ngôi chʌo
célibataire *độc thân* dộk thœn
cendrier *cái gạt tàn thuốc* kaí gạt tạn thouốk
cent *một trăm* một tcham
centime *xu* sou
centimètre *phân* fœn
centre *trung tâm* tchoung tœm
    — **commercial** *trung tâm buôn bán* tchoung tœm bouôn bán
    — **téléphonique** *văn phòng điện thoại* van fòng diẹn thouaĩ
    — **-ville** *trung tâm thành phố* tchoung tœm thềng tố
céramique *đồ gốm* dồ gốm
céréale *ngu cốc* ngou kốk
certificat *chứng chỉ* tyúng tyỉ
chaîne *xích* sík
    — **de vélo** *xích xe đạp* sík sê đʌp
    — **hifi** *máy quay nhạc* maí kouaĩ gnʌk
chaise *ghế* ghế
    — **de bébé** *ghế ngồi ăn em bé* ghế ngồĩ an êm bé
    — **roulante** *xe lăn* sê lan
chaleur *hơi nóng* hœĩ nóng
chambre *phòng* fòng
    — **à air** *săm* cham
    — **à coucher** *phòng ngủ* fòng ngỏu
    — **double** *phòng đôi* fòng dốĩ
    — **simple** *phòng đơn* fòng dœn
champ *cánh đồng* kẽng đồng
    — **de mines** *bãi mìn* bãĩ mìn
champagne *rượu sâm banh* juœou chœm bêng
championnat *vô địch* vô dịk
chance *sự may mắn* chụ maĩ mán
chanceux *may mắn* maĩ mán
change de devises *dịch vụ đổi tiền* zịk vọu dốĩ tiền
changer *thay đổi* thaĩ dốĩ • **(argent)** *đổi (tiền)* dốĩ (tiền)
chanson *bài hát* bãĩ hát
chanter *hát* hát
chanteur *ca sĩ* kʌ chĩ

chapeau *cái mũ* kấï mũu
— **conique** *cái nón* kấï nón
chaque *mỗi* mỗi
chariot *xe đẩy tay* sè đẩ̃ï taï
charmant *hấp dẫn* hếp zẫn
chasse *săn* chan
chat *con mèo* kon mèo
château *lâu đài* lœu đàï
chaud *nóng* nóng
chauffage *máy sưởi* mấï chuổï
chauffé *có lò sưởi* kó lò chởï
chaussette *đôi vớ* đõï vớ
chaussure *giày* zàï
— **de randonnée** *giày đi bộ đường dài* zàï đi bộ dừờng zàï
chef cuisinier *thợ nấu ăn* thợ nốeou an
chemin *đường đi* dừờng di
— **de randonnée** *lộ trình đi bộ đường dài* lộ tchình đi bộ dừờng zàï
chemise *áo sơ mi* ấo chơ mi
chèque *tiền séc* tièn chếk
— **de voyage** *séc du lịch* chếk zou lịk
cher (onéreux) *đắt tiền* đất tièn
cheval *con ngựa* kon ngựœ
chevaucher *cỡi* kỡï
cheveu *tóc* tók
cheville *cổ chân* kổ tyœn
chewing-gum *kẹo cao su* kẹo chou
chien *con chó* kon tyó
chiffre *số* chố
Chine *nước Trung Quốc* nuốk tchoung kouốk
chiropracteur *y sĩ chữa bệnh đau cột sống* i chĩ tyữœ bệng đaou kột chống
chocolat *sô cô la* chô kô la
choisir *chọn* tyọn
chômeur *người thất nghiệp* ngừờï thết nghiệp
chrétien n *người đạo Cơ đốc* ngừờï zạo kœ đốk
cidre *rượu táo* zừợu táo
ciel *bầu trời* bœu tchờï
cigare *điếu xì ga* ziếou sì ga
cigarette *thuốc lá* thuốk lá
cigogne *con cò* kon kò

cimetière *nghĩa địa* nghĩœ diœ
cinéma (aller au) *phim (đi xem)* fim (đi sêm)
circulation *sự giao thông* chụ zao thông
cirque *đoàn xiếc* đouàn siếk
— **montagneux** *dãy núi* zãï nóuï
ciseaux *cái kéo* kấï kéo
citoyenneté *quyền công dân* kouièn kông zœn
citron vert *trái chanh* tchấï tyêng
clair (couleur) *a sáng* cháng
classe (école) *lớp học* lấp họk
— **affaires** *thượng hạn* thượng hạn
— **économique** *cấp thường* kœp thừờng
clavier *bàn chữ* bàn tyữ
clé *chìa khóa* tyìœ khóuA
client *khách hàng* khếk hàng
climatisation *điều hòa* dièou hòuA
climatisé *có điều hòa* kó dièou hòuA
clôture *hàng rào* hàng jào
club de gym *phòng tập thể dục* fòng tœp thể zọuk
cobra *con rắn mang bành* kon ján mang bèng
cocktail *rượu cốc tay* zượou kốk taï
code postal *mã số bưu chính* mã chố buou tyíng
cœur *trái tim* tchấï tim
coffre-fort *két sắt* kết chát
cognac *rượu brandi* zượou branđi
coiffeur *thợ hớt tóc* thợ hất tók
colis *bưu kiện* buou kiện
collant *vớ quần* vớ kouèn
colle *keo dán* kèo zán
collègue *bạn đồng nghiệp* bạn đồng nghiệp
collier *chuỗi hạt đeo cổ* tyouỗï hạt đeo cổ
colline *đồi* zồï
collision (véhicule) n *nạn đụng xe* nạn đọung sê
collyre *thuốc nhỏ mắt* thuốk nhỏ mát
combat *đánh nhau* đếng gnaou
— **de coqs** *cuộc thi đá gà* kouộk thi đá gà

combien *bao nhiêu* вao gnieou
  • **(dénombrables)** *bao nhiêu* вao gnieou
comédie *hài kịch* hàï kịk
commander (marchandise) *đặt hàng* dạt hàng • **(restaurant)** *đặt món ăn* dạt món an
commémoration *lễ kỷ niệm* lễ kỉ niệm
commencer *bắt đầu* bát dềou
comment *thế* thế
commerce *buôn bán* bouôn bán
commission *tiền hoa hồng* tiền houa hồng
commotion cérébrale *chấn thương não* tyấn thương não
communication (profession) *liên lạc giao thông* lien lạk zao thông
communion *lễ ban thánh thể* lễ ban thếng thể
communisme *chủ nghĩa cộng sản* tyỏu nghĩce kộng chán
communiste n *cộng sản* kộng chán
compagnie aérienne *hãng máy bay* hãng máï baï
compagnon (de route) *bạn đường* bạn dường
complet *hết chỗ* hết tyổ
composer un numéro de téléphone direct *quay số điện thoại trực tiếp* kouaï chổ diẹn thouạï tchoụk tiếp
comprendre *hiểu* hiểou
compte *tài khoản* tàï khouán
  — **bancaire** *tài khoản nhà băng* tàï khoán gnà bang
compter *đếm* dém
compteur de vitesse *đồng hồ tốc độ* dồng hồ tốk độ
comptoir (au bar) *quầy* kouềï
conception *thiết kế* thiết ké
concert *buổi họp nhạc* bouổï họp gnạk
conduire *lái xe* láï sè
conférence *hội nghị* hộï nghị
confession *sự xưng tội* chụ sung tộï
confirmer (réservation) *khẳng định* khảng dịng

confiture *mứt* mứt
confortable *thoải mái* thouả mái
confucianisme *đạo khổng* dạo khổng
conjonctivite *viêm kết mạc* viem kết mạk
connaître (quelqu'un) *quen* kouen
conseil *lời khuyên* lời khouien
conservateur n *bảo thủ* bảo thỏu
conserve (boîte) *hộp thiếc* hộp thiếk
consigne à bagages *phòng giữ đồ* fòng zũ dỗ
  — **automatique** *tủ khóa đựng hành lý* tỏu khoúa dựng hềng lí
constipation *tình trạng bị táo bón* tình tchạng bị táo bón
construire *xây dựng* sœï zụng
consulat *lãnh sự quán* lếng chụ kouán
content *vui vẻ* vouï vẻ
contraceptif *thuốc ngừa thai* thouốk ngừce thaï
contrat *hợp đồng* hợp dồng
contravention *tiền phạt* tiền fạt
contre *đối lập với* dốï lẹp vớï
contrôler *kiểm tra* kiểm tchא
contrôleur (de billets) *người soát vé* nguờï chouát vé
contusion (bleu) *vết bầm* vét bềm
corde à linge *giây phơi quần áo* zœï fœï kouền áo
corps *thân thể* thœn thể
correct *đúng* dóung
correspondance (transports) *chuyến* tyouiẻn
corruption *hối lộ* hốï lộ
côte (corps) *xương sườn* suœng chuờn
  • **(littoral)** *bờ biển* bờ biẻn
coton *bông* bông
  — **-Tige** *cây bông gòn* kœï bông gòn
couche (pour bébé) *cái tã* káï tã
  — **d'ozone** *tầng ôzôn bao quanh trái đất* tờeng ổzôn bao koueñg tcháï đớet
couchette *giường ngủ trên tàu* zuờeng ngỏu tchen tàou
coudre *may* maï
couleur *màu sắc* màou chák

couloir (avion, train) *lối đi* lôï di

coup de soleil *sự rám nắng* chụ jám nắng

coupable *có tội* kó tộï

coupe de cheveux *hớt tóc* hắt tók

Coupe du monde *cúp thế giới* kóup thế zớï

coupe-ongles *cái cắt mong tay* káï kát mong taï

couper *cắt* kát

courageux *dũng cảm* zũng cảm

courant (électrique) *dòng* zòng
• **(rivière)** *dòng suối* zòng chouốï

courir *chạy* tyaï

courrier (lettre) *thư từ* thu tù
• **(par voie de terre)** *thư đường bộ* thu duờng bộ • **(par voie maritime)** *thư đường biển* thu duờng bién
— **express** *chuyển phát nhanh* chouién fát gnêng

courroie de ventilateur *dây kéo quạt* zơï kẽo kouạt

course (sport) *cuộc đua* kouộk douœ
— **à pied (sport)** *chạy bộ* tyaï bộ

court de tennis *sân ten-nít* chœn tên nít

coût *giá* zá

couteau *con dao* kon zɑo
— **de poche** *con dao bỏ túi* kon zɑo bỏ tóuí

coutume *phong tục* fong tọuk

couvent *nữ tu viện* nũ tou viện

couverts *bộ dao nĩa* bộ zoɑ nĩœ

couverture *cái mền* káï mèn

crachin *mưa phùn* muœ fóung

crâne *sọ* chọ

crayon *bút chì* bóut tyì

crèche *nhà trẻ* gnà tché

crème (cosmétique/alimentaire) *kem* kêm
— **à raser** *kem cạo râu* kêm kạo jœou
— **hydratante** *kem dưỡng da cho mướt* kêm zưᵘng zɑ tyo muớt
— **solaire** *kem chống nắng* kêm tống náng

crépuscule *hoàng hôn* houàng hôn

crevaison *lỗ châm* lỗ tyœm

crier *la hét* lɑ hét

crocodile *con sấu* kon tyćeou

croix *cây thánh giá* kœï thếng zá

cru (non cuit) *sống* chống

cuillère *cái muỗng* káï mouỗng
— **à dessert** *muỗng nhỏ* mouỗng gnỏ

cuir (article) *đồ da* dồ zɑ
— **chevelu** *da đầu* zɑ dòeou

cuisine (activité) *sự nấu nướng* chụ nœou nuớng • **(lieu)** *nhà bếp* gnà bép

cuisinier *người nấu bếp* nguờï nóeou bép

cure-dent *cái tăm* káï tœm

curry *cà ri* kà ri

CV *bản lý lịch* bán lí lịk

cybercafé *quán cà phê Internet* kouán kà fe intrnêt

cyclisme *môn đi xe đạp* môn di sê dɑp

cycliste *người đi xe đạp* nguờï di sê dɑp

cyclo-pousse *xe xích lô* sê sík lô

cystite (infection urinaire) *viêm bọng đái* viem bọng dáï

D

dactylographier *đánh máy* dếng máï

Danemark *nước Đan-mạch* nuớk dɑn-mệk

danger *sự nguy hiểm* chụ ngoui hiém

dangereux *nguy hiểm* ngoui hiém

dans *trong* tchong

danse *khiêu vũ* khieou võu

danser *nhảy* gnáï

date *ngày tháng* ngàï tháng

déboisement *sự phá rừng* chụ fá jùng

débuter *bắt đầu* bát dòeou

décalage horaire *hội chứng chệch múi giờ* hộï tyúng tyẹk móuí zờ

décembre *tháng mười hai* tháng muờï haï

déchet nucléaire *rác hạt nhân* ják hạt gnœn

déchet toxique *thải ra chất độc* thảï jɑ tyœt dộk

décider *quyết định* kouiét dịng
dedans *bên trong* ben tchong
degré (température) *độ* dộ
dehors *bên ngoài* ben ngouaï
déjà *rồi* jồi
déjeuner n *bữa ăn trưa* bũœ an tchưœ
délicieux *ngon* ngon
délirant *mê sảng* me chảng
delta (fleuve) *đồng bằng* dồng bàng
demain *ngày mai* ngài maï
— **matin** *sáng mai* cháng maï
— **soir** *tối mai* tối maï
demander (quelque chose) *nhờ* gnờ
• **(question)** *hỏi* hỏi
démangeaison *sự ngứa ngáy* chụ
ngứœ ngái
démocratie *chế độ dân chủ* tyé dộ
zœn tỷou
dengue *bệnh sốt xuất huyết* bẹng chốt
soućt houiét
dent *răng* jang
dentifrice *kem đánh răng* kêm dếng jang
dentiste *nha sĩ* gnA chĩ
déodorant *chất khử mùi* tyćt khủ mùiœ
départ *sự khởi hành* chụ khởi hềng
dépasser *qua mặt* koua mạt
dépendance (alcool, tabac) *thói nghiện*
thói nghiẹn
depuis *từ* tù
dérailleur *bộ phận sang số xe đạp* bộ
fợn chang chố sẽ dạp
dernier (passé) *trước* tchưćk • **(ultime)**
cuối cùng kouối kòung
dérober *ăn cắp/trộm* N/S an cáp/tchộm
derrière *đằng sau* dàng chA ou
dés *súc sắc* chóuk chák
descendant *người nối dõi* người nối zõi
descendre *xuống* souống
désert *sa mạc* chA mạk
desserré *lỏng* lỏng
dessert *món ăn tráng miệng* món an
tcháng miẹng
dessous *phía dưới* fíœ zuới
destination *nơi đến* nœï dén
détail *chi tiết* tyi tiét

détaillé (par rubrique) *ghi từng khoản*
ghi tùng khouản
détritus *rác* jÁk
détruire *phá hủy* fÁ hủoi
deux *hai* haï
— **fois** *gấp hai* gép haï
deuxième *thứ nhì* thú gnì
— **classe** *cấp nhì* kćp gnì
devin *thầy bói* thờei bói
deviner *đoán* dóuAn
devoir *phải* fẳi
diabète *bệnh đái tháo đường* bẹng dẳi
tháo dường
diaphragme (médical) *mũ tử cung* mõu
tủ koung
diapositive *phim rọi* fim jợi
diarrhée *bệnh la chảy* bẹng iœ tyẳi
dictionnaire *tự điển* tụ diển
dieu *thần* thờn
différent *khác* khÁk
difficile *khó* khó
dimanche *ngày Chủ Nhật* ngài tỷou
gnœt
dinde *con gà tây* kon gà tœï
dîner n *buổi ăn tối* bouổi an tối
dire *nói* nói
direct *trực tiếp* tchụk tiep
directeur (société) *giám đốc* zám dốk
direction *hướng* huứng
dirigeant n *người lãnh đạo* người lễng
dạo
discothèque *phòng nhạc disco* fòng
gnẠk dis kô
discrimination *sự kỳ thị* chụ kì thị
disputer (se) *cãi nhau* kẳi gnAou
disque (CD-ROM) *cái đĩa* kẳi dĩœ
disquette *cái đĩa mềm* kẳi dĩœ mềm
distribuer (cartes) *chia bài* tyiœ bẳi
distributeur automatique de billets
(DAB) *máy rút tiền tự động* mẳi jóut
tiền tụ dộng
divertir (se) *để giải trí* dẻ zẳi tchí
divorcé *ly dị* li zị
d'occasion *đồ cũ* dồ kõu
docteur *bác sĩ* bÁk chĩ
documentaire *phim tài liệu* fim tẳi liẹou

doigt *ngón tay* ngón taï
dollar *tiền đô la* tiền đô la
dông (devise) *đồng* đồng
donner *cho* tyo
dormir *ngủ* ngóu
dos (corps) *lưng* lung
douane (immigration) *hải quan* hăï kouʌn
double *đôi* dôï
douche *tắm vòi sen* tám vòï chên
douleur(s) *đau* dʌou
— **menstruelles** *đau bụng lúc hành kinh* đau bụng lóuk hềng king
douloureux *đau* dʌou
douzaine *một tá* một tá
draguer (séduire) *tán tỉnh* tán tíng
drap (lit) *khăn giường* khan zường
drapeau *cờ* kờ
drogue *ma túy* mʌ tóui
droit (justice) *luật pháp* louçt fáp
• **(rectiligne)** *thẳng* thắng
— **d'entrée** *giá vé vào cửa* zá vé vʌo kúœ
droite (direction) *bên phải* ben fáï
• **(politique)** *cánh phải* kếng fáï
droits civils *quyền tự do cá nhân* kouiền tụ zo ká gnœn
droits de l'homme *nhân quyền* gnœn kouiền
drôle *buồn cười* bouồn kuœï
dur *cứng* kúng
duty free *hàng không đánh thuế* hàng không đếng thouế
DVD *đĩa DVD* đĩœ de ve de
dynastie *triều vua* tchiều vouœ

E

eau *nước* nuɑ́k
— **chaude** *nước nóng* nuɑ́k nóng
— **du robinet** *nước máy* nuɑ́k máï
— **minérale** *nước suối* nuɑ́k chouốï
échange *sự trao đổi* chụ tchʌo đôï
échanger *đổi* dôï
échappement (véhicule) *khói* khóï
échecs (jeu) *cờ tướng* kờ tuɑ́ng

échiquier *bàn cờ* bàn kờ
école *trường học* tchuờng họk
économie *nền kinh tế* nền king té
écotourisme *du lịch hợp với môi trường* zou lịk hợp vɑ́ï môï tchuờng
écouter *nghe* nghê
écrire *viết* viét
écrivain *tác giả* tʌ́k zả
eczéma *bệnh chàm* bẹng tyàm
éducation *sự giáo dục* chụ záo zọuk
égalité *sự bình đẳng* chụ bing dảng
église *nhà thờ* gnà thờ
égoïste *ích kỷ* ík kí
élection *cuộc tuyển cử* kouộk touiển kú
électricité *điện lực* diẹn lụk
éléphant *con voi* kon voï
elle *bà ấy* bà œ́ï
éloigné *xa xăm* sa sam
e-mail *email* i mêïl
emballer *gói* gốï
embarquer (avion/bateau) *lên* len
embarrassé *bối rối* bốï jốï
embrasser *hôn* hôn
embrayage (véhicule) *cái côn* kăï kôn
empêcher *ngăn cản* ngan kản
emplacement *vị trí* vị tchí
emploi temporaire *công việc tính giờ* kông viẹk tíng zờ
employé *công nhân* kông gnœn
— **de bureau** *nhân viên văn phòng* gnœn vien fòng
employeur *người chủ* nguờï tyóu
emprunter *mượn* mượn
ému *cảm động* kảm động
en (temps) *trong vòng* tchong vòng
— **amont** *dốc* zốk
— **avant** *phía trước* fíœ tchuɑ́k
— **avoir assez** *chán* tyán
— **bonne santé** *khoẻ* khouẻ
— **contrebas** *xuống dốc* souống zốk
— **face** *đối diện* dốï ziẹn
— **haut** *ở trên* ở tchen
— **panne** *bị hư* bị hu
— **retard** *trễ* tchễ
— **travers** *từ bên này sang bên kia* tù ben nàï chʌng ben kiœ

en-cas *đồ ăn nhẹ* đồ an ngệ

encaisser (un chèque) *đổi tiền séc* đổi tiền chếk

enceinte (femme) *có thai* kó thaï

encore (pas) *chưa* tyưœ

endommagé *đổi bại* đỗi bại

endroit *chỗ* tyỗ

énergie nucléaire *năng lượng hạt nhân* nʌng lượng hʌt ngœn

enfant *đứa trẻ* đứœ tchẻ • **enfants (les)** *trẻ em* tchẻ êm

enflure *vết sưng* vét chung

ennuyeux *buồn tẻ* bouồn tẻ

enregistrement *ghi âm* ghi œm

enregistrer *ghi* ghi

enseignant *giáo viên* zʌo vien

enseigner *nghề dạy học* nghề zại họk

ensemble *cùng nhau* kồung gnʌou

ensoleillé *trời nắng* tchœï náng

entendre *nghe* nghê

enterrement *tang lễ* tʌng lễ

entorse *sự bong gân* chụ bong gœn

entre *ở giữa* ở zữœ

entrée *cửa vào* kúœ vʌo • **(prix)** *giá vé* zá vé

entrer *đi vào* đi vʌo

enveloppe *bì thư* bì thu

environnement *môi trường* môï tchưœng

envoyer *gởi* gởï

épais *dày* zàï

épaule *vai* vaï

épicé *cay* kaï

épicerie *tiệm tạp hóa* tiệm tœp hóuʌ

épilepsie *động kinh* động king

équipe *đội* độï

équitation *cưỡi ngựa* kưỡï ngựœ

érosion (sol) *xoi lở đất* soï lở đất

erreur *sai lầm* chaï lœm

erroné *có thiếu sót* kó thiéou chót

éruption (cutanée) *dị ứng da* zị úng zʌ

érythème fessier *sảy do tã lót* chảï zo tã lót

escalade *môn thể thao leo núi* môn thể thʌo leo nóuï

escalier *cầu thang* kồou thʌng

escargot *con ốc sên* kon ốk chên

escrime *thuật đánh kiếm* thouœt đếng kiém

espace (endroit) *chỗ* tyỗ

Espagne *nước Tây Ban Nha* nuốk tœï bʌn gnʌ

espèce en voie de disparition *loài thú vật sắp tuyệt chủng* loʌï thóu vœt cháp touiệt tyóung

espèce protégée *sinh vật được bảo vệ* ching vœt đượk bʌo vệ

espèces (argent) *tiền* tiền

espérer *hy vọng* hi vọng

esprit *trí óc* tchí ók

essai nucléaire *thử bom hạt nhân* thử bom hʌt gnœn

essayer (de) *cố gắng* kố gáng • **(tester)** *thử* thủ

essence *xăng* sang

est n *hướng đông* huống dông

estomac *bụng* bọung

et *và* vʌ

établissement d'enseignement supérieur *trường cao đẳng* tchường kʌo dảng

étage *tầng* tồng

étagère *kệ* kẹ

étanche *không thấm nước* không thóem nuốk

États-Unis *nước Mỹ* nuốk mĩ

été *mùa hè* mòuœ hể

étiquette de bagage *biên lai số hành lý* bien laï chố hểng lí

étoiles (quatre-) *(bốn) sao* (bốn) tyʌo

étrange *lạ* lʌ

étranger *người lạ mặt* người lʌ mʌt • **(pays)** *nước ngoài* nuốk ngouʌï

être *là* lʌ

— **couché** *nằm* nàm

— **d'accord** *đồng ý* đồng í

— **en colère** *tức giận* túk zœn

— **enrhumé** *bị cảm* bị kʌm

— **perdu** *bị mất* bị mœt

— **retardé** *hoãn lại* hoãn lʌï

étudiant *sinh viên* ching vien

euro *tiền euro* tiền œrô

Europe *Châu Âu* tyœœu œou

euthanasie *sự chết không đau đớn* chụ tyết không dɑou dớn

éventail *cái quạt* kāï kouʌt

exactement *đúng* dóung

examen (contrôle) *sự xem lại* chụ sêm lɑï

excédent de bagages *qua hạn hành lý* kouʌ hạn hềng lí

excellent *xuất sắc* souɛt chák

exclus *loại trừ* louɑ̈ï tchừ

excursion *cuộc đi du lịch* kouộk di zou lịk

   — guidée *cuộc du lịch có người chỉ dẫn* kouộk zou lịk kó ngườï tỉ z̈ẽn

exemple *thí dụ* thí z̈ọu

expérience *kinh nghiệm* king nghiệm

exploitation *sự khai thác* chụ khɑï thák

exposer *trưng bày* tchung bɑï

exposition *cuộc triển lãm* kouộk tchiển lãm

express a *tốc hành* tốk hềng

extension (visa) *thêm visa mới* them visʌ mớï

F

fabriqué (avec) *làm bằng* lɑ̈m bàng

face à *ở trước* ở tchuớk

facile *dễ* zê

facture *hóa đơn* hóuʌ dơn

faible *yếu* iéou

faire *làm* lɑ̈m

   — des courses *đi chợ* di tyợ

   — du patin à glace *trượt đá* tchuợt dá

   — du roller *đi giầy pa tinh* di zœï pʌ ting

   — du skate *môn trượt ván* môn tchuợt ván

   — du stop *đi nhờ xe người khác* di gnờ sê ngườï khák

   — la cuisine *nấu ăn* nóeou an

   — les magasins *mua sắm* mouœ chám

   — mal *đau* dɑou

   — nuit *tối* tốï

   — une randonnée à pied *đi bộ đường dài* di bộ duờng zɑ̈ï

fait main *làm bằng tay* lɑ̈m bàng tɑï

falaise *vách đá* vếch dá

famille *gia đình* zʌ dìng

fan (sport) *người ái mộ* ngườï ɑ̈ï mộ

fantastique *tuyệt diệu* touiệt ziệou

farine *bột* bột

fatigué *mệt* mẹt

fausse couche *sự sẩy thai* chụ chẩï thɑï

faux *sai* chɑ̈ï

fax (voir télécopie)

félicitations *chúc mừng* tyóuk mừng

féminin *nữ* nữ

femme (≠ homme) *phụ nữ* fọu nữ

   • (épouse) *vợ* vợ

fenêtre *cửa sổ* kửœ chổ

fermé *đóng* dóng

   — à clé *khóa* khóuʌ

ferme *nông trại* nông tchɑ̈ï

fermer *đóng* dóng

fermeture Éclair *dây kéo* zœ̈ï kếo

fermier *nông dân* nông zœn

fesses *mông* mông

festival *đại hội* zɑ̈ï hộï

fête *tiệc* tiẹk

feu *lửa* lúœ

feuille (papier) *tờ giấy* tờœ zóeï

   • (plante) *cái lá* kāï lá

feuilleton *vở kịch nhiều kỳ trên đài* vở̈ kịk gniêou kì tchen zɑ̈ï

feux tricolores *đèn giao thông* dèn zɑo thông

février *tháng hai* tháng hɑ̈ï

fiançailles *sự hứa hẹn* chụ húœ hẹn

fiancé *chồng đính hôn* tyồng ding hôn

fiancée *vợ đính hôn* vợ ding hôn

ficelle *dây* zœ̈ï

fiction *điều tưởng tượng* diêou tuởng tuọng

fièvre *cơn sốt* kœn chốt

fil (à coudre) *chỉ* tỉ

fil dentaire *sợi chỉ mềm làm sạch kẽ răng* chợɨ tỉ mềm làm chệk kẽ jang

file d'attente *hàng* hàng

filet *miếng thịt róc xương mỡ* miếng thịt jók suơng mỡ

fille *con gái* kon gẳĩ

film (cinéma) *phim* fim

fils *con trai* kon tchẳĩ

filtré *lọc* lọk

fin n *sự kết thúc* chụ két thụk

finir *kết thúc* két thụk

Finlande *nước Phin-lan* nướk fin-lɑn

flash (photo) *cái đèn pin* kẳĩ đền pin

fleur *bông hoa* bông houʌ

fleuriste *tiệm bán hoa* tiệm bán houʌ

foie *lá gan* lá gɑn

fond *đáy* đẳĩ

football *bóng đá* bóng dá

force *sức mạnh* chúk mệng

forêt *rừng* jùng

forme *hình dạng* hình zʌng

fort *mạnh* mệng

fou *điên* dien

foulard *khăn quàng* khan kouằng

four *cái lò* kẳĩ lò
  — à micro-ondes *cái lò ve sóng* kẳĩ lò vê chóng

fourchette *cái nĩa* kẳĩ nĩʌ

fourmi *con kiến* kon kién

fragile *dễ vỡ* zễ vỡ

frais (température) *mát* mát • *tươi* tuơi

Français *người Pháp* ngườĩ fáp

français (langue) *tiếng Pháp* tiéng fáp

France *nước Pháp* nướk fáp

frein (véhicule) *cái thắng xe* kẳĩ tháng sê

frère aîné *anh trai* êng tchẳĩ

frère cadet *em trai* êm tchẳĩ

frire *chiên* tyien

froid *lạnh* lệng

fromage *pho mát* fo mát

frontière *biên giới* bien zẳĩ

frottis vaginal *thử nghiệm ung thư tử cung* thủ nghiệm oung thu tủ koung

fruit *trái cây* tchẳĩ kœɨ
  — sec *trái khô* tchẳĩ khô

fruits de mer *đồ ăn biển* đồ an biển

fumer *hút thuốc lá* hóut thouốk lá

fusil *cái súng* kẳĩ chóung

gagnant *người thắng cuộc* ngườĩ tháng kouộk

gagner (argent) *kiếm được* kiém dượk • *thắng* háng

galerie d'art *phòng triển lãm* fòng tchiển lãm

gant *gang tay* gang taĩ
  — de toilette *khăn lau mặt* khan lɑou mạt

garage *nhà để xe* gnʌ̀ dé sê

garantir *bảo đảm* bảo dảm

garçon *con trai* kon tchẳĩ

garde d'enfant *giữ trẻ* zũ tchẻ

garder (un enfant, un malade) *trông nom* tchông nom

gardien de but *thủ thành* thỏu thềng

gare ferroviaire *nhà ga* gnʌ̀ gɑ

gare routière *bến xe buýt* bén sê bouít

garer (véhicule) *đậu xe* dœou sê

gargote *quán cơm phở* kouán kœm fớ

gastro-entérite *viêm dạ dày ruột* viem dʌ zài jouột

gâteau *cái bánh ngọt* kẳĩ bếng ngọt

gauche (direction) *phía trái* fíce tchẳĩ • **(politique)** *cánh hữu* kẳng hũou

gay (homosexuel) *người đồng tính nam* ngườĩ dồng tíng nʌm

gaz de ville *hơi ga* hœĩ gʌ

gaze *băng* bang

gelé *đóng đá* dồng dá

gelée *xương muối* suʌng mouốĩ

geler *đóng băng* dóng bang

genou *đầu gối* dœou gốĩ

gens *dân chúng* zœn tyóung

gentil *tử tế* tủ té

gérant (hôtel/restaurant) *người quản lý* ngườĩ kouán lí

gilet de sauvetage *áo phao* áo fáo

gin *rượu gin* juợou djin

glace (crème glacée) *kem* kêm
• **(eau gelée)** *nước đá* nuáک dá

glacier *quán kem* kouán kêm

gorge *cuống họng* kouống họng

gouvernement *chính phủ* tyíng fỏu

grain *hạt* họt

gramme *gam* gʌm

grand *lớn* lớn

— magasin *cửa hàng bách hóa* kửɔe hàng bếk hóuʌ

grand-mère (maternelle) *bà ngoại* bà ngouại • **(paternelle)** *bà nội* bà nội

grand-père (maternel) *ông ngoại* ông ngouại • **(paternel)** *ông nội* ông nội

gras *mập* mọep

gratuit *miễn phí* miễn fí

grille-pain *máy nướng bánh mì* mái nuống bếng mì

grimper *leo* lêo

grippe *bệnh cảm cúm* bẹng kảm kóum

gris *màu xám* màou sám

gros *to* to

grotte *hang động* hʌng dộng

groupe de musique *ban nhạc* bʌn gnʌk

groupe de rock *nhóm nhạc rốc* gnóm gnʌk rốk

groupe sanguin *nhóm máu* gnóm máou

guerre *chiến tranh* tyiẻn tchềng

guichet automatique (billets) *máy bán vé* mái bán vé

guide (livre) *sách hướng dẫn* chếk huống zẫn • **(personne)** *người hướng dẫn* nguời huống zẫn

— de conversation *cuốn sách chỉ dẫn câu nói* kouốn chếk tyỉ zẫn kœou nói

— des loisirs *trang giới thiệu nơi giải trí* tchʌng zới thiệou nơʊ zải tchí

guitare *ghi ta* ghi tʌ

gymnastique *môn nhào lộn* môn gnào lọn

gynécologue *bác sĩ phụ khoa* bák chĩ fọu khouʌ

habiter *ở* ở

halal (nourriture) *thức ăn Hồi giáo* thúk ʌn hồi záo

hallucination *ảo giác* ảo zák

hamac *cái võng* kái võng

handball *môn bóng ném* môn bóng ném

handicapé n *bất lực* bấʊt lực

harcèlement *sự quấy rầy* chụ kouẻ̕ɪ jờɪ

hasard *sự ngẫu nhiên* chụ ngẻ̃ou gnien

hâtivement *vội vàng* vội vàng

haut *cao* kʌo

hépatite *bệnh viêm gan* bẹng viem gʌn

herbe *cỏ* kỏ

herbicide *thuốc sát cỏ* thouốk chát kỏ

herboriste *nhà nghiên cứu dược thảo* gnà nghien kúou zuợک thảo

heure *giờ* zờ

— du déjeuner *giờ ăn trưa* zờ ʌn tchuɔe

— d'ouverture *giờ mở* zờ mở

hier *hôm qua* hôm kouʌ

hindou n *Ấn Độ Giáo* ẻn dộ záo

hippodrome *trường đua ngựa* tchừɔng douʌ nguợɑ

histoire (l') *lịch sử* lịk chủ

histoire (une) *câu chuyện* kœou tyouiẹn

HIV *bệnh HIV* bẹng hʌt-i-ve

hiver *mùa đông* mòuɔe đông

hockey *môn khúc côn cầu* môn khóuk kôn kờou

homéopathie *phép chữa vi lượng đồng căn* fép tyũ̕ɑ vi lượng đồng kʌn

homme *đàn ông* dàn ông

— d'affaires *nhà kinh doanh* gnà king zouệng

homosexuel n *đồng tính luyến ái* đồng tíng louiến ái

hôpital *bệnh viện* bẹng viện

horloge *đồng hồ* đồng hồ

horoscope *hoàng đạo* hòuʌng dạo

horrible *khủng khiếp* khủng khiếp

hospitalité *sự hiếu khách* chụ hiéou khék

hôtel *khách sạn* khék chạn

    — bon marché *nhà nghỉ* gnà nghỉ

huile (alimentaire) *dầu nấu ăn* zèeou nźeou an

humide *ẩm ướt* ởem uất

I

ici *đây* dœï

identification *sự nhận dạng* chụ gnọen zạng

identique *giống nhau* zốmg gnʌou

idiot *kẻ khờ dại* kẻ khừ zại

il *ông ấy* ông ớï

    — y a (temporel) *cách đây* kếk dœï

île *hòn đảo* hòn dảo

ils • elles *họ* họ

immatriculation (voiture) *đăng bộ xe* dạng bộ sê

immeuble *tòa nhà* tòuA gnà

immigration *sự nhập cư* chụ gnọep ku

imperméable (vêtement) *áo mưa* Áo muœ

important *quan trọng* kouʌn tchọng

impossible *không thể làm được* không thẻ làm dượck

impôt *thuế* thoué

    — sur le revenu *thuế thu nhập* thoué thou gnọep

imprimante *máy in* máï in

inclus *bao gồm* bʌo gồm

inconfortable *khó chịu* khó tyịou

Inde *nước Ấn Độ* nuấk ởen dộ

indicateur *vật chỉ thị* vọet tỷí thị

indigestion *bệnh khó tiêu* bẹng khó tieou

industrie *công nghiệp* kông nghiẹp

inégalité *sự bất bình đẳng* chụ bớct bìng dảng

infection *viêm* viem

    — urinaire *bệnh viêm đường tiểu tiện* bẹng viem dường tieou tiẹn

infirmière *y tá* i tá

inflammation *vết viêm* vét viem

information *thông tin* thông tin

informations (actualités) *tin tức* tin túk

informatique *tin học* tin họk

ingénieur *kỹ sư* kĩ chu

ingrédient *nguyên liệu* ngouien liẹou

injecter *chích* tyík

injection *việc tiêm thuốc* viẹk tiem thouốk

injuste *bất công bằng* bớct kông bàng

innocent *vô tội* vô tọï

inondation *nạn lụt* nʌn lọut

inquiet *lo lắng* lo láng

insolation *bệnh say nắng* bẹng chaï náng

institut de beauté *thẩm mỹ viện* thởem mĩ viẹn

instructeur *nhân viên giảng huấn* gnœn vien zảng houấen

intéressant *thú vị* thóu vị

intérieur (d') *trong nhà* tchong gnà

international *quốc tế* kouốk té

Internet (réseau) *mạng internet* mʌng intœnêt

interprète *thông dịch viên* thông zịk vien

interview *cuộc phỏng vấn* kouộk fóng vớen

inviter *mời* mờï

Irlande *nước Ái-len* nuấk Áï-lên

Israël *nước Israel* nuấk is-rʌ-êl

Italie *nước Ý* nuấk í

itinéraire *hành trình* hềng tchìng

J

jaloux *ghen tị* geng tị

jamais *không bao giờ* không bʌo zờ

jambe *chân* tyœn

jambon *giăm bông* zam bông

janvier *tháng giêng* tháng zêng

Japon *nước Nhật Bản* nuấk gnọet bản

jardin *vườn* vườn

    — botanique *vườn bách thảo* vườn bếk thảo

    — d'enfants *vườn trẻ* vườn tchẻ

    — public *công viên công cộng* kông vien kông kộng

jardinage *sự làm vườn* chụ làm vườn

jardinier *người làm vườn* ngườɪ lɑ̀m vưⁿ

jaune *màu vàng* mΛou vɑ̀ng

je *tôi* tõɪ

jean (pantalon) *quần jean* kouⁿn jin

jeep *xe díp* sẽ zíp

jeu *trò chơi* tchò tyⁿɪ
  — **vidéo** *trò chơi điện toán* tchò tyⁿɪ dɪʲn tóuⁿn

jeudi *thứ năm* thú nɑm

jeune *trẻ* tchẽ

jeunes (les) *thanh niên* thⁿng nien

Jeux Olympiques *Thế Vận Hội* thé vọn hõɪ

jogging *chạy bộ chơi* tyạɪ bộ tyⁿɪ

joli *xinh* sing

jouer *chơi* tyⁿɪ
  — **aux cartes** *đánh bài* đếng bɑ̈ɪ
  — **d'un instrument à cordes** *đánh* đếng
  — **d'un instrument à vent** *thổi* thổɪ

jour *ngày* ngɑ̈ɪ
  — **de l'an** *ngày tết* ngɑ̈ɪ tét
  — **(date) de naissance** *ngày sinh nhật* ngɑ̈ɪ ching ngọⁿt
  — **férié** *ngày lễ* ngɑ̈ɪ lẽ

journal *tờ báo* tⁿ báo
  — **intime** *sổ nhật ký* chổ ngọⁿt kí

journaliste *nhà báo* gnɑ̈ báo

juge *quan tòa* kouⁿn tòuⁿ

juif *thuộc Do Thái* thouọk zo thɑ̈ɪ

juillet *tháng bảy* thɑ́ng bⁿɪ

juin *tháng sáu* thɑ́ng chⁿou

jumeaux *sinh đôi* ching đõɪ

jumelles (instrument) *ống nhòm* ổng gnòm

jungle *rừng* jừng

jupe *cái váy* kɑ̈ɪ vɑ̈ɪ

juridique *theo luật* thêo louⁿt

jus *nước ép* nuⁿk ép
  — **d'orange** *nước cam* nuⁿk kʌm

jusqu'à *cho đến* tyo dén

justice *công lý* kõng lí

K

kascher (nourriture) *thức ăn Do Thái* thúk an zo thɑ̈ɪ

ketchup *nước sốt chấm cà chua* nuⁿk chốt tyⁿm kɑ̈ tyouⁿ

kilogramme *kí lô* kí lô

kilomètre *cây số* kⁿɪ chố

kiosque à journaux *tiệm tờ báo* tiⁿm tⁿ báo

L

là *đó* dó

lac *cái hồ* kɑ̈ɪ hồ

lacet (chaussure) *dây giầy* zⁿɪ zờɪ

laine *len* lên

lait *sữa* chữⁿ

lame de rasoir *lưỡi dao cạo* luⁿɪ zao kạo

langue (langage) *ngôn ngữ* ngôn ngữ

Laos *nước Lào* nuⁿk lào

lapin *con thỏ* kon thỏ

large *rộng lớn* jộng lⁿn

larme *nước mắt* nuⁿk mát

lave-linge *máy giặt* mɑ̈ɪ zạt

laver (se) *tắm rửa* tám júⁿ
  — **quelque chose** *giặt* zạt

laverie automatique *tiệm giặt bằng máy* tiⁿm zạt bⁿng mɑ̈ɪ

laxatif *thuốc nhuận trường* thouⁿk gnouⁿn tchừⁿng

le mieux *tốt nhất* tốt gnⁿt

le plus grand *lớn nhất* lⁿn gnⁿt

le plus petit *nhỏ nhất* gnỏ gnⁿt

le plus proche *gần nhất* gⁿn gnⁿt

lecture *bài đọc* bɑ̈ɪ dọk

léger *nhẹ* gnẹ

législation *pháp luật* fɑ́p louⁿt

légume *rau* jʌou

lent *chậm* tyⁿm

lentilles de contact *kính áp tròng* kíng ɑ́p tyòng

lequel *cái nào* kɑ̈ɪ nɑ̈o

les deux *cả hai* kɑ̈ hɑ̈ɪ

lesbienne n *phụ nữ đồng tính luyến ái* fọu nũ đồng tíng louièn Ãĩ

lettre (courrier) *thư* thu

— **recommandée** *thư báo đảm* thu báo dảm

leur *của họ* kỏuœ họ

lèvre *môi* môï

lézard *con thằn lằn* kon thàng làng

libéral (profession) *tự làm chủ* tụ làm tỷồu

librairie *tiệm sách* tiẹm chék

libre (chambre) *có phòng* kó fòng

• **(sans contrainte)** *tự do* tụ zo

• **(disponible)** *rảnh* jẻng

lieu de naissance *nơi sinh* nœ̃ĩ ching

lieu de rencontre *nơi gặp gỡ* nœ̃ĩ gạp gœ̃

limonade *nước chanh* núœk tyẻng

lin (tissu) *vải lanh* vãĩ lẽng

linge (sale) *quần áo bẩn* kouèn áo bỏẻn

linge de lit *chăn giường* tyan zuèng

lire *đọc* dọk

lit *cái giường* kãĩ zuèng

lits jumeaux *giường đôi* zuèng dôĩ

littoral *bờ biển* bờ biẻn

livre *quyển sách* kouiẻn chék

— **de prières** *sách kinh* chék king

livrer *đưa* duœ

local *địa phương* dịœ fuœng

location de voiture *dịch vụ thuê xe* zịk vụu thouê sê

logement *chỗ ở* tyỗ ở̉

loger (quelque part) *ở* ở̉

loi *luật* louçt

loin *xa* sa

long *dài* zãĩ

louer (donner à) *cho thuê* tyo thouê

• **(emprunter)** *thuê* thouê

lourd *nặng* nạng

lubrifiant (véhicule) *dầu xe* zòểou sê

lumière *ánh sáng* ẻng cháng

lundi *thứ hai* thú hãĩ

lune *mặt trăng* mạt tchạng

— **de miel** *tuần trăng mật* touèn tchang mọẹt

lunettes (de vue) *cái kính* kãĩ kíng

• **(de piscine)** *kính bơi* kíng bœ̃ĩ • **(de ski)** *kính trượt tuyết* kíng tchợọt touiét

• **(de soleil)** *kính râm* kíng jœm

luxe *sự xa hoa* chụ sa hoụa

lycée *trường trung học* tchuèng tchoung họk

M

ma • mon • mes *của tôi* kỏuœ tôĩ

machine *máy móc* mãĩ mók

machoire *hàm* hàm

magasin *cửa hàng* kửœ hàng

— **d'appareils photo** *tiệm bán máy chụp hình* tiẹm bán mãĩ tyọup hìng

— **d'électricité** *tiệm đồ điện* tiẹm dồ diẹn

— **d'occasion** *tiệm đồ cũ bán lại* tiẹm dồ kõu bán lạĩ

— **de chaussures** *tiệm giày* tiẹm zãĩ

— **de disques** *tiệm bán đĩa nhạc* tiẹm bán dĩœ gnạk

— **de jouets** *tiệm bán đồ chơi* tiẹm bán dồ tyœĩ

— **de sport** *tiệm bán đồ thể thao* tiẹm bán dồ thể thạo

— **de cycles** *quán xe đạp* kouán sê dạp

— **de vêtements** *tiệm quần áo* tiẹm kouèn áo

magazine *tạp chí* tạp tyí

magicien *ảo thuật gia* ảo thouẹt za

magnétoscope *máy thâu băng* mãĩ thœou bang

mai *tháng năm* tháng nam

maigre *gầy ốm* gờểĩ ốm

maillot de bain *bộ quần áo tắm* bộ kouèn áo tám

maillot de corps *áo lót* áo lót

main *bàn tay* bàn tãĩ

maintenant *bây giờ* bœĩ zờ

maire *thị trưởng* thị tchưởng

mais *nhưng mà* gnung mà

maïs *trái bắp* tchãĩ báp

maison *nhà* gnà

majorité *phần lớn* fền lớn

mal de tête *nhức đầu* gnúk dèeou

mal de ventre *bị đau bụng* bị dáou bọung

malade *đau ốm* dáou ốm

maladie *bệnh tật* bẹng tẹt
— **cardiaque** *bệnh tim* bẹng tim
— **vénérienne** *bệnh hoa liễu* bẹng houA liễou

mammographie *chụp điện vú* tyọup diẹn vóu

manger *ăn* an

mangrove *rừng sú vẹt* jùng chóu vẹt

manifestation *sự biểu hiện* chụ biéou hiẹn

manque (de) *sự thiếu thốn* chụ thiéou thốn

manteau *áo khoác* áo khoúAk

maquillage *trang điểm* tchAng diém

maraîcher *người bán rau quả* ngưèï bán jAou kouá

marchand de vin *quán rượu* kouán juạou

marché *chợ* tyạ • (**économie**) *thị trường* thị tchưàng
— **aux puces** *chợ trời* tyạ tchàï
— **noir** *chợ đen* tyạ dèn

marcher *đi bộ* di bộ

mardi *thứ ba* thú bA

marée *thủy triều* thủi tchièou

margarine *macgarin* mAk gA rin

mari *chồng* tyồng

mariage *sự kết hôn* chụ két hôn • (**cérémonie**) *lễ cưới* lễ kúAï

marié *lập gia đình rồi* lẹp zA dìng jòï

marquer un point (sport) *ghi điểm* thẳng ghi diểm tháng

marron *màu nâu* mÀou nœeou

mars *tháng ba* tháng bA

marteau *cây búa* kœï bóuœ

massage *xoa bóp* souA bóp

masseur/masseuse *nhân viên xoa bóp* gnœn vien souA bóp

match (sport) *cuộc thi đấu* kouộk thi dáeou

matelas *nệm* nẹm

matériel *dụng cụ* zọung kọu
— **de plongée** *đồ lặn nước* dồ lạn nuák

matin *buổi sáng* bouổï cháng

mauvais *xấu* sáeou

mécanicien *thợ máy* thọ máï

médecin *bák sĩ* bÁk chĩ

médecine *y học* i họk

média *phương tiện thông tin đại chúng* fương tiẹn thông tin dAï tyóung

médicament *thuốc* thouốk

méditation *sự suy ngẫm* chụ choui ngẫm

meilleur *tốt hơn* tốt hơn

mélanger *trộn* tchộn

membre *hội viên* hội vien

mendiant *người ăn xin* ngưèï an sin

menteur *kẻ nói dối* kẻ nóï zối

mentir *nói láo* nói láo

menu *thực đơn* thụk dơn

menuisier *thợ mộc* thọ mốk

mer *biển* biển

merci *cảm ơn* kám œn

mercredi *thứ tư* thú tu

mère *mẹ* mẹ

message *lời nhắn tin* lèï gnán tin

messe (église) *lễ nhà thờ* lễ gnÀ thèï

métal *kim loại* kim loAï

mètre *mét* mét

métro *xe điện ngầm* xe diẹn ngồem

mettre *đặt* dạt

meuble *bàn ghế* bàn ghế

meurtre *vụ giết người* vọu zét ngưèï

midi *buổi trưa* bouổï tchuœ

miel *mật ong* mẹt ong

migraine *chứng đau nửa đầu* tyúng dAou núœ dèeou

militaire n *quân đội* kouœn dội

militant n *nhà hoạt động* gnÀ houAt dộng

millimètre *mi li mét* mi li mết

million *triệu* tchiẹou

mine (explosif) *quả mìn* kouá mìn

minibus *xe mini* sẽ mini
minuit *nửa đêm* núœ dem
minuscule *tí* tí
minute *phút* fóut
miroir *gương soi* guœng chœi
mode *thời trang* thœï tchang
modem *modem* mo dêm
moderne *tối tân* tốï tœn
moi *tôi* tôï
moine *nhà sư* gnà chu
moins *ít hơn* ít hœn
mois *tháng* tháng
moisson *mùa màng* mòuœ màng
moitié *nửa* núœ
monastère *tu viện* tou viện
monde *thế giới* thé zớï
monnaie (pièces) *tiền lẻ* tiền lẻ
mononucléose infectieuse *bệnh tăng bạch cầu đơn nhân* bẹng tang bệk kòœu dœn gnœn
montagne *núi* nóuï
montre-bracelet *đồng hồ đeo tay* dồng hồ dêo taï
montrer *chỉ* tỷï
monument *di tích lịch sử* zi tík lịk chủ
morceau *miếng* miéng
mordre *cắn* kán
mort *chết* tyét
mosquée *thánh đường hồi giáo* thếng duờng hồï záo
mot *từ* tù
moto *xe môtô* sẽ môtô
— **-taxi** *xe ôm* sẽ ôm
mouche *con ruồi* kon jouồï
mouchoir *khăn tay* khan taï
mourir *chết* tyét
mousson *gió mùa* zó mòuœ
moustiquaire *cái màn* kái màn
moustique *con muỗi* kon mouỗï
mouton *con cừu* kon kùou
muet *lặng câm* lạng kœm
muguet (maladie) *bệnh đẹn sữa* bẹng dẹn chữœ
mur (extérieur) *thành* thềng
• **(intérieur)** *tường* tuờng

muscle *bắp thịt* báp thịt
musculation *luyện tập thân thể với cường độ cao* louiẹn tœp thœn thể vớï kuờng dộ kao
musée *viện bảo tàng* viẹn bảo tàng
musicien *nhạc sĩ* gnạk chĩ
musique *âm nhạc* œm gnạk
musulman *Hồi Giáo* hồï záo

nager *bơi* bœï
napalm *thuốc nổ napam* thouốk nổ napʌm
nappe *khăn giải bàn* khan zãï bàn
natation *bơi lội* bœï lộï
nationalité *quốc tịch* kouốk tịk
natte *chiếu* tyiéou
nature *thiên nhiên* thien gnien
naturopathie *chữa bịnh theo phương pháp dưỡng sinh* tyữœ bịng thêo fœœng fáp zường ching
nausée *buồn nôn* bouồn nôn
— **pendant la grossesse** *thái nghén* thái nghén
navire *tàu thủy* tàou thóuï
ne pas *không* không
nécessaire *cần thiết* kœn thiét
neige *tuyết* touiét
nettoyage *lau dọn* lʌou zọn
nettoyer *làm sạch* làm chẹk
neuf a *mới* mớï
nez *mũi* môuï
ni *không* không
Noël (25 décembre) *Ngày Chúa Giáng Sinh* ngàï tyóuœ záng ching • **(fête)** *Lễ Chúa Giáng Sinh* lễ tyóuœ záng ching
noir *màu đen* màou dên
noir et blanc (film) *phim đen trắng* fim dên tráng
nom *tên* ten
— **de famille** *tên họ* ten họ
nombreux *nhiều* gniềou

non *không* không
   — **-fumeur** *cấm hút thuốc lá* kấm hóut thuoấk lá
   — **protégé** *không an toàn* không ʌn toàn

nord *hướng bắc* huớng bák
Norvège *nước Na-uy* nuốk nʌ-oui
note (restaurant) *hóa đơn* houá dʌn
notre *của chúng tôi* kóuʌ tyóung tôï
nouilles *mì phở* mì fʌ̆
nourrir *cho ăn* tyo an
nourriture *thức ăn* thúk an
nous (exclusif) *chúng tôi* tyóung tôï
   • **(inclusif)** *chúng ta* tyóung ta
nouveau *mới* mʌ́ï
Nouvel An lunaire *tết âm lịch* tét ʌm lịk
novembre *tháng mười một* tháng muờï một
nuage *mây* mʌ̆ï
nuageux *mây mù* mʌ̆ï mòu
nuit *ban đêm* bʌn dem
numéro de chambre *số phòng* chố fòng
numéro de passeport *số hộ chiếu* chố hộ tyiếou
numéro de plaque d'immatriculation *số xe* chố sè

O

objet en bambou *đồ cây tre* dồ kʌ̆ï tchê
objet en bois sculpté *đồ gỗ khắc* dồ gỗ khák
objet en laque *đồ sơn mai* dồ chʌn maï
occupé *bận rộn* bʌ̆n jộn
océan *đại dương* dʌï zuʌng
octobre *tháng mười* tháng muờï
odeur *mùi* mòuï
œil *con mắt* kon mát
œuf *quả trứng* kouả tchúng
offense *sự xúc phạm* chụ sóuk fʌ̆m
office du tourisme *văn phòng hướng dẫn khách du lịch* van fòng huớng zẽn khếk zou lịk
oignon *hành* hềng

oiseau *chim* tyim
ombre *cái bóng* kấï bóng
omelette *trứng ốp lết* tchúng ốp lét
Opéra (lieu) *rạp opera* jʌp opérʌ
opéra (spectacle) *nhạc kịch opera* gnʌ̆k kịk opérʌ
opérateur *người điều khiển* nguờï dièou khièn
opération (action) *sự hoạt động* chụ họuʌt dộng
   • **(médicale)** *cuộc giải phẫu* kouộk zấï fẫou
opinion *ý kiến* í kién
ophtalmologue *bác sĩ khoa mắt* bák chĩ khouʌ mát
or n *vàng* vàng
orage *cơn mưa giông* kʌn muʌ zông
orange (couleur) *màu cam* màou kʌm
   • **(fruit)** *trái cam* tcháï kʌm
orchestre *ban nhạc hoà tấu* bʌn gnʌ̆k hòuʌ tấou
orchidée *hoa lan* houʌ lʌn
ordinaire *thông thường* thông thuờng
ordinateur *máy vi tính* mấï vi tíng
   — **portable** *máy vi tính sách tay* mấï vi tíng chếk taï
ordonnance (santé) *đơn thuốc* dʌn thouấk
oreille *tai* tʌï
oreiller *gối* gốï
oreillons *bệnh quai bị* bệng kouʌï bị
organiser *tổ chức* tổ tyúk
orgasme *lúc cực khoái* lóuk kụk khouấï
original a *nguyên bản* nguoïen bán
orteil *ngón chân* ngón tyʌn
os *xương* suʌng
ou *hoặc* houʌ̆k
où *ở đâu* ʌ̆ dʌou
oublier *quên* kouen
ouest *miền tây* mièn tʌ̆ï
oui *vâng* vʌ̆ng
outre-mer *hải ngoại* hấï ngouʌï
ouvre-boite *cái mở đồ hộp* kấï mʌ̆ dồ hộp
ouvre-bouteille *cái mở chai* kấï mʌ̆ tyʌï

ouvrier *công nhân xí nghiệp* kông gnœn
sí nghiệp • *công nhân* kông gnœn
— **manuel** *người lao động chân tay*
ngườï lạo động tợœn taï
ouvrir *mở* mẻ
ovaire *buồng trứng* bouồng tchúng
oxygène *dưỡng khí* zưỡng khí

P

pacemaker *máy điện điều hòa tim* máï
diện dièou hòuₐ tim
page *trang sách* tchang chék
pagode *chùa* tyòuœ
paiement *sự chi trả* chụ tyi tchá
pain *bánh mì* bẻng mì
— **grillé** *bánh mì lát nướng* bẻng mì
lát nướng
paire (couple) *một đôi* một dôï
— **de chaussures** *đôi giày* dôï zàï
paix *thái bình* tháï bìng
palais *cung điện* koung diện
paludisme *bệnh sốt rét* bẹng chốt jét
panier *cái rổ* káï jổ
panneau *bảng hiệu* bảng hiệou
pantalon *quần* kouèn
papa *ba* bₐ
paperasse (administration) *hành chánh*
hềng tyếng
papeterie *cửa hàng văn phòng phẩm*
kửœ hàng van fòng fẩm
papier *giấy* zấï
— **à cigarette** *giấy vấn thuốc* zấï vởn
thouốk
— **toilette** *giấy vệ sinh* zấï vẹ ching
papillon *con bướm* kon bướm
Pâques *Lễ Phục Sinh* lễ fọuk ching
paquet *đóng gói* dóng góï
par (jour) *một (ngày)* một (ngàï)
— **avion (envoi)** *đường hàng không*
dường hàng không
— **dessus** *ở trên* ở tchen
paraplégique *bị chứng tê liệt* bị tyúng
te liệt
parapluie *cái dù* káï zòu

parc *công viên* kông vien
— **national** *công viên quốc gia* kông
vien kouốk zₐ
parce que *bởi vì* bởï vì
pardessus *áo khoác* áo khouák
pardonner *tha thứ* thₐ thú
pare-brise *kính che gió* kíng tyẻ zó
parents *cha mẹ* tyₐ mẹ
paresseux *lười* lười
parfait *hoàn hảo* houàn hảo
parfois *có khi* kó khi
parfum *nước hoa* nuứk houₐ
pari *đánh cá* dẻng ká
parking (voiture) *bãi đậu xe* bãï dẹou sẻ
Parlement *nghị trường* nghị tchuừng
parler *nói* nóï
partager (avec) *chia sẻ* tyiœ chẻ
— **un dortoir** *chia phòng nội trú* tyiœ
fòng nội tchú
parti (politique) *đảng* dảng
partie (sport) *cuộc thi* kouộk thi
partir (moyen de transport) *khởi hành*
khởï hềng
passager *hành khách* hềng khék
passé n *quá khứ* kouá khú
passeport *hộ chiếu* hộ tyiéou
patient a *nhẫn nại* gnẻn nạï
pâtisserie (gâteau) *bánh ngọt* bẻng ngọt
• **(lieu)** *tiệm bánh ngọt* tiệm bẻng ngọt
pause *giờ giải lao* zờ zảï lₐo
pauvre *nghèo* nghèo
pauvreté *sự nghèo khó* chụ nghèo khó
payer *trả* tchá
pays *quốc gia* kouốk zₐ
Pays-Bas *nước Hà-lan* nuứk hà-lₐn
peau *da* zₐ
pêche (activité) *đánh cá* dẻng ká
pêcheur *người bán cá* ngườï bán ká
pédale *bàn đạp* bàn dạp
pédophile *kẻ lạm dụng tình dục trẻ em*
kẻ lₐm zọung tình zọuk tchẻ em
pédophilie *nạn lạm dụng tình dục trẻ*
em nạn lₐm zọung tình zọuk tchẻ êm
peigne *cái lược* káï lượk
peintre (artiste) *họa sĩ* họuₐ chĩ

peinture (œuvre) *bức tranh* búk tchêng
• **(technique)** *hội họa* hội họuʌ

pellicule (pour appareil photo) *cuộn phim* kouộn fim

pénis *dương vật* zương vọet

penser *nghĩ* nghí

pension de famille *nhà nghỉ* gnà nghỉ

perdre *mất* mớet

père *bố* bố

permanent *lâu dài* lœu zăï

permis de conduire *bằng lái xe* bàng láï sê

permis de travail *giấy phép đi làm* zớei fép di làm

permission *sự cho phép* chụ tyo fép

personnalité *nhân cách* gnœn kếk

personne (≠ quelqu'un) *không có ai nào* không kó ăï nào

peser *cân* kœn

petit (taille) *thấp* thớep

petit ami *bạn trai* bạn tchăï

petit-déjeuner *ăn sáng* an cháng

petit pain *ổ bánh mì* ổ bếng mì

petit *nhỏ* gnỏ

petite amie *bạn gái* bạn găí

petit-fils *cháu trai* tyáou tchăï

pétition *đơn xin* dœn sin

pétrole *dầu* zœou

peu *ít* ít

peur *sự sợ hãi* chụ chợ hăĩ

peut-être *có lẽ* kó lẽ

phare (véhicule) *cái đèn xe* kăí dền sê

pharmarcie *tiệm thuốc tây* tiệm thouốk tœï

pharmacien *dược sĩ* zụœk chĩ

photo *tấm hình* tớem hìng

photographe *người chụp hình* người tyọup hìng

photographie *nghệ thuật chụp hình* nghệ thouệt tyọup hìng

photographier *chụp hình* tyọup hìng

photomètre *thiết bị đo độ sáng* thiết bị do dộ cháng

phrase *câu* kœou

phytothérapie *thuốc bắc* thouốk bák

pièce (composant) *bộ phận* bộ fọen
• **(théâtre)** *vở kịch* vớ kịk • **(monnaie)** *tiền cắc* tiên kák

pied (corps humain) *bàn chân* bàn tyœn

pierre *đá* dá

piéton *người đi bộ* người di bộ

pile *pin* pin

pilule *viên thuốc* vien thouốk
— **contraceptive** *thuốc ngừa thai* thouốk ngừœ thăï

piment *trái ớt* tchăí ớt

pin *cây thông* kœï thông

pince à épiler *cái nhíp* kăí gníp

piolet *cuốc chim* kouốk tyim

pique-nique *píc níc* pík ník

piquer (insecte) *chích* tyík

piquet de tente *cọc lều* kọk lèou

piscine *hồ bơi* hồ bœï

piste *đường đi* dường di
— **cyclable** *đường xe đạp* dường sê dạp

placard de cuisine *tủ nhà bếp* tủ gnà bép

place (ville) *quảng trường* kouảng tchường

plage *bãi biển* băĩ bien

plaindre (se) *kêu ca* keou kʌ

planche à découper *cái thớt* kăí thớt

planche de surf *ván lướt sóng* ván luớt chóng

planète *hành tinh* hềng ting

plante *thực vật* thụk vọet
— **grimpante** *cây leo* kœï lêo

planter *trồng* tchồng

plastique *nhựa* gnụœ

plat a *bằng* bàng

plateau *cao nguyên* kʌo ngouien

plein *đầy* dờeï

plongée *bơi lặn* bœï lạn

pluie *mưa* muœ

pluralisme (politique) *chế độ chính trị có nhiều đảng* chế độ tyíng tchị kó gnièou dảng

plus *hơn* hœn

plus grand *lớn hơn* lớn hœn

plus petit *nhỏ hơn* gnỏ hơn

plusieurs *một vài* một vảï

pneu *lốp xe* lốp sê

poche *túi* tóuí

poêle (chauffage) *cái lò* kảï lò

— **à frire** *chảo* tyảo

poésie *thơ* thơ

poids *trọng lượng* tchọng lượng

— **de bagages autorisé** *hạn chế hành lý* hạn tyế hềng lí

poignée *tay lái* taï lảï

poignet *cổ tay* kổ taï

point de contrôle *trạm kiểm soát* tchạm kiểm chouát

poisson *cá* ká

poitrine (corps humain) *ngực* ngụk

poivre *hột tiêu* hột tieou

poivron *trái ớt ngọt* tchảï ớt ngọt

police *cảnh sát* kảng chát

politicien *nhà chính trị* gnà tyíng tchị

politique (général) *chính trị* tyíng tchị

• **(ligne)** *chính sách* tyíng tchék

pollen *phấn hoa* fấn houa

pollution *sự làm nhiễm* chụ làm gniễm

pompe *máy bơm* mảï bơm

ponctuel *đúng giờ* dóung zờ

pont (construction) *cầu* kờeou • **(navire)** *sàn tàu* chàn tàou

populaire *phổ thông* fổ thông

porc *con heo* kon hêo

port (mer) *hải cảng* hảï káng

porte *cửa* kứœ • **(aéroport)** *cổng* kổng

— **d'embarquement** *cửa lên máy bay* kứœ len mảï baï

— **-monnaie** *cái bóp nhỏ* kảï bóp gnỏ

porter *mang* mang • **(vêtements)** *mặc* mạk

possible *có thể có* kó thể kó

poste de police *đồn cảnh sát* dồn kảng chát

pot (céramique) *bình* bình

pot-de-vin *tiền hối lộ* tièn hốï lộ

poterie *đồ gốm thủ công* dồ gốm thỏu kông

poubelle *thùng rác* thòung ják

poudre *phấn* fấn

poulet *gà* gà

poumon *lá phổi* lá fổí

poupée *con búp bê* kon bóup be

pour cent *phần trăm* fèn tcham

pour toujours *mãi mãi* mảï mảï

pourboire *tiền thưởng thêm* tièn thưởng them

pourquoi *tại sao* tạï chao

pousser *đẩy* dảï

poussette *xe đẩy em bé* sê dảï êm bê

pouvoir (être autorisé) *được* dượk

• **(être capable)** *có thể* kó thể

poux *con chí* kon tyí

précieux *có giá trị* kó zá tchị

préférer *thích hơn* thík hơn

premier *đầu tiên* dèou tien

Premier ministre *thủ tướng chính phủ* thỏu tchướng tyíng fỏu

première classe *hạng nhất* hạng gnất

prendre *lấy* lốeï

prénom *tên thánh* ten thẳng

préparer *chuẩn bị* tyouẩn bị

près (de) *gần bên* gồn ben

présent (temps) *hiện tại* hiện tạï

préservatif *bao cao su* bao kao chou

président *chủ tịch* tyỏu tịk

pression *áp lực* áp lụk

pression artérielle *huyết áp* houiết áp

prêt a sẵn sàng *chẳn chẳng* chẳn tyẳng

prêtre *thầy tu* thờeï tou

prévenir *cảnh cáo* kẳng kảo

prière *lời cầu nguyện* lờï kờeou ngouiẹn

principal *chính* tyíng

printemps *mùa xuân* mòuœ souœn

prise (électrique) *cái phích cắm điện* kảï fík kám diẹn

prison *nhà tù* gnà tòu

prisonnier *tù binh* tòu bing

privé *tư riêng* tu jiêng

prix *giá* zá • **(billet)** *giá vé* zá vể

proche (≠ éloigné) *gần* gồn

produire *sản xuất* chản souất

produits alimentaires *thực phẩm* thuk fœm

produits laitiers *thực phẩm làm từ sữa* thuk fẩm làm tù chũœc

profession *nghiệp* nghiẹp

profit *lợi ích* lọï ík

profond *sâu* chœou

programme *chương trình* tyuœng tchìng

projecteur *máy chiếu* máï tyiếou

promettre *hứa hẹn* hứœ hẹn

propre *sạch sẽ* chẹk chẽ

propriétaire *người làm chủ* nguờï làm tyủ • **(femme)** *bà chủ nhà* bà tyủ gnà • **(homme)** *ông chủ nhà* ông tyủ gnà

prostituée *gái điếm* gáï diém

protéger *bảo vệ* bảo vẹ

protège-slip *miếng nhựa bỏ vào quần lót* miếng gnụœe bỏ vào kouẻn lót

protestant *theo đạo Tin Lành* thẻo dạo tin lềng

protestation *sự phản đối* chụ fản dốï

protester *phản kháng* fản kháng

pub (bar) *quán ba* kouán bʌ

publicité *bài quảng cáo* bàï kouảng káo

puce *bọ chét* bọ tyét

puissant *mạnh mẽ* mẹng mẽ

pull *áo len dài tay* áo len zàï taï

punaise (insecte) *con rệp* kon jẹp

pur *nguyên chất* ngouien tyất

python *con trăn* kon tchan

Q

quai (de gare) *sân ga* chœn gʌ

qualité *chất lượng* tyất lượng

quand *khi nào* khi nào

quarantaine *sự cách ly* chụ kếk li

quart *một phần tư* một fẻn tu

quelqu'un *người nào đó* nguờï nào dó

quelque chose *cái gì* káï zì

quelques *một vài* một vàï

question *câu hỏi* kœou hỏï

queue (animal) *đuôi* douôï

qui *ai* ʌï

quincaillier *hàng đồ sắt* hàng dồ chát

quinzaine *hai tuần* haï touẻn

quitter *bỏ đi* bỏ di

quoi *cái gì* káï zì

R

race *chủng tộc* tyỏung tộk

racisme *nạn phân biệt chủng tộc* nạn fœn biệt tyỏung tộk

radiateur *lò sưởi* lò chuởï

radio *máy radiô* máï ʀadiô

rage de dent *đau răng* dʌou jang

raison *lý do* lí zo

ralentir *đi chậm lại* di tyọœm lạï

randonnée pédestre *môn thể thao đi bộ đường dài* môn thẻ thʌo di bộ dường zàï

randonnée avec guide *cuộc hành trình có người hướng dẫn* kouộk hềng tchìng kó nguờï hướng zẫn

rapide *nhanh* gnêng

rapports sexuels protégés *tình dục an toàn* tìng zọuk ʌn toàn

raquette *vợt đánh banh* vợt dếng bêng

rare (inhabituel) *hiếm có* hiém kó

raser *cạo râu* kʌo jœou

rasoir *dao cạo* zʌo kʌo

rassemblement *đại hội* dạï hộï

rassis (pain) *ôi* ôï

rat *con chuột* kon tyouột

rayon *căm* kam

réaliste *thực tế* thụk té

reboisement *tái lập rừng* táï lœp jùng

récemment *mới* mớï

recevoir *tìm kiếm* tìm kiém

rechercher *tìm kiếm* tìm kiém

réclamation *lời kêu ca* lờï keou kʌ

recommander *giới thiệu* zớï thiệou

reconnaissant *biết ơn* biét œn

reçu n *biên nhận* bien gnọœn

recyclable *có thể tái chế* kó thẻ táï tyé

recycler *tái chế* táï tyé

référence *sự giới thiệu* chụ zớï thiệou • **références** *chứng chỉ* tyúng tyỉ

réfrigérateur *tủ lạnh* tỏu lẹng

réfugié *người tị nạn* nguờï tị nạn

refuser *từ chối* tù tyổï

regarder *xem* sêm

régime (alimentaire) *chế độ ăn uống* tyế độ an uốngô

régional *địa phương* dịœ fưœng

règle *điều lệ* dièou lẹ

règles (menstruations) *kinh nguyệt* king nguiẹt

regretter (l'absence de quelqu'un) *nhớ nhung* gnắ gnoung

rein *trái thận* tchấï thẹn

reine *nữ hoàng* nũ hòuàng

relation *quan hệ* kouʌn hẹ

religieuse (femme) *nữ tu sĩ* nũ tou chĩ

religieux *sùng đạo* chòung dạo

religion *tôn giáo* tôn záo

rembourser *trả lại tiền* tchá lạï tièn

remparts *vách tường thành* vếk tườ̀ng thềng

remplir *làm đầy* làm dèï

rencontrer *gặp* gạp

rendez-vous *cái hẹn* kấï hẹn

réparer *sửa chữa* chúœ tyũœ

repas *bữa ăn* bũœ an

repasser (vêtements) *là* là

répéter *lập lại* lọp lạ̈ï

réponse *câu trả lời* kœou tchá lờ̈ï

reposer (se) *nghỉ ngơi* nghỉ ngơï

représentation (spectacle) *cuộc biểu diễn* kouộk biẻou ziẽn

république *nền cộng hòa* nèn kộng hòuʌ

répulsif anti-insecte *thuốc trừ sâu bọ tức* thouốk tchù chœou bọ túk

réseau *mạng lưới* mʌng luốï

réservation *sự giữ chỗ trước* chụ zũ tyổ tchuốk

réserver *giữ trước* zũ tchuốk

respect *sự kính trọng* chụ kíng tchọng

respirer *thở* thớ

ressort *lò xo* lò xo

ressources humaines *nhân lực* gnœn lụk

restaurant *nhà hàng* gnà hàng

retard *sự chậm trễ* chụ tyẹm tchễ

retrait des bagages *thu hành lý* thou hềng lí

retraité *người hưu trí* nguờï huou tchí

réunion *cuộc họp* kouộk họp

rêve *mơ* mœ

réveil (objet) *đồng hồ báo thức* dồng hồ báo thúk

réveiller (quelqu'un) *đánh thức dậy* dếng thúk zœï

revenir *trở lại* tchẢ lạ̈ï

rhum *rượu rum* juœou rom

rhume des foins *bệnh dị ứng phân hoa* bẹng zị úng fœn houʌ

riche *giàu có* zòou kó

rien *không có gì hết* không kó zì hết

rire *cười* kuờ̈ï

risque *sự mạo hiểm* chụ mʌo hiẻm

rivière *con sông* kon chông

riz (cuit) *cơm* kœm • **(non cuit)** *gạo* gʌo

rizière *ruộng* jouộng

robe *áo đầm* áo dèm

robinet *vòi nước* vòï nuốk

rocher *đá* dá

rock (musique) *nhạc rock* gnʌk rok

roi *vua* vouœ

romantique *lãng mạn* lãng mʌn

rond-point *bồn tròn ngã tư* bồn tchòn ngã tu

rose (couleur) *màu hồng* màou hồng

roue *bánh xe* bếng sê

rouge *màu đỏ* màou dỏ

— **à lèvres** *son tô môi* chon tô môï

rougeole *bệnh sởi* bẹng chớ̈ï

rouler à bicyclette *đạp xe* dʌp sê

route *đường* douœ̀ng

— **principale** *đường chính* duờ̀ng tyíng

rubéole *bệnh sởi* bẹng chớ

rue *phố/đường* ѵ/ѕ fố/duờ̀ng

rugby *môn bóng bầu dục* môn bóng bœ̀ou zọuk

ruines *sự đổ nát* chụ dổ nʌt

rythme *nhịp* gnip

S

sa • son • ses (à elle) *của bà ấy* kỏuœ bà ốï

sa • son • ses (à lui) *của ông ấy* kỏuœ ông ốï

sable *cát* KÁT

sac *túi sách* TÓUÏ CHÉK

— **à dos** *ba lô* BA LÔ

— **à main** *túi cầm tay* TÓUÏ KÈM TAÏ

— **de couchage** *túi ngủ* TÓUÏ NGỦ

sacoche *cái cặp* KÁÏ KẠP

sacré *thiêng liêng* THIÊNG LIÊNG

saignant (viande) *tái* TÁÏ

saison *mùa* MÒUŒ

— **des pluies** *mùa mưa* MÒUŒ MUŒ

— **sèche** *mùa khô* MÒUŒ KHÔ

salade (plat) *món ăn rau sống chọn* MÓN AN JAOU CHỐNG TYỌN

salaire *tiền lương* TIỀN LUŒNG

sale *dơ* ZŒ

salle d'attente *phòng đợi* FÒNG ĐỢÏ

salle de bains *phòng tắm* FÒNG TÁM

salle de transit *phòng đợi máy bay* FÒNG ĐỢÏ MÁÏ BAÏ

samedi *thứ bảy* THÚ BẢÏ

sandale *xăng đan* SANG ĐAN

sang *máu* MÁOU

sans *không có* KHÔNG KÓ

— **abri** *vô gia cư* VÔ ZA KU

— **plomb** *không có chì* KHÔNG KÓ TYÌ

santé *sức khỏe* CHÚK KHỎUÊ

sauce *nước xốt* NUÁK SỐT

— **tomate** *sốt cà chua* CHỐT KÀ TYOUŒ

saucisse *cái xúc xích* KÁÏ SÓUK SÍK

sauna *phòng tắm hơi* FÒNG TÁM HŒÏ

sauter *nhảy* GNÁÏ

savoir v *biết* BIÉT

savon *xà phòng* SÀ FÒNG

science *ngành khoa học* NGÈNG KHOUA HỌK

sciences humaines *nhân văn học* GNŒN VAN HỌK

sciences sociales *khoa học xã hội* KHOUA HỌK SÃ HỘÏ

scientifique n *khoa học gia* KHOUA HỌK ZA

scooter *xe scooter* SÈ SKOUTŒ

sculpture *công trình điêu khắc* KÔNG TCHÌNH ĐIÊOU KHÁK

seau *thùng* THÒUNG

sec *khô* KHÔ

séché (aliment) *khô* KHÔ

sécher (vêtements) *sấy* CHÁÏ

seconde n *giây* ZŒÏ

secrétaire *thư ký* THU KÍ

sécurité sociale *an sinh xã hội* AN CHING SÃ HỘÏ

sein (corps humain) *vú* VÓU

sel *muối* MOUÓÏ

self-service *tự phục vụ* TỤ FỌUK VỌU

selle *cái yến* KÁÏ IÉN

sels de réhydratation *thuốc muối bù nước* THOUÓK MOUÓÏ BÒU NUÁK

semaine *tuần* TOUÈN

sensibilité d'une pellicule *tốc độ phim* TỐK ĐỘ FIM

sensible *nhạy cảm* GNẠÏ KẢM

sensuel *có tình cảm* KÓ TÌNG KẢM

sentier *đường đi* ĐUỜNG DI

— **de montagne** *đường mòn trên núi* ĐUỜNG MÒN TCHÊN NÓUÏ

sentiment *cảm giác* KẢM ZÁK

sentir (émotions) *cảm thấy* KẢM THÁÏ

• **(toucher)** *sờ* CHŒ

séparé *khác* KHÁK

septembre *tháng chín* THÁNG TYÍN

sérieux *thành thật* THÈNG THỌT

seringue *ống tiêm* ỐNG TIEM

serpent *con rắn* KON JÁN

serpentin antimoustiques *nhang muỗi* GNANG MOUỖÏ

serré *chặt* TYẠT

serrer dans ses bras *ôm chặt* ÔM TYẠT

serveur *người hầu bàn* NGUỜÏ HÈOU BÀN

service *sự phục vụ* CHỤ FỌUK VỌU

• **(coût)** *phí dịch vụ* FÍ ZỊK VỌU

— **militaire** *nghĩa vụ quân sự* NGHĨA VỌU KOUŒN CHỤ

serviette de bain *khăn tắm* KHAN TÁM

serviette de table *khăn ăn* KHAN AN

serviette hygiénique *băng vệ sinh* BANG VỆ CHING

seul *một mình* MỘT MÌNG

sexe *giới tính* ZÁÏ TÍNG

sexisme *nạn thành kiến giới tính* nạn thềng kiến zấї tíng

sexy *khiêu dâm* khieou zœm

shampoing *dầu gội đầu* zừeou gội dừeou

shiatsu *thuật bấm huyệt* thouạt bấm houiệt

short *quần ngắn* kouền ngán

si *nếu* néou

sida *SIDA* si dʌ

siège (place) *chỗ ngồi* tỷ ngồi

siège enfant *ghế ngồi trẻ con* ghé ngồi tchế kon

signature *chữ ký* tyữ kí

similaire *đồng dạng* đồng zʌng

simple *đơn giản* dœn zản

Singapour *nước Sin-ga-pore* nuấk chin-gʌ-po

singe *con khỉ* kon khỉ

sirop anti-tussif *thuốc ho* thouấk ho

situation de famille *tình trạng hôn nhân* tìng tchʌng hôn gnœn

ski nautique *môn trượt nước* môn tchuợt nuấk

socialisme *chủ nghĩa xã hội* tyỏu nghĩœ sả hội

société (entreprise) *công ty* kông ti

sœur aînée *chị tỵ* tyị

sœur cadette *em* êm

soie *lụa* lọuœ

soin pour les cheveux *thuốc xả tóc* thouấk sả tók

soir *buổi tối* bouổi tối

soirée *cuộc đi chơi ban đêm* kouộk di tyœї bʌn dem

sol *sàn nhà* chàn gnà

soldat *người lính* nguời líng

solde (compte) *quyết toán* kouiét touán

solder *hạ giá* hạ zá

soldes *giảm giá* zảm zá

soleil *mặt trời* mạt tchời

solution pour lentilles de contact *dung dịch ngâm bảo quản kính* zoung zịk ngœm bảo kouản kíng

sombre (couleur) *đậm* dợm

sommet (montagne) *đỉnh cao* dịng kʌo

somnifère *thuốc ngủ* thouấk ngỏu

son *âm thanh* œm thêng

sonner (téléphone) *reo* jêo

sonnerie (téléphone) *tiếng reo* tiéng jêo

sortie *lối ra* lối jʌ

sortir *đi ra* di jʌ • **(avec quelqu'un)** *đi chơi với* di tyœї vấї

souffrant *đau ốm* dʌou ốm

soûl *bị say rượu* bị tyʌï jụœou

soupe *súp* chúp

sourd *điếc* diék

sourire *mỉm cười* mỉm kuời

souris *con chuột* kon tyouột

sous-titre *phụ đề* fọu dè

sous-vêtement *quần lót* kouền lót

soutien-gorge *áo ngực* áo ngụk

souvenir (se) *nhớ* gnấ

souvenir (objet) *kỷ niệm* kỉ niệm

souvent *thường* thường

spécial *đặc biệt* dʌk biệt

spécialiste *chuyên viên* tyouien vien

spectacle *cuộc triển lãm* kouộk tchiên lãm

— **de marionnettes sur l'eau** *thuật rối nước* thouạt jối nuấk

sport *thể thao* thể thʌo

sportif n *vận động viên* vạn dộng vien

stade *sân vận động* chœn vạn dộng

station de taxis *bến xe taxi* bến sê ták si

station-service *trạm xăng* tchʌm sʌng

statue *bức tượng* búk tượng

steak (bœuf) *thịt bít tết* thịt bít tét

stérilet *vòng tránh thai* vòng tchếng thʌï

studio (art) *xưởng vẽ* suởng vẽ

stupide *ngu dại* ngou zʌ̣ї

style *kiểu* kiểou

stylo *bút bi* bóut bi

sucette *kẹo que* kẹo kouê

sucre *đường* dường

sucré *ngọt* ngọt

sud (région) *miền nam* miền nʌm

Suède *nước Thụy Điển* nuấk thọui diển

Suisse *nước Thụy Sĩ* nuấk thọui chĩ

suivant *tiếp* tiép

suivre *đi theo* di thêo

super *hay* haï

supermarché *siêu thị* chieou thị

superstition *sự mê tín* chụ me tín

supporter (politique/sport) *người ứng hộ* ngừœï ửong hộ

sur *trên* tchen

sûr *an toàn* ʌn toàn

surf (sport) *môn trượt sóng biển* môn tchuợt chóng biến

surfer *trượt sóng biển* tchuợt chóng biến

surnom *biệt danh* biệt zễng

surprise *điều ngạc nhiên* dièou ngʌk gnien

survivre *sống sót* chống chót

sympathique *tử tế* tử tế

synagogue *hội đạo giáo đường Do Thái* hội dʌo zǎo dừơng zo tháï

syndicat *công đoàn* kông douằn

synthétique *nhân tạo* gnʌn tʌo

système de classes *tầng lớp xã hội* tòêng lớp sã hội

T

ta • ton • tes *của bạn* kóuœ bạn

tabac *thuốc lá* thouốk lá

table *cái bàn* káï bàn

tableau d'affichage *bảng ghi số điểm* bảng ghi chố diểm

tableau d'horaires *thời dụng biểu* thờï zọung biéou

tâche ménagère *việc nhà* việk gnà

taie d'oreiller *áo gối* ʌo gốï

taille (général) *kích thước* kík thuốk

• **(vêtements)** *số chỗ*

tailleur *thợ may quần áo* thợ maï kouền áo

talc *phấn trẻ em* fấn tchế êm

tambour (musique) *cái trống* káï tchống

tampon *nút bông vệ sinh* nóut bông vệ ching

tante *dì* zì

taoïste *theo đạo giáo* thêo dʌo giáo

tapis *thảm* thằm

tasse *cái tách* káï tếk

taux de change *tỷ lệ hối đoái* tỉ lệ hốï douáï

taxe d'aéroport *thuế hải quan* thouế hảï kouʌn

taxi *xe taxi* sè ták si

technique *kỹ thuật* kĩ thouệt

technologie *kỹ thuật công nghệ* kĩ thouệt kông nghệ

télé *ti vi* ti vi

télécopie *fax* fʌk

télécopieur *máy fax* mãí fʌk

télégramme *bức điện tín* búk diện tín

téléphone *điện thoại* diện thouʌï

— **mobile** *điện thoại di động* diện thouʌï zi động

— **public** *điện thoại công cộng* diện thouʌï kông kộng

téléphoner *gọi điện thoại* gọï diện thouʌï

télescope *kính thiên văn* kíng thien van

téléviseur *máy thu hình* mãí thou hìng

température (fièvre) *sự sốt* chụ chốt

• **(météo)** *nhiệt độ* gniệt dộ

tempête *bão* bǎo

temple *đền* dèn

temps *thời gian* thờï zʌn

• **(météo)** *thời tiết* thờï tiết

tennis *ten-nít* tên nít

— **de table** *bóng bàn* bóng bàn

tension prémenstruelle *sự đảo lộn tâm sinh lý trước kỳ kinh nguyệt* chụ dǎo lộn tœm ching lí tchuốk kì king ngouiệt

tente *lều* lèou

terrain (sport) *sân chơn*

— **de camping** *bãi cắm trại* bãï kám tchaï

— **de golf** *sân gôn* chœn gôn

Terre *quả đất* kouả dœt

terre (≠ mer) *đất liền* dœt liền

• **(sol)** *đất trồng trọt* dœt tchồng tchọt

terrible *kinh khủng* king khủng

test *thi* thi

— **de grossesse** *ống thử thai* ống thủ thaї

tête *đầu* dὲϵou

tétine *núm vú giả* nóum vóu zá

tétraplégique *người tật tất cả tay chân* nguờï tȯt tόϵt kả taї tyϵœn

têtu *bướng bỉnh* buớng bíng

Thaïlande *nước Thái Lan* nuốk tháї lʌn

thé *trà* tchà

théâtre *rạp hát* jʌp hát

— **classique** *cải lương* kẳï luơng

— **traditionnel** *kịch* kịk

thermomètre *cặp nhiệt độ* kʌp gniȇt dȯ

thon *cá ngừ* kả ngừ

tiède *ấm áp* ϵ̉m ʌ́p

tigre *con hổ* kon hổ

timbre *tem* têm

timide *mắc cỡ* mák kở

tire-bouchon *cái khui rượu* kảï khȏui juϵœu

tissu *vải* vẳï

tofu *đậu phụ* dϵœu fọu

toilettes *nhà vệ sinh* gnà vẹ ching

— **publiques** *nhà vệ sinh công cộng* gnà vẹ ching kȏng kȯng

tomate *trái cà chua* tchảï kà tyouœ

tombe *mộ* mȯ

tomber *té* té

— **en panne** *hư* hu

tonalité *tiếng phát ra trong máy điện thoại* tiếng fát jʌ tchong mẳї diẹn thouʌ̉ї

torche (lumineuse) *đèn pin* dền pin

tôt *sớm* chớm

toucher (heurter) *chạm* tyʌm

toujours *luôn luôn* louȏn louȏn

tour *tháp* tháp

touriste *khách du lịch* khếk zou lịk

tourner *rẽ/quẹo* N/S *jẽ/*kouϵọ

tous les jours *hằng ngày* hàng ngàї

tousser *chứng ho* tyúng ho

tout *tất cả* tốϵt ká

— **de suite** *ngay bây giờ* ngaї bϵ̉ї zờ

— **le monde** *mọi người* mọї nguờï

toute la nuit *suốt đêm* chouốt dem

toxique *độc* dȯk

traduire *phiên dịch* fien zịk

train *xe lửa* sὲ lȯuϵ

tranche *miếng* miéng

transporter (véhicule) *chuyển chở* tyouién tyở

travail *công việc* kȏng viȇk • *việc làm* viȇk làm

travailler *làm việc* làm viȇk

travaux manuels *nghề thủ công* nghè thỏu kȏng

travaux sur la voierie *công trường* kȏng tchuờng

traverser *đi qua* di kouʌ

tremblement de terre *động đất* dȯng dốϵt

très *rất* jốϵt

tribunal *tòa án* tȯuʌ án

triste *buồn* bouȏn

troisième *thứ ba* thú bʌ

trop *quá* kouá

trousse de soins d'urgence *hộp cứu thương* hȯp kúou thuơng

trouver *tìm ra* tìm jʌ

Tee-shirt *áo lót ngắn tay* áo lót ngán taʏ̉

tsunami *nạn nhân sóng thần* nʌn gnϵœn chóng thền

tu/vous (sg) *bạn* bʌn

tuer *giết* zét

tumeur *khối u* khốї ou

typhon *cơn bão* kʌn bảo

typique *tiêu biểu* tieou biểou

ultérieurement *sau* chʌou

ultrason *siêu âm* chieou œm

un peu *một chút* một tyóut

une fois *một lần* một lϵ̀n

uniforme n *đồng phục* dȯng fọuk

unique *duy nhất* zouï gnốϵt

univers *vũ trụ* vōu tchọu

université *trường đại học* tchuờng dại họk

urgence *cấp cứu* kấep kứou

urgent *khẩn cấp* khẻn kấep

usine *hãng* hãng

utile *có ích* kó ík

V

vacances (repos) *kỳ nghỉ* kì nghỉ

vaccination *sự chủng ngừa* chụ tyóung ngừœ

vache *con bò* kon bò

vagin *âm đạo* œm dạo

vague *làn sóng* làn chóng

valeur *định giá* dịng zá

valider *chứng minh* tyúng ming

valise *cái va li* kảî va li

vallée *thung lũng* thoung lũng

valoir *đáng giá* dáng zá

vapeur *hơi nước* hơi nuốk

varicelle *bệnh thủy đậu* bẹng thủi dœou

végétarien a *ăn chay* an tyaï • n *người ăn chay* ngừœi an tyaï

végétation *cây cỏ* kœï kỏ

veille de Noël *Đêm Giáng Sinh* dem záng ching

veille du jour de l'An *đêm giao thừa* dem zao thùœ

veine *tĩnh mạch* tĩng mẹk

vélo *xe đạp* sê dạp
— **tout-terrain** *xe đạp leo núi* sê dạp lêo núi

vendre *bán* bán

vendredi *thứ sáu* thú cháou

vénérer *sự tôn kính* chụ tôn kíng

venir *đến* dén

vent *gió* zó

ventilateur *quạt máy* kouạt máï

ver *giun* zoun

verdict (sentence) *sự tuyên án* chụ touien án

vérité *sự thật* chụ thọt

verre (à boire) *cốc/ly* N/S kốk/li
• **(optique)** *thấu kính thuỷ tinh thể* théeou kíng thouỷ ting thế

verrou *ổ khóa* ổ khóua

verrouiller *khóa* khóua

vers *đến* dén

vert *màu xanh lá cây* màou sêng lá kœ̈ï

vessie *bóng đái* bóng dáï

veste *áo vét* áo vét

vestiaire (lieu public) *phòng giữ mũ áo* fòng zũ mõu áo • **(sport, lieu de travail)** *phòng thay quần áo* fòng thaï kouèn áo

vestibule *tiền sảnh* tien chẻng

vestiges *di tích cổ* zi tík kổ

vêtements *quần áo* kouèn áo

vétéran (armée) *cựu lính* kụou líng

viande *thịt* thịt
— **hachée** *thịt thái* thịt thái

vide *trống* tchổng

vie *cuộc sống* kouộk chống

Vietnam *nước Việt Nam* nuốk việt nam

Vietnamien *người Việt* ngừœi việt

vietnamien (langue) *tiếng Việt* tiếng việt

vieux *già* zà

village *làng xã* làng sã

ville *thành phố* thèng fố

vin *rượu nho* jượou gno
— **pétillant** *rượu vang có ga* jượou vang kó gạ

vinaigre *giấm* zém

viol *sự hãm hiếp* chụ hãm hiếp

violer *hãm hiếp* hãm hiếp

violet *màu tím* màou tím

virus *vi khuẩn* vi khouẻn

visa *giấy xuất cảnh* zóẻi souốet kẻng

visage *mặt* mạt

visiter *thăm* tham

vitamine *sinh tố* ching tố

vitesse *tốc độ* tốk dộ
— **maximale** *tốc độ giới hạn* tốk dộ zới họn

vivant *sống* chống

voie (train) *đường xe lửa* dường sê lủœ

Z

voile (sport) *môn lướt ván bườm* môn luớt ván buờm

voir *nhìn thấy* gnìn tháeï

voiture *xe hơi* sê hơï

voix *giọng nói* zọng nóï

vol (avion) *chuyến bay* tyouién baï

volé *bị ăn cắp* bị an káp

voler (avion) *bay* baï • **(dérober)** *lấy trộm* láeï tchộm

voleur *kẻ cắp/trộm* N/S kẻ káp/tchộm

volley-ball *bóng chuyền* bóng tyouièn

volume (capacité) *âm lượng* œm luợng

voter *bầu cử* bœou kú

vouloir *muốn* mouốn

voyage *chuyến đi* tyouién di
— **d'affaires** *hợp tác kinh doanh* hạp ták king zouêng

voyager *đi du lịch* di zou lịk

vue *cảnh* kếng

W

wagon-lit *toa có giường ngủ* touʌ kó zuừng ngóu

wagon-restaurant *toa ăn* touʌ an

week-end *cuối tuần* kouốï touœn

wok *cái chảo* káï tyáo

Y

yaourt *sữa chua* chũœ tyouœ

yoga *thuyết du gia* thouiét zou zʌ

Z

zona *bệnh zona* bệng zonʌ

zoo *vườn bách thú* vuờn bếk thóu

DICTIONNAIRE

218

Ce dictionnaire est classé dans l'ordre alphabétique vietnamien indiqué dans le tableau p. 165. L'ordre des tons pour une même voyelle est le suivant : *a, á, à, ả, ã, ạ*. Les mentions **n**, **a** et **v** (nom, adjectif et verbe) permettent de préciser le sens d'un mot. Les symboles **N** et **S** indiquent les traductions d'un mot dans le Nord et dans le Sud (pour plus de détails sur les régionalismes, reportez-vous à la rubrique **parlers régionaux** du chapitre **prononciation**, p. 15). Les termes liés à la nourriture sont réunis dans le **lexique culinaire**, p. 165.

A

ai ʌɪ̈ *qui*
anh trai ɛ̈ng tchʌ̈ɪ *frère aîné*
an sinh xã hội an ching sʌ̈ hội
 sécurité sociale
an toàn ʌn toʌ̈n *sûr*
ánh sáng ɛ̈ng chʌ̈ng *lumière*
áo choàng ʌ̈o tyouʌ̈ng *manteau*
áo đầm ʌ̈o dềm *robe*
áo gối ʌ̈o gốɪ *taie d'oreiller*
áo khoác ʌ̈o khouʌ̈k *manteau*
 • *pardessus*
áo len dài tay ʌ̈o lèn zʌ̈ɪ taɪ̈ *pull*
áo lót ʌ̈o lót *maillot de corps*
áo lót ngắn tay ʌ̈o lót ngán taɪ̈ *Tee-shirt*
áo mưa ʌ̈o muœ *imperméable* **n**
áo ngực ʌ̈o nguk *soutien-gorge*
áo pháo ʌ̈o fʌ̈o *gilet de sauvetage*
áo sơ mi ʌ̈o chœ mi *chemise*
áo vét ʌ̈o vét *veste*
áp lực ʌ̈p lọuk *pression*
ảo giác ʌ̈o zʌ̈k *hallucination*
ảo thuật gia ʌ̈o thouœt zʌ *magicien*

Ă

ăn an *manger*
ăn cắp **N** an cấp *dérober*
ăn chay an tyʌ̈ɪ *végétarien* **a**
ăn sáng an chʌ̈ng *petit-déjeuner*
ăn trộm **S** an tchộm *dérober*

Â

âm đạo œm dʌo *vagin*
âm lịch œm lịk *calendrier lunaire*
âm lượng œm lượng *volume (capacité)*
âm nhạc œm gnʌ̈k *musique*
âm thanh œm thêng *son* **n**
ấm áp œm ʌ̈p *tiède*
Ấn Độ Giáo œn độ zʌ̈o *hindou* **n**
ầm ĩ œm ĩ *bruyant*
ẩm ướt œm uớt *humide*

B

ba bʌ *papa*
ba lô bʌ lô *sac à dos*
ban đêm bʌn đem *nuit*
ban nhạc bʌn gnʌ̈k *groupe (musique)*
ban nhạc hoà tấu bʌn gnʌ̈k hòuʌ tœou
 orchestre
bao cao su bʌo kʌo chou *préservatif*
bao gồm bʌo gồm *inclus*
bao lơn bʌo lœn *balcon*
bao nhiêu bʌo gnieou *combien*
bay bʌɪ̈ *voler (avion)*
bác sĩ bʌ̈k chĩ *docteur*
bác sĩ phụ khoa bʌ̈k chĩ fọu khouʌ
 gynécologue
bán bʌ̈n *vendre*
banh gôn bɛ̈ng gôn *balle de golf*
bánh mì bɛ̈ng mì *pain*
bánh mì lát nướng bɛ̈ng mì lʌ̈t nướng
 pain grillé
bánh qui bɛ̈ng koui *biscuit*

bánh quy mạn bếng koui mạn *biscuit salé*

bánh quy ngọt bếng koui ngọt *biscuit sucré*

bánh xe bếng sê *roue*

bát cơm bát kơm *bol de riz*

bà ấy bà ơếi *elle*

bà chủ nhà bà tỏ̉u gnà *propriétaire (femme)*

bà nội bà nội *grand-mère paternelle*

bà ngoại bà ngouại *grand-mère maternelle*

bài đọc bài đọk *lecture (objet)*

bài hát bài hát *chanson*

bài quảng cáo bài kouảng káo *publicité*

bàn chải bàn tyải *brosse*

bàn chải đánh răng bàn tyải đếng jang *brosse à dents*

bàn chải tóc bàn tyải tók *brosse à cheveux*

bàn chân bàn tyơn *pied (corps humain)*

bàn chữ bàn tyữ *clavier*

bàn cờ bàn kờ *échiquier*

bàn đạp bàn đạp *pédale*

bàn ghế bàn ghế *meuble*

bàn tay bàn taỉ *main*

bàn thờ bàn thờ *autel*

bản đồ bản đồ *carte routière*

bản lý lịch bản lý lịk *CV*

bảng ghi số điểm bảng ghi chố điểm *tableau d'affichage*

bảo đảm bảo đảm *garantir*

bảo thủ bảo thỏu *conservateur* n

bảo vệ bảo vệ *protéger*

bãi biển bãi biển *plage*

bãi cắm trại bãi kám tchại *terrain de camping*

bãi đậu xe bãi đợu sê *parking (voitures)*

bãi mìn bãi mìn *champ de mines*

bão bão *tempête*

bạc bạk *argent* n

bạn bạn *ami · tu/vous* sg

bạn đồng nghiệp bạn đồng nghiệp *collègue*

bạn đường bạn dường *compagnon (de route)*

bạn gái bạn gáỉ *petite amie*

bạn trai bạn tchai *petit ami*

băng bang *bandage · gaze*

băng ghi âm bang ghi ơm *cassette audio*

băng hình bang hìng *cassette vidéo*

băng thu lời hướng dẫn bang thou lờẻi hướng zẫn *audioguide* n

băng vệ sinh bang vệ ching *serviette hygiénique*

bắn bán *tirer (avec une arme)*

bắp thịt báp thịt *muscle*

bắt bát *arrêter (un criminel)*

bắt đầu bát đờơu *commencer · débuter*

bằng bàng *plat* a

bằng lái xe bàng lái sê *permis de conduire*

bây giờ bơơi zờ *maintenant*

bấm bớơm *appuyer (sur)*

bất công bằng bớơt kông bàng *injuste*

bất lực bớơt lụk *handicapé* n

bầu cử bòơou kủ *voter*

bầu trời bòơou tchờỉ *ciel*

bận rộn bợơn jộn *occupé*

bên cạnh ben kệng *à-côté (de)*

bên ngoài ben ngouài *dehors*

bên phải ben fải *droite (direction)*

bên trong ben tchong *dedans*

bến xe buýt bến sê bouít *gare routière*

bến xe taxi bến sê tài sẻ *station de taxis*

bệnh cảm cúm bẹng kảm kóum *grippe*

bệnh chàm bẹng tyàm *eczéma*

bệnh chấn thương sọ não bẹng tyan thương chọ não *attaque cérébrale*

bệnh dị ứng phấn hoa bẹng zị úng fơơn houa *rhume des foins*

bệnh đau tim bẹng đạou tim *attaque cardiaque*

bệnh đái tháo đường bẹng đái tháo dường *diabète*

bệnh đẹn sựa bẹng đẹn chụa *muguet (maladie)*

bệnh hoa liễu bẹng houa liễou *maladie vénérienne*

bệnh la chảy bẹng lơ tyải *diarrhée*

bệnh khó tiêu bẹng khó tieou *indigestion*

bệnh quai bị bẹng kouai bị *oreillons*

bệnh say nắng bẹng tyai náng *insolation*

bệnh sốt rét bệng chốt jét *paludisme*

bệnh sốt xuất huyết bệng chốt souéot houiết *dengue*

bệnh sởi bệng chởi *rubéole*

bệnh sởi bệng chởi *rougeole*

bệnh suyễn bệng chouiễn *asthme*

bệnh tăng bạch cầu đơn nhân bệng tang bệk kồeou dơn gnơn *mononucléose infectieuse*

bệnh tật bệng tợt *maladie*

bệnh tim bệng tim *maladie cardiaque*

bệnh tim tạm ngừng bệng tim tạm ngừng *arrêt cardiaque*

bệnh thiếu máu bệng thiếou máou *anémie*

bệnh thủy đậu bệng thủoi dợeou *varicelle*

bệnh ung thư bệng oung thư *cancer*

bệnh viêm phế quản bệng viem fé quản *bronchite*

bệnh viêm gan bệng viem gan *hépatite*

bệnh viện bệng viện *hôpital*

bệnh zona bệng zona *zona*

bia biœ *bière*

bia hơi biœ hơi *bière pression*

biên giới bien zới *frontière*

biên lai số hành lý bien lai chố hềng lí *étiquette de bagage*

biên nhận bien gnện *reçu* n

biết biết *savoir* v

biệt danh biệt zềng *surnom*

biết ơn biết ơn *reconnaissant*

biển biên *mer*

bích chương quảng cáo bík tyương kouảng kào *affiche publicitaire*

bình bing *pot (céramique)*

bình chứa ga bing tyứœ ga *bouteille de gaz*

bình minh bing ming *aurore*

bì thư bì thu *enveloppe*

bị ăn cắp bị ạn káp *volé*

bị cảm bị kám *être enrhumé*

bị cháy bị tyái *brûlé*

bị chứng tê liệt bị tyứng te liệt *paraplégique*

bị đau bụng bị dᴀou bụong *mal de ventre*

bị gẫy bị gẫĩ *cassé*

bị hư bị hu *en panne*

bị mất bị mất *être perdu*

bị say rượu bị tyại juœou *soûl*

bị say tàu bị tyại tᴀou *avoir le mal de mer*

bị say xe bị tyại sẽ *avoir le mal des transports*

bị thương bị thương *blessé*

bóng bàn bóng bàn *tennis de table*

bóng chuyền bóng tyouiền *volley-ball*

bóng đá bóng dá *football*

bóng đái bóng dái *vessie*

bóng đèn điện bóng dèn diện *ampoule (électrique)*

bóng rổ bóng jổ *basket-ball*

bóp đeo bụng bóp dèo bụong *banane (sac)*

bọ chét bọ tyét *puce*

bông bông *coton*

bông gòn bông gòn *boule de coton*

bông hoa bông houᴀ *fleur*

bông tai bông tại *boucle d'oreille*

bố bố *père*

bối rối bối jối *embarrassé*

bồn tắm bồn tám *baignoire*

bồn tròn ngã tư bồn tyòn ngã tu *rond-point*

bộ dao nĩa bộ zoᴀa nĩœ *couverts*

bộ phận bộ fợen *pièce (composant)*

bộ phận sang số xe đạp bộ fợen chᴀng chố sẽ dᴀp *dérailleur*

bộ quần áo tắm bộ kouền áo tám *maillot de bain*

bột bột *farine*

bơ bơ *beurre*

bơi bơi *nager*

bơi lặn bơi lạn *plongée*

bơi lội bơi lội *natation*

bờ biển bờ biên *côte • littoral*

bởi vì bởi vì *parce que*

buôn bán buôn bán *commerce*

buôn bán ma túy buôn bán ma tóui *trafic de drogue*

buồn bouồn *triste*

buồn cười buồn kuờï *drôle*
buồn nôn buồn nôn *nausée*
buồn ngủ buồn ngủu *avoir sommeil*
buồn tẻ buồn tế *ennuyeux*
buồng trứng bouồng tchúng *ovaire*
buổi ăn tối buổï an tốï *dîner* n
buổi chiều buổï tyièou *après-midi*
buổi hòa nhạc buổï hòua gnạk *concert*
buổi sáng buổï cháng *matin*
buổi tối buổï tốï *soir*
buổi trưa buổï tchưœ *midi*
bút bi bóut bi *stylo*
bút chì bóut tyì *crayon*
bùn bòun *boue*
bụng boụng *estomac*
bướng bỉnh buáng bỉng *têtu*
bưu ảnh bưou ẻng *carte postale*
bưu điện bưou diẹn *bureau de poste*
bưu kiện bưou kiẹn *colis*
bưu phẩm gửi bằng máy bay bưou·fẻm gửï bằng máï baï *envoi par avion*
bưu phí bưou fí *affranchissement*
bức điện tín búk diẹn tín *télégramme*
bức tranh búk tchẻng *peinture (œuvre)*
bức tượng búk tượng *statue*
bữa ăn bữœ an *repas*
bữa ăn trưa bữœ an tchưœ *déjeuner* n

C

ca cao ка kao *cacao*
cao каo *haut • grand*
cao nguyên каo ngouien *plateau*
ca sĩ ка chĩ *chanteur*
cay kaï *épicé (piquant)*
cá ка́ *poisson*
cái bánh ngọt kấï béng ngọt *gâteau*
cái bàn kấï bàn *table*
cái bật lửa kấï bọt lửœ *briquet*
cái bóng kấï bóng *ombre*
cái bóp nhỏ kấï bóp gnỏ *porte-monnaie*
cái cắt mong tay kấï kát mong taï *coupe-ongles*
cái cặp kấï kạp *sacoche*
cái chảo kấï tyảo *wok*
cái chảo chiên kấï tyảo tyien *poêle à frire*

cái côn kấï kôn *embrayage (véhicule)*
cái váy kấï vấï *jupe*
cái dù kấï zòu *parapluie*
cái đèn pin kấï dèn pin *flash (photo)*
cái đèn xe kấï dèn sẻ *phare (véhicule)*
cái đĩa kấï dĩœ *assiette • disque (CD-ROM)*
cái đĩa mềm kấï dĩœ mèm *disquette*
cái đó kấï dó *cela*
cái gang tay kấï gang taï *gant*
cái gạt tàn thuốc kấï gạt tạn thouốk *cendrier*
cái gì kấï zì *quelque chose • quoi*
cái giường kấï zuờng *lit*
cái hẹn kấï hẹn *rendez-vous*
cái hồ kấï hồ *lac*
cái hộp kấï hộp *boîte*
cái kéo kấï kẻo *ciseaux*
cái khăn ăn kấï khan an *serviette de table*
cái khóa móc kấï khóuа mók *cadenas*
cái khúi rượu kấï khóuï juœou *tire-bouchon*
cái kính kấï kíng *lunettes (de vue)*
cái lá kấï lá *feuille (plante)*
cái lò kấï lò *four • poêle (chauffage)*
cái lò ve sóng kấï lò vẻ chóng *four à micro-ondes*
cái lược kấï luœk *peigne*
cái lương kấï luœng *théâtre classique*
cái màn kấï màn *moustiquaire*
cái mền kấï mèn *couverture*
cái miệng kấï miẹng *bouche*
cái mộ kấï mộ *tombe*
cái mở chai kấï mở tyaï *ouvre-bouteille*
cái mở đồ hộp kấï mở dồ hộp *ouvre-boîte*
cái mũ kấï mũou *chapeau*
cái muỗng kấï muỗng *cuillère*
cái nào kấï nào *lequel*
cái này kấï nầï *ceci*
cái nĩa kấï nĩœ *fourchette*
cái nón kấï nón *chapeau conique*
cái nồi kấï nồï *casserole*
cái nồi cơm điện kấï nồï kœm diẹn *autocuiseur (pour le riz)*
cái nút bấm kấï nóut bấm *bouton (sonnerie)*

cái nhíp kaĩ gníp *pince à épiler*
cái phích cắm điện kaĩ fík kám diẹn *prise (électrique)*
cái quạt kaĩ kouAt *éventail*
cái quần kaĩ kouền *pantalon*
cái rổ kaĩ jỗ *panier*
cái súng kaĩ chóung *fusil*
cái tai kaĩ taĩ *oreille*
cái tách kaĩ tếk *tasse*
cái tã kaĩ tã *couche (pour bébé)*
cái tăm kaĩ tɑm *cure-dent*
cái thắng xe kaĩ tháng sê *frein (véhicule)*
cái thớt kaĩ thớt *planche à découper*
cái trống kaĩ tchống *tambour (musique)*
cái va li kaĩ va li *valise*
cái vòi nước kaĩ vòi nuắk *robinet*
cái võng kaĩ võng *hamac*
cái xúc xích kaĩ sóuk sík *saucisse*
cái yên kaĩ iên *selle*
cá ngừ ká ngừ *thon*
cà phê kà fe *café (boisson)*
cánh kểng *aile*
cánh đồng kểng dồng *champ*
cánh hữu kểng hũou *gauche (politique)*
cánh phải kểng fẢi *droite (politique)*
cánh tay kểng taĩ *bras*
cát kát *sable*
cà ri kà ri *curry*
cả hai kả haĩ *les deux*
cảm kÁm *avoir un rhume*
cảm động kÁm dọng *ému*
cảm giác kÀm zák *sentiment*
cảm ơn kÀm ɑn *merci*
cảnh kểng *vue*
cảnh cáo kểng káo *prévenir*
cảnh sát kểng chÁt *police · agent de police*
cãi nhau kãĩ gnAou *disputer (se)*
cạnh kệng *côté*
cạo râu kạo jɛou *raser*
căn kam *rayon*
căn nhà kan gnÀ *maison*
căn phố kan fố *appartement*
cắm trại kám tchẠi *camper*
cắn kán *mordre*
cắt kát *couper*
cân kɛn *peser*

câu kœou *phrase*
câu chuyện kœou tyouiẹn *histoire*
câu hỏi kœou hỏi *question*
câu trả lời kœou tchả lời *réponse*
cây kœĩ *arbre*
cây bông gòn kœĩ bông gòn *Coton-Tige*
cây búa kœĩ bóuɛ *marteau*
cây cỏ kœĩ kỏ *végétation*
cây leo kœĩ lêo *plante grimpante*
cây số kœĩ chố *kilomètre*
cây thánh giá kœĩ thếng zá *croix*
cây thông kœĩ thông *pin*
cây tre kœĩ tchê *bambou*
cấm hút thuốc lá kớm hóut thouốk lá *non-fumeur*
cấp cứu kớp kúou *urgence*
cấp nhì kớp gnì *deuxième classe*
cấp thường kớp thường *classe économique*
cần kờn *avoir besoin*
cần thiết kờn thiết *nécessaire*
cầu kờou *pont*
cầu long kờou long *badminton*
cầu thang kờou thang *escalier*
cầu thang máy kờou thang máĩ *ascenseur*
cha chồng tyA tyồng *beau-père (père du mari)*
chai tyẠi *bouteille*
cha mẹ tyA mẹ *parents*
cha vợ tyA vợ *beau-père (père de l'épouse)*
chán tyán *en avoir assez*
cháu trai tyáou tchaĩ *petit-fils*
chào tyào *saluer · bonjour*
chảo tyảo *poêle à frire*
chảy nước mũi tyải nuắk mõui *avoir un rhume*
chạm tyạm *toucher (heurter)*
chạy tyại *courir*
chạy bộ tyại bọ *course à pied (sport)*
chạy bộ chơi tyại bọ tyɑi *jogging*
chăn giường tyan zường *linge de lit (draps)*
chặt tyạt *serré*
châm cứu tyœm kúou *acupuncture*

chân tyœœn *jambe*

Châu Á tyœœu á *Asie*

Châu Âu tyœœu œou *Europe*

Châu Phi tyœœu fi *Afrique*

chấn thương não tyấœn thương nảo *commotion cérébrale*

chất khử mùi tyất khủ mòui *déodorant*

chất lượng tyất lượng *qualité*

chậm tyậm *lent*

chén tyến *bol*

chế độ ăn uống tyé độ an uống *régime (alimentaire)*

chế độ chính trị có nhiều đảng chế độ tyíng tchị kó nghièou dảng *pluralisme (politique)*

chế độ dân chủ tyé độ zœn tyủu *démocratie*

chết tyét *mort • mourir*

chia bài tyiœ bài *distribuer (cartes)*

chia phòng nội trú tyiœ fòng nội tchú *partager un dortoir*

chia sẻ tyiœ chẻ *partager (avec)*

chiên tyien *frire • frit*

chiếc pha chiếk fá *bac (transport)*

chiến tranh tyién tchêng *guerre*

chiếu tyiéou *natte*

chiều tyièou *après-midi*

chim tyim *oiseau*

chi tiết tyi tiét *détail*

chích tyík *piquer (insecte) • injecter*

chính tyíng *principal*

chính phủ tyíng fủu *gouvernement*

chính sách tyíng chếk *politique (ligne)*

chính trị tyíng tchị *politique (général)*

chìa khóa tyìœ khóuœ *clé*

chỉ tyỉ *montrer • fil à coudre*

chị tyị *sœur aînée*

cho tyo *donner*

cho ăn tyo an *nourrir*

cho đến tyo dén *jusqu'à*

cho phép tyo fếp *autoriser*

chóng mặt tyóng mạt *avoir le vertige*

chọn tyọn *choisir*

chống hạt nhân tyống hạt gnœn *anti-nucléaire*

chồng tyồng *mari*

chồng đính hôn tyồng ding hon *fiancé*

chỗ tyỗ *espace • endroit*

chỗ ngồi tyỗ ngồi *siège (place)*

chỗ ở tyỗ ở *logement*

chỗ râm mát tyỗ jœm mát *à l'ombre*

chơi tyœi *jouer (à un jeu)*

chợ tyœ *marché*

chợ đen tyœ dên *marché noir*

chợ trời tyœ tchời *marché aux puces*

chuẩn bị tyuẩœn bị *préparer*

chuỗi hạt đeo cổ tyuỗi hạt dêo cổ *collier*

chuyển tyouién *correspondance (transports)*

chuyên viên tyouien vien *spécialiste*

chuyến bay tyouién baï *vol (avion)*

chuyến đi tyouién di *voyage*

chuyến đi xe tyouién di sê *emmener (en voiture)*

chuyển chở tyouién tyở *transporter (véhicule)*

chúc mừng tyóuk mùng *félicitations*

chúng ta tyóung tA *nous (inclusif)*

chúng tôi tyóung tôi *nous (exclusif)*

chùa tyòuœ *pagode*

chủ nghĩa cộng sản tyủu nghĩœ kộng chản *communisme*

chủ nghĩa tư bản tyủu nghĩœ tu bản *capitalisme*

chủ tịch tyủu tịk *président*

chủng tộc tyủung tộk *race*

chụp điện vú tyụup diện vóu *mammographie*

chụp hình tyụup hình *photographier*

chưa tyuœ *pas encore*

chương trình tyuœng tchình *programme*

chứng chỉ tyúng tyỉ *certificat • références*

chứng đau nửa đầu tyúng dAou nủœ dèou *migraine*

chứng ho tyúng ho *tousser*

chứng minh tyúng ming *valider*

chữ ký tyũ kí *signature*

con bài kon bài *cartes (jeu)*

con bò kon bò *vache*

con búp bê kon bóup be *poupée*

con bướm kon buớm *papillon*

con cá trích kon ká tchík *hareng*
con chí kon tý *poux*
con chó kon tyó *chien*
con chuột kon tyouột *rat • souris*
con cò kon kò *cigogne*
con cừu kon kừou *mouton*
con dao kon ʑao *couteau*
con dao bỏ túi kon ʑao bỏ tóuï *couteau de poche*
con đường kon đường *route*
con gà tây kon gà tœï *dinde*
con gái kon gáï *fille*
con gián kon ʑán *cafard (blatte)*
con heo kon hêo *porc*
con hổ kon hổ *tigre*
con khỉ kon khỉ *singe*
con kiến kon kién *fourmi*
con mắt kon mắt *œil*
con mèo kon mèo *chat*
con muỗi kon mouỗï *moustique*
con ngựa kon nguœ *cheval*
con nhện kon ɲẹn *araignée*
con ong kon ong *abeille*
con ốc sên kon ốk chên *escargot*
con rắn kon ján *serpent*
con rắn mang bành kon ján mɑng bềnh *cobra*
con rệp kon ʑẹp *punaise (insecte)*
con ruồi kon jouồï *mouche*
con sấu kon chấou *crocodile*
con sông kon chông *rivière*
con thằng lằn kon thàng làng *lézard*
con thỏ kon thỏ *lapin*
con trai kon tchaï *fils • garçon*
con trăn kon tchan *python*
con trâu kon tchœou *buffle*
con vịt kon vịt *canard*
con voi kon voï *éléphant*
có kó *avoir*
có điều hòa kó đièou hòuɑ *climatisé*
có giá trị kó ʑá tchị *précieux*
có ích kó ík *utile*
có khi kó khi *parfois*
có lẽ kó lẽ *peut-être*
có lò sưởi kó lò chửï *chauffé*
có phòng kó fòng *libre (chambre)*

có tình cảm kó tìng kảm *sensuel*
có tội kó tộï *coupable*
có thai kó thaï *enceinte (femme)*
có thể kó thể *capable • pouvoir (être capable de)*
có thể có kó thể kó *possible*
có thể tái chế kó thể táï tyé *recyclable*
có thiếu sót kó thiéou chót *erroné*
có xương mù kó sương mòu *brumeux*
cỏ kỏ *herbe*
cọc lều kọk lèou *piquet de tente*
công đoàn kông đouàn *syndicat*
công lý kông lí *justice*
công nghiệp kông nghiệp *industrie*
công nhân kông nɣœn *employé • ouvrier*
công nhân xí nghiệp kông nɣœn sí nghiệp *ouvrier*
công trình điêu khắc kông tching đieou khák *sculpture*
công trường kông tchường *travaux (route)*
công ty kông ti *société (entreprise)*
công việc kông việk *travail*
công việc tính giờ kông việk tíng ʑờ *emploi temporaire*
công viên kông vien *parc*
công viên công cộng kông vien kông kộng *jardin public*
công viên quốc gia kông vien kouốk ʑɑ *parc national*
công xưởng kông sưởng *atelier*
cốc/ly N/S kốk/li *verre (à boire)*
cố gắng kố gáng *essayer (de)*
cổ kổ *ancien*
cổ chân kổ tyœn *cheville*
cổng kổng *porte (aéroport)*
cổ tay kổ taï *poignet*
cộng sản kộng chản *communiste* n
cơm kɑm *riz (cuit)*
cơn bão kɑn bảo *typhon*
cơn mưa giông kɑn mưœ ʑông *orage*
cơn sốt kɑn chốt *fièvre*
cờ tướng kờ tướng *échecs (jeu)*
cưỡi kưỡï *chevaucher*
cung điện koung đien *palais*

cuộc biểu diễn kouộk biểou ziển *représentation (spectacle)*

cuốc chim kouốk tyim *piolet*

cuộc đi chơi ban đêm kouộk di tyơï bʌn dem *soirée*

cuộc đi du lịch kouộk di zou lịk *excursion*

cuộc đua kouộk douœ *course (sport)*

cuộc giải phẫu kouộk zảï fẫou *opération (médicale)*

cuộc hành trình kouộk hềnh tchình *voyage*

cuộc họp kouộk họp *réunion*

cuộc phỏng vấn kouộk fỏng vấn *interview*

cuộc sống kouộk chống *vie*

cuộc thi kouộk thi *partie (sport)*

cuộc thi đá gà kouộk thi dá gà *combat de coqs*

cuộc thi đấu kouộk thi dấou *match (sport)*

cuộc triển lãm kouộk tchiển lãm *exposition*

cuộc tuyển cử kouộk touiển kủ *élection*

cuối cùng kouối kùng *dernier (final)*

cuối tuần kouối touần *week-end*

cuốn giới thiệu đồ kouốn zới thiệou dồ *brochure*

cuống họng kouống họng *gorge*

cuốn sách chỉ dẫn câu nói kouốn chếk tyỉ zẫn kœou nói *guide de conversation*

cuộn phim kouộn fim *pellicule (pour appareil photo)*

cùng nhau kùng gnʌou *ensemble*

của bà ấy kủœœ bà ấï sa • son • ses (à elle)

của bạn kủœœ bạn ta • ton • tes

của chúng tôi kủœœ tyóung tôï *notre*

của họ kủœœ họ *leur*

của ông ấy kủœœ ông ấï sa • son • ses (à lui)

của tôi kủœœ tôï ma • mon • mes

của Việt Nam kủœœ việt nʌm *vietnamien a*

củi đốt lò kủï dốt lò *bois de chauffage*

cũng kõung *aussi*

cưới kuấï *marier*

cười kuầï *rire v*

cưỡi ngựa kuẫï ngựœ *équitation*

cứng kúng *dur*

cửa kủœ *porte*

cửa hàng kủœ hàng *magasin*

cửa hàng bách hóa kủœ hàng bếk hóuʌ *grand magasin*

cửa hàng văn phòng phẩm kủœ hàng van fòng fẩm *papeterie*

cửa lên máy bay kủœ len mấï baï *porte d'embarquement (avion)*

cửa sổ kủœ chổ *fenêtre*

cửa vào kủœ vào *entrée*

cựu lính kụou lính *vétéran (armée)*

D

da zʌ *peau*

da đầu zʌ dềou *cuir chevelu*

danh thiếp zênh thiếp *carte de visite*

dao cạo zʌo kạo *rasoir*

dao nhíp zʌo gníp *canif*

dài zàï *long*

dày zàï *épais*

dãy núi zãï nóuï *cirque montagneux*

dân chúng zʌn tyóung *gens*

dây zœï *ficelle*

dây điện nối zœï diện nối *câble de démarrage*

dây giày zœï zàï *lacet (chaussure)*

dây kéo zœï kéo *fermeture Éclair*

dây kéo quạt zœï kéo kouạt *courroie de ventilateur*

dây kim loại zœï kim loạï *câble*

dây nịt an toàn vào chỗ ngồi zœï nịt ʌn touàn vào tỷ ngồï *ceinture de sécurité*

dầu zềou *pétrole*

dầu gội đầu zềou gộï dềou *shampoing*

dầu nấu ăn zềou nấou ʌn *huile (alimentaire)*

dầu xe zềou sè *lubrifiant (véhicule)*

dễ zễ *facile*

dễ vỡ zễ vỡ *fragile*

diêm quẹt ziem kouẹt *allumette*

diều xì ga ziéou sì gʌ *cigare*

di tích cổ zi tík kổ *vestiges*

di tích lịch sử zi tík lịk chủ *monument*

dì zì *tante*

dịch vụ đổi tiền zịk vọu dổi tiền *change (devises)*

dịch vụ thuê xe zịk vọu thoue sê *location de voiture*

dị ứng zị úng *allergie*

dị ứng da zị úng zʌ *éruption (cutanée)*

dòng zòng *courant (électrique)*

dòng suối zòng chouổi *courant (rivière)*

dốc zốk *abrupt • en amont*

dơ zʌ *sale*

du lịch zou lịk *voyage*

du lịch hợp với môi trường zou lịk hợp vởi môi tchường *écotourisme*

duy nhất zoui nhất *unique*

dũng cảm zũng cảm *courageux*

dụng cụ zọung kọu *matériel*

dụng cụ mở đồ hộp zụng kọu mởi đồ hộp *ouvre-boîte*

dương vật zưʌng vọt *pénis*

dưỡng khí zưỡng khí *oxygène*

dược sĩ zuʌ̣k chĩ *pharmacien*

dừng lại zừng lại *arrêter (cesser)*

Đ

đau dʌou *douleur • douloureux • faire mal*

đau bụng lúc hành kinh dʌou bọung lóuk hềng king *douleurs menstruelles*

đau ốm dʌou ốm *malade • souffrant*

đau răng dʌou jʌng *rage de dents*

đá dʌ́ *pierre • rocher • donner un coup de pied*

đáng giá dáng zá *valoir*

đánh bài déng bʌ̀i *jouer (cartes)*

đánh cá déng ká *pari • pêche (activité)*

đánh máy déng mʌ́i *dactylographier*

đánh nhau déng gnʌou *combat*

đánh thức dậy déng thúk zợi *réveiller (quelqu'un)*

đáy dʌ́i *fond*

đàn ông dʌ̀n ông *homme*

đảng dʌ̉ng *parti (politique)*

đại dương dʌ̣i zưʌng *océan*

đại hội dʌ̣i hội *festival • rassemblement*

đại lộ dʌ̣i lộ *avenue*

đại sứ dʌ̣i chú *ambassadeur*

đại sứ quán dʌ̣i chú kouán *ambassade*

đạo giáo dʌ̣o giáo *taoïsme*

đạo khổng dʌ̣o khổng *confucianisme*

đạo Tin Lành dʌ̣o tin lềng *protestantisme*

đạp xe dʌp sê *rouler à bicyclette*

đăng bộ xe dang bộ sê *immatriculation (voiture)*

đắng dáng *amer*

đất tiền dất tiền *cher (onéreux)*

đằng sau dàng chʌou *derrière*

đặc biệt dʌ̣k biệt *spécial*

đặt dạt *mettre*

đặt hàng dʌ̣t hàng *commander (marchandise)*

đặt món ăn dʌ̣t món an *commander (restaurant)*

đây dơ̛i *ici*

đất liền dất liền *terre (≠ mer)*

đất trồng trọt dất tchồng tchọt *terre (sol)*

đầu dờeou *tête*

đầu gối dờeou gối *genou*

đầu tiên dờeou tien *premier*

đầy dờeï *plein*

đẩy dơ̂̉i *pousser*

đậm dọem *sombre (couleur)*

đậu phụ dʌ̣eou fọu *tofu*

đậu xe dʌ̣eou sê *garer (véhicule)*

đèn cầy dèn kờeï *bougie*

đèn giao thông dèn zʌo thông *feux tricolores*

đèn pin dèn pin *torche (lumineuse)*

đẹp dẹp *beau*

đẹp trai dẹp tchʌ̃i *beau (homme)*

Đêm Giáng Sinh dem záng ching *veille de Noël*

đêm giao thừa dem zʌo thùce *veille du Jour de l'an*

đếm dém *compter*

đến dén *arriver • venir • vers*

đền dèn *temple*

để giải trí dể zải tchí *divertir (se)*

đi di *aller*

đi bộ di bộ *marcher*

đi bộ đường dài di bộ dường zÀï *faire une randonnée pédestre*

đi chậm lại di tçem lÀï *ralentir*

đi chơi với di tçơï vớï *sortir (avec quelqu'un)*

đi chợ di tçơ *faire des courses*

đi du lịch di zou lịk *voyager*

điên dien *fou*

điếc diék *sourd*

điều hòa dièou hòuA *climatisation*

điều lệ dièou lệ *règle*

điều ngạc nhiên dièou ngAk gnien *surprise*

điều tưởng tượng dièou tưởng tượng *fiction*

điện lực dien lụk *électricité*

điện thoại dien thouAï *téléphone*

điện thoại công cộng dien thouAï kông kộng *téléphone public*

điện thoại di động dien thouAï zi động *téléphone mobile*

điện thờ dien thờ *temple*

đi giày pa tinh di zờèï pA ting *faire du roller*

đi nhờ xe người khác di gnờ sê người khák *faire du stop*

đi qua di kouA *traverser*

đi theo di thêo *suivre*

đi vào di vÀo *entrer*

đính hôn ding hôn *fiancé*

đỉnh cao ding kAo *sommet (montagne)*

địa chỉ dịA tỉ *adresse*

địa phương dịA fương *local • régional*

định giá dịng zá *valeur*

đoán dóuAn *deviner*

đoàn xiếc douÀn siék *cirque*

đó dó *là*

đói dóï *avoir faim*

đóng dóng *fermé • fermer*

đóng băng dóng bang *geler*

đóng gói dóng góï *paquet*

đọc dọk *lire*

đôi đũa dôï douœœ *baguettes*

đôi giày dôï zÀï *paire de chaussures*

đôi vớ dôï vớ *paire de chaussettes*

đông dông *bondé (plein de monde)*

đối diện dốï ziện *en face*

đối lập với dốï lœep vớï *contre*

đồ ăn biển dồ an biển *fruits de mer*

đồ ăn nhẹ dồ an gnệ *en-cas*

đồ ăn trẻ con dồ an tchẻ kon *aliment pour bébé*

đồ cây tre dồ kœï tchê *objet en bambou*

đồ cổ dồ kổ *antiquité*

đồ cũ dồ kũu *occasion (d')*

đồ da dồ zA *cuir (article)*

đồ gỗ khắc dồ gỗ khák *objet en bois sculpté*

đồ gốm dồ gốm *céramique*

đồ gốm thủ công dồ gốm thủu kông *poterie*

đồi dồï *colline*

đồi bại dồï bÀï *endommagé*

đồ lặn nước dồ lạn nuák *matériel de plongée*

đồng bằng dồng bàng *delta (fleuve)*

đồng dạng dồng zạng *similaire*

đồng đá dồng dá *gelé*

đồng hồ dồng hồ *horloge*

đồng hồ báo thức dồng hồ báo thúk *réveil (objet)*

đồng hồ đeo tay dồng hồ dêo tAï *montre-bracelet*

đồng hồ tốc độ dồng hồ tók độ *compteur de vitesse*

đồng phục dồng fụk *uniforme*

đồng tính luyến ái dồng tíng louién Àï *homosexuel n*

đồng ý dồng í *être d'accord*

đồ sơn mai dồ chơn mAï *objet en laque*

đồ thêu dồ thêou *broderie*

đồ trang sức dồ tchAng chúk *bijou*

đổi (tiền) dổï (tiền) *changer (argent)*

đổi tiền séc dổï tiền chék *encaisser (un chèque)*

độ dộ *degré (température)*

độc dộk *toxique*

độ cao dộ kAo *altitude*

độc thân dộk thœn *célibataire*

đội dộï *équipe*

đồn cảnh sát dồn kếng chát *poste de police*

động đất dộng dứœt *tremblement de terre*

động kinh dộng king *épilepsie*

động vật dộng vựœt *animal*

đơn giản dœn zản *simple*

đơn thuốc dœn thuoốk *ordonnance (médecin)*

đơn xin dœn sin *pétition*

đợi dợī *attendre*

đuôi douôī *queue (animal)*

đường douœ̀ng *route*

đúng dóung *correct • exactement*

đúng giờ dóung zờ *ponctuel*

đủ dỏu *assez (suffisamment)*

đưa dưœ *livrer*

đường dườ̀ng *sucre*

đường S dường *rue*

đường chính dường tyíng *route principale*

đường đi dường di *chemin • piste • sentier*

đường mòn dường mòn *sentier*

đường mòn trên núi dường mòn tchen núī *sentier de montagne*

đường xe đạp dường sē dạp *piste cyclable*

đường xe lửa dường sē lửœ *voie (train)*

được dượk *pouvoir • être autorisé*

được phép dượk fếp *autorisé*

đứa trẻ dứœ tchẻ *enfant*

E

email imêĩl *e-mail • courriel*

em bé êm bế *bébé*

em gái êm gãĩ *sœur cadette*

em trai êm tchaĩ *frère cadet*

G

gam gʌm *gramme*

gang tay gʌng taĩ *gant*

ga xe lửa gʌ sē lửœ *gare ferroviaire*

gái điểm gãĩ diểm *prostituée*

gà gà *poulet*

gặp gạp *rencontrer*

gây đau đớn gœĩ dʌou dớn *douloureux*

gấp hai gếp haĩ *deux fois*

gần gờ̀ən *proche (≠ éloigné)*

gần bên gờ̀ən ben *près de*

gần nhất gờ̀ən gnứœt *le plus proche*

gầy ốm gờ̀ĩ ốm *maigre*

gẫy gõ̃ĩ *casser*

gênh tị geng tị *jaloux*

ghế ghế *chaise*

ghế ngồi ăn em bé ghế ngồī an êm bế *chaise de bébé*

ghế ngồi trẻ con ghế ngồī tchẻ kon *siège pour enfant*

ghi ghi *enregistrer*

ghi âm ghi œm *enregistrement*

ghi điểm thắng ghi diểm tháng *marquer un point (sport)*

ghi ta ghi tʌ *guitare*

ghi từng khoản ghi từng khouẩn *détaillé (par rubrique)*

giá zá *coût • prix*

gia đình zʌ đìng *famille*

giám đốc zám dốk *directeur (société)*

giáo sư zảo chu *professeur (université)*

giáo viên zảo vien *enseignant*

giá vé zá vế *entrée (prix) • prix (billet)*

giá vé vào cửa zá vế vʌ̀o kủœ *droit d'entrée*

già zà *vieux*

giàu có zàou kó *riche*

giày zãĩ *chaussure*

giày đi bộ đường dài zãĩ di bộ dường zãĩ *chaussure de randonnée*

giày ống zãĩ ống *botte*

giảm giá zảm zá *soldes*

giăm bông zam bông *jambon*

giặt zạt *laver (quelque chose)*

giây zœĩ *seconde* n

giây phơi quần áo zœĩ fœĩ kouờ̀ən ảo *corde à linge*

giấm zốm *vinaigre*

giấy zốĩ *papier*

giấy chứng minh zốĩ tyứng ming *carte d'identité*

giấy đăng bộ xe zốĩ dʌng bộ sē *carte grise*

giấy khai sinh zốĩ khaĩ ching *acte de naissance*

giấy lên máy bay zấếï len mấï baï *carte d'embarquement*

giấy phép zấếï fếp *autorisation*

giấy phép đi làm zấếï fếp di làm *permis de travail*

giấy phep lái xe zấếï fếp lấï sê *permis de conduire*

giấy vấn thuốc zấếï vấen thouốk *papier à cigarette*

giấy vệ sinh zấếï vẹ ching *papier toilette*

giấy xuất cảnh zấếï souấet kếng *visa*

giết zết *tuer*

giết người zết nguờï *assassiner*

gió zó *vent*

gió mùa zó mòuœ *mousson*

giọng nói zọng nốï *voix*

giống nhau zống gnʌou *identique*

giới tính zấï tíng *sexe*

giờ zờ *heure*

giờ ăn trưa zờ zấï an tchuœ *heure du déjeuner*

giờ giải lao zờ zấï lʌo *pause*

giờ khác nhau zờ khấk gnʌou *décalage horaire*

giờ mở zờ mấ *heures d'ouverture*

giờ ngắn zờ ngán *à temps partiel*

giun zoun *ver*

giúp zóup *aider*

giúp đỡ zóup dỡ *aide* n

giường đôi zuờng dốï *lits jumeaux*

giường ngủ trên tàu zuờng ngỏu tchen tàou *couchette*

giữ trẻ zũ thể *garde d'enfant*

giữ trước zũ thuấck *réserver*

góc gók *angle*

gói gốï *emballer*

gọi điện thoại gọi dịen thouʌï *téléphoner*

gôn gôn *but (football)*

gối gốï *oreiller*

gỗ gỗ *bois*

gởi gấï *envoyer*

gương soi guœng chơï *miroir*

H

hai hʌï *deux*

hai tuần hʌï touèn *quinzaine*

hang động hʌng dộng *grotte*

hay hʌï *super*

hát hát *chanter*

hài kịch hʌï kịk *comédie*

hàm hàm *mâchoire*

hàng hàng *file d'attente*

hàng bán thịt hàng bán thịt *boucherie*

hàng đồ sắt hàng dồ chát *quincaillier*

hàng không đánh thuế hàng không dếng thoué *duty free*

hàng rào hàng jʌo *clôture*

hàng rượu hàng juœou *cave à vin*

hành hềng *oignon*

hành chánh hềng tyếng *administration • paperasse*

hành khách hềng khếk *passager*

hành lý hềng lí *bagage*

hành lý bị bỏ lại hềng lí bị bỏ lʌï *bagage en consigne*

hành tinh hềng ting *planète*

hành trình hềng tchìng *itinéraire*

hải cảng hấï kảng *port (mer)*

hải ngoại hấï ngouʌï *outre-mer*

hải quan hấï kouʌn *douane (immigration)*

hãm hiếp hãm hiếp *violer*

hãng hãng *usine*

hãng máy bay hãng mấï bʌï *compagnie aérienne*

hãng thuê và bán nhà cửa đất đai hãng thoue vʌ bán gnà kửœ dất dʌï *agence immobilière*

hạ giá hạ zá *solder*

hạn chế hành lý hạn tyế hềng lí *poids de bagage autorisé*

hạng nhất hạng gnất *première classe*

hạt hạt *grain*

hằng năm hàng nam *annuel*

hằng ngày hàng ngàï *tous les jours*

hấp dẫn hấep zẫn *charmant*

hẹn ngày đi chơi hẹn ngàï di tyœï *sortir (avec quelqu'un)*

hết chỗ hết tyỗ *complet*

hết phòng hết fòng *complet (hôtel)*

hệ thống hành chánh hẹ thống hềng tyếng *bureaucratie*

hiếm có hiếm kó *rare (inhabituel)*

hiểu hiểou *comprendre*
hiện tại hiện tại *présent (temps)* n
hiệu thuốc hiệou thouốk *pharmacie*
hít hít *respirer*
hình dạng hình zang *forme*
hoa lan houa làn *orchidée*
hoàng đạo hòuàng đạo *horoscope*
hoàng hôn houàng hôn *crépuscule*
hoàn hảo houàn hảo *parfait*
hoãn lại houàn lại *être retardé*
hoặc houặk *ou*
hóa houá *verrouillé*
hóa đơn houá đơn *facture • note (restaurant)*
hòn đảo hòn đảo *île*
hỏi hỏi *demander (question)*
họ họ *ils • elles*
họa sĩ houa chĩ *artiste • peintre*
học học *apprendre*
hôm nay hôm nại *aujourd'hui*
hôm qua hôm koua *hier*
hôn hôn *embrasser*
hối lộ hối lộ *corruption*
hồ bơi hồ bơi *piscine*
Hồi Giáo hồi záo *musulman*
hộ chiếu hộ tyiếou *passeport*
hội chứng chệch múi giờ hội tyúng tyệk múi zờ *décalage horaire*
hội họa hội houa *peinture (technique)*
hội nghị hội nghị *conférence*
hội viên hội viên *membre*
hộp cứu thương hộp kứou thương *trousse de soins d'urgence*
hộp đêm hộp đêm *boîte de nuit*
hộp thiếc hộp thiếk *conserve (boîte)*
hộp thư hộp thư *boîte aux lettres*
hột tiêu hột tiêou *poivre*
hơi ga hơi ga *gaz de ville*
hơi nóng hơi nóng *chaleur*
hơi nước hơi nướk *vapeur*
hớt tóc hớt tók *coupe de cheveux*
hợp đồng hợp đồng *contrat*
hợp tác kinh doanh hợp ták king zouểng *voyage d'affaires*
hợp thời trang hợp thời tchang *à la mode (personne)*

huyết áp houiết áp *pression artérielle*
hút thuốc lá hóut thouốk lá *fumer (cigarettes)*
hủy bỏ húi bỏ *annuler*
hư hu *avarié (nourriture) • en panne*
hướng hương *direction*
hướng bắc hương bák *nord*
hướng đông hương đông *est* n
hướng nam hương nam *sud*
hướng tây hương tơi *ouest*
hứa hẹn húơe hẹn *promettre*
hy vọng hi vọng *espérer*

I

ích kỷ ík kỉ *égoïste*
ít ít *peu*
ít hơn ít hơn *moins*

K

kem kêm *crème (cosmétique/alimentaire) • glace (crème glacée)*
kem cạo râu kêm kạo jơeou *crème à raser*
kem chống nắng kêm tyống náng *crème solaire*
kem đánh răng kêm đếng jang *dentifrice*
keo dán kẹo zán *colle*
kéo kẻo *tirer*
két sắt kết chát *coffre-fort*
kẻ cắp N kẻ káo *voleur*
kẻ khờ dại kẻ khờ zại *idiot*
kẻ nói dối kẻ nói zối *menteur*
kẻ trộm S kẻ tchộm *voleur*
kẹo kẹo *bonbon*
kẹo cao su kẹo kao chou *chewing-gum*
kẹo que kẹo kouè *sucette*
kẹt kẹt *bloqué*
kêu kêou *appeler*
kêu ca kêou ka *plaindre (se)*
kết thúc kết thóuk *fin • finir*
kệ kệ *étagère*
khác khák *autre (différent) • différent • séparé*
khách du lịch khếk zou lịk *touriste*
khách hàng khếk hàng *client*

khách sạn khếk chạn *hôtel*

kháng sinh kháng ching *antibiotique*

khát nước khát nuẃk *assoiffé*

khăn giải bàn khan zải bàn *nappe*

khăn giường khan zuừng *drap (lit)*

khăn lau mặt khan lᴀou mạt *gant de toilette*

khăn quàng khan kouàng *foulard*

khăn tay khan tai *mouchoir*

khăn tắm khan tám *serviette de bain*

khẩn cấp khẩn kấp *urgent*

khẳng định kháng dịng *confirmer (réservation)*

khiêu dâm khieou zœm *sexy*

khiêu vũ khieou võu *danse*

khi nào khi nào *quand*

khí quyển khí kouién *atmosphère*

khoa học gia khouᴀ họk zᴀ *scientifique* n

khoa học xã hội khouᴀ họk sã hội *sciences sociales*

khoa kiến trúc khouᴀ kién tchóuk *architecture*

khoẻ khouẻ *en bonne santé*

khó khó *difficile*

khóa khóuᴀ *fermer à clé*

khó chịu khó tỵịou *inconfortable • insupportable*

khói khối *échappement (véhicule)*

khô khô *sec • séché*

không không *ne pas • ni • non*

không an toàn không ᴀn toàn *non protégé*

không bao giờ không bᴀo zờ *jamais*

không bình thường không bìng thuừng *anormal*

không có không kó *sans*

không có ai nào không kó ᴀï nào *personne (≠ quelqu'un)*

không có chì không kó tỵì *sans plomb*

không có gì hết không kó zì hét *rien*

không khí không khí *air*

không thấm nước không thẩm nuẃk *étanche*

không thể làm được không thể làm dược *impossible*

khối u khối ou *tumeur*

khởi hành khởi hềng *partir (transports)*

khu vực dùng để cắm trại khou vụk zòung dể kám tchại *terrain de camping*

khủng khiếp khủng khiép *horrible*

khử trùng khủ tchòung *antiseptique* n

kiếm được kiém dược *gagner (de l'argent)*

kiểm tra kiém tchᴀ *contrôler*

kiến trúc sư kién tchóuk chu *architecte*

kiểu kiéou *style*

kim chích kim tyík *aiguille (seringue)*

kim loại kim loại *métal*

kim may kim mai *aiguille (couture)*

kinh khủng king khủng *terrible*

kinh nghiệm king nghiệm *expérience*

kinh nguyệt king ngouiệt *règles (menstruations)*

kích thước kík thuẃk *taille (général)*

kí lô kí lô *kilogramme*

kính áp tròng kíng áp tchòng *lentilles de contact*

kính bơi kíng bœi *lunettes de piscine*

kính che gió kíng tyê zó *pare-brise*

kính râm kíng zœm *lunettes de soleil*

kinh Thánh king thếng *bible*

kính thiên văn kíng thien van *télescope*

kính trượt tuyết kíng tchụợt touiét *lunettes de ski*

kịch kịk *théâtre traditionnel*

ký kí *kilo*

kỳ nghỉ kì nghỉ *vacances*

kỷ niệm kí niệm *souvenir (objet)*

kỹ sư kĩ chu *ingénieur*

kỹ thuật kĩ thouẹt *technique*

kỹ thuật công nghệ kĩ thouẹt kông nghệ *technologie*

la bàn lᴀ bàn *boussole*

la hét lᴀ hét *crier*

lau dọn lᴀou zọn *nettoyage*

lá cờ lá kờ *drapeau*

lá gan lá gᴀn *foie*

lái xe lấï sê *conduire*

lá phổi lá fối *poumon*

là lᴀ *être • repasser (linge)*

làm làm *faire*
làm bằng làm bàng *fabriqué (avec)*
làm bằng tay làm bàng taï *fait main*
làm đầy làm dèeï *remplir*
làm sạch làm chệk *nettoyer*
làm việc làm việk *travailler*
làn sóng làn chóng *vague*
làng xã làng sã *village*
lãng mạn lãng mạn *romantique*
lạ lạ *étrange*
lại lạï *à nouveau*
lạnh lệng *froid*
lặng câm lạng kơm *muet*
lâu dài lơu zãï *permanent*
lâu đài lơu dãï *château*
lấy lớeï *prendre*
lấy trộm lớeï thộm *voler (dérober)*
lập gia đình rồi lợp za đing jồi *marié*
lập lại lợp lãï *répéter*
len lèn *laine*
leo lèo *grimper*
leo trèo lèo tchèo *balance (monter sur)*
lên lèn *embarquer (avion/bateau)*
lều lèou *tente*
lễ ban thánh thể lễ bạn thếng thể *communion*
lễ cưới lễ kuới *mariage*
Lễ Chúa Giáng Sinh lễ tyóuce záng ching
 Noël *(fête)*
lễ kỷ niệm lễ kỉ niệm *commémoration*
lễ nhà thờ lễ gnà thờ *messe (église)*
Lễ Phục Sinh lễ fọuk ching *Pâques*
lễ rửa tội lễ júce tộï *baptême*
liên lạc giao thông lien lạk zao thông
 communication (profession)
liên quan đến khảo cổ học lien kouạn
 dén khảo kổ họk *archéologique*
lịch sử lịk chủ *histoire (l')*
loài thú vật sắp tuyệt chủng loãï thóu
 vọet cháp touiẹt tyóung *espèce en voie
 de disparition*
loại trừ louạï tchù *exclus*
lo lắng lo láng *inquiet*
lon lon *boîte • conserve*
lò sưởi lò chửoï *radiateur*
lò xo lò so *ressort*

lỏng lỏng *desserré*
lọc lọk *filtré*
lối ra lốï Ạ *sortie*
lốp xe lốp sê *pneu*
lỗ châm lỗ tyơem *crevaison*
lỗi lầm lỗï lờem *faute (de quelqu'un)*
lộ trình đi bộ đường dài lộ tchìng di bộ
 dừờng zãï *chemin de randonnée*
lớn lớn *grand • gros*
lớn hơn lớn hơn *plus grand*
lớn nhất lớn gnớet *le plus grand*
lớp học lớp họk *classe (école)*
lời cầu nguyện lờï kòeou nguoiẹn *prière*
lời kêu ca lờï keou kạ *réclamation*
lời khuyên lờï khouien *conseil*
lời nhắn tin lờï gnán tin *message*
lợi ích lợï ík *profit*
luật louọet *loi*
luật pháp louọet fáp *droit (justice)*
luật sư louọet chu *avocat*
luôn luôn louôn louôn *toujours*
lúa mạch lóuce mệk *avoine*
lụa lọuce *soie*
lưng lung *dos (corps humain)*
lười lườï *paresseux*
lưỡi dao cạo lưỡï zao kạo *lame de rasoir*
lửa lớuce *feu*
ly S li *verre (à boire)*
ly dị li zị *divorcé*
lý do lí zo *raison*
lý lịch lí lịk *curriculum vitae (CV)*

M

mang mẠng *porter*
mang theo mẠng thêo *apporter*
ma túy mẠ tóui *drogue*
may maï *coudre*
may mắn maï mán *chanceux*
mát mát *frais (température)*
máu máou *sang*
máy bay mãï baï *avion*
máy bơm mãï bơm *pompe*
máy chiếu mãï tyiéou *projecteur*
máy chụp hình mãï tyọup hìng *appareil
 photo*

máy điện điều hòa tim máĭ diẹn dièou hòuạ tim *pacemaker*

máy fax máĭ fʌk *télécopieur*

máy giặt máĭ zặt *lave-linge*

máy in máĭ in *imprimante*

máy móc máĭ mók *machine*

máy bán vé máĭ bán vẻ *guichet automatique (billets)*

máy nướng bánh mì máĭ nuống bẻng mì *grille-pain*

máy quay nhạc máĭ kouaĭ gnạk *chaîne hi-fi*

máy radiô máĭ radiô *radio*

máy rút tiền tự động máĭ jóut tièn tụ dộng *distributeur automatique de billets (DAB)*

máy sưởi máĭ chưởĭ *chauffage*

máy thâu băng máĭ thœou bang *magnétoscope*

máy thu hình máĭ thou hình *téléviseur*

máy tính máĭ tíng *calculatrice*

máy tính tiền máĭ tíng tièn *caisse enregistreuse*

máy trợ tai máĭ tchọ taĭ *appareil acoustique*

máy vi tính máĭ vi tíng *ordinateur*

máy vi tính sách tay máĭ vi tíng chék taĭ *ordinateur portable*

màu cam màou kʌm *orange (couleur)*

màu đen màou dên *noir*

màu đỏ màou dỏ *rouge*

màu hồng màou hồng *rose (couleur)*

màu nâu màou nœou *marron*

màu sắc màou chák *couleur*

màu tím màou tím *violet*

màu trắng màou tcháng *blanc*

màu vàng màou vàng *jaune*

màu xanh lá cây màou sêng lá kœĭ *vert*

màu xám màou sám *gris*

mãi mãi mãĭ mãĭ *pour toujours*

mã số bưu chính mã chố buou tíng *code postal*

mạng internet mạng intêrnêt *Internet*

mạng lưới mạng luớĭ *réseau*

mạnh mệng *fort*

mắc cỡ mák kở *timide*

mắt mát *regard*

mặc mạk *porter (vêtements)*

mặt mạt *visage*

mặt trăng mạt tchạng *lune*

mặt trời mạt tchờĭ *soleil*

mây mœĭ *nuage*

mây mù mœĭ mòu *nuageux*

mất mát *perdre*

mập mœp *gras*

mật ong mọt ong *miel*

mét mét *mètre*

mẹ mẹ *mère*

mẹ chồng mẹ tʃồng *belle-mère (mère du mari)*

mẹ vợ mẹ vợ *belle-mère (mère de l'épouse)*

mê sảng me chảng *délirant*

mệt mẹt *fatigué*

miếng miéng *morceau • tranche*

miếng thịt róc xương mỡ miéng thịt jók suạng mỡ *filet*

miền nam mièn nʌm *sud (région)*

miền quê mièn koue *campagne (rurale)*

miền tây mièn tœĭ *ouest*

miễn phí mièn fí *gratuit*

mi li mét mi li mét *millimètre*

mì phở mì fở *nouilles*

mlm cười mím kuờĭ *sourire*

modem mo dêm *modem*

mon quà mon kouà *cadeau*

món ăn rau sống chọn món an jʌou chống tyọn *salade (plat)*

món ăn tráng miệng món an tcháng miệng *dessert*

mọi mọĭ *chaque • tout*

mọi người mọĭ ngườĭ *tout le monde*

mọi thứ mọĭ thú *tout*

môi môĭ *lèvre*

môi trường môĭ tchuờng *environnement*

môn bóng ném môn bóng ném *handball*

môn đi xe đạp môn di sê dạp *cyclisme*

mông mông *fesses (corps humain)*

môn bóng bầu dục môn bóng bồeou zouk *rugby*

môn khúc côn cầu môn khóuk kôn kờeou *hockey*

môn lặn môn lạn *plongée sous-marine*

môn lướt ván buồm môn luứt ván buồmє *voile (sport)*

môn nhào lộn môn gnào lộn *gymnastique*

môn thể thao đi bộ đường dài môn thể thao di bộ duồng zãĭ *randonnée pédestre*

môn thể thao leo núi môn thể thao leo núŏĭ *escalade*

môn trượt nước môn tchượt nuứk *ski nautique*

môn trượt sóng biển môn tchượt chóng biển *surf (sport)*

môn trượt ván môn tchượt ván *faire du skate*

mỗi mỗĭ *chaque*

mộ mộ *tombe*

một chút một tyóut *un peu*

một đôi một dỗĭ *paire (couple)*

một lần một lồn *une fois*

một mình một mìng *seul*

một (ngày) một (ngãĭ) *par (jour)*

một phần tư một fồn tu *quart*

một tá một tá *douzaine*

một trăm một tcham *cent*

một vài một vãĭ *plusieurs • quelques*

mơ mơ *rêve*

mới mớĭ *neuf • nouveau • récemment*

mời mồĭ *inviter*

mở mở *ouvrir*

mua mouœ *acheter*

mua sắm mouœ chám *faire les magasins*

muà mưa mòuœ muœ *saison des pluies*

muối mouốĭ *sel*

muốn mouốn *vouloir*

muỗng nhỏ mouỗng gnỏ *cuillère à dessert*

múa ba lê móuœ ba lê *ballet*

mù mòu *aveugle*

mùa mòuœ *saison*

mùa đông mòuœ dông *hiver*

mùa hè mòuœ hề *été*

mùa khô mòuœ khô *saison sèche*

mùa màng mòuœ màng *moisson*

mùa thu mòuœ thou *automne*

mùa xuân mòuœ souœn *printemps*

mùi mòuĭ *odeur*

mũ an tòan mỗu an touàn *casque*

mũi mỗuĭ *nez*

mũ tử cung mỗu tủ koung *diaphragme (médical)*

mưa muœ *pluie*

mưa phùng muœ fòung *crachin*

mượn muợn *emprunter*

mứt móut *confiture*

N

nai naĭ *biche*

nạn đụng xe nạn dọung sê *collision (véhicule)*

nạn lụt nạn lọut *inondation*

nạn nhân sóng thần nạn gnœn chóng thền *tsunami*

nạn phân biệt chủng tộc nạn fœn biệt tyỏung tộk *racisme*

nạn thành kiến giới tính nạn thềng kiến zớĭ tíng *sexisme*

năm nam *année*

năng lượng hạt nhân nᴀng luợng hạt gnœn *énergie nucléaire*

nắng náng *ensoleillé*

nằm nàm *être couché*

nặng nạng *lourd*

nấu ăn nẫouᴀ an *faire la cuisine*

nếu néŏu *si (condition)*

nền cộng hòa nền kộng hòuᴀ *république*

nền kinh tế nền king tế *économie*

nệm nệm *matelas*

ngay bây giờ ngãĭ bœĭ zờ *tout de suite*

ngành khoa học ngềng khouᴀ họk *science*

ngày ngãĭ *jour*

Ngày Chúa Giáng Sinh ngãĭ tyóuœ záng ching *Noël (25 décembre)*

ngày Chủ Nhật ngãĭ tyỏu gnọt *dimanche*

ngày hôm kia ngãĭ hôm kiœ *avant-hier*

ngày lễ ngãĭ lễ *jour férié*

ngày Lễ Phật Đản ngãĭ lễ fọt dản *anniversaire du Bouddha*

ngày mai ngãĭ maĭ *demain*

ngày mốt ngãĭ mốt *après-demain*

ngày sinh nhật ngãĭ ching gnọt *anniversaire*

ngày tết ngài tét *Jour de l'an*
ngày tháng ngài tháng *date*
ngăn cản ngan kản *empêcher*
ngân hàng ngơan hàng *banque*
ngân sách ngơan chék *budget*
nghe nghẻ *écouter • entendre*
nghèo nghèo *pauvre*
nghề dạy học nghề zại học *enseigner*
nghề thủ công nghề thủ kông *artisanat • travaux manuels*
nghệ thuật nghẹ thouợet *art*
nghệ thuật chụp hình nghẹ thouợet tyọup hình *photographie*
nghĩa địa nghĩœ địœ *cimetière*
nghiệp nghiẹp *profession*
nghl nghỉ *quitter (son travail)*
nghỉ ngơi nghỉ ngơi *reposer (se)*
nghĩ nghĩ *penser*
nghĩa vụ quân sự nghĩœ vọu kouœan chụ *service militaire*
nghị trường nghị tchườơng *Parlement*
ngoại thành ngoại thềng *banlieue*
ngon ngon *délicieux*
ngón chân ngón tyœan *orteil*
ngón tay ngón tại *doigt*
ngọt ngọt *sucré*
ngôi sao ngôi chao *célébrité*
ngôn ngữ ngôn ngữ *langue (langage)*
ngồi ngồi *asseoir (s')*
ngu cốc ngou kốk *céréale*
ngu dại ngou zại *stupide*
nguyên bản ngouien bản *original*
nguyên chất ngouien tyất *pur*
nguyên liệu ngouien liệou *ingrédient*
nguyên ngày ngouien ngài *à temps plein*
nguy hiểm ngoui hiểm *dangereux*
ngủ ngủ *dormir*
người nguhr-èè *personne*
người nguời *personne (humaine)*
người ái mộ nguời Áí mộ *fan (sport)*
người ăn chay nguời an tyaï *végétarien* n
người ăn xin nguời an sin *mendiant*
người bán cá nguời bán ká *pêcheur*
người bán rau quả nguời bán ɹaou kouá *maraîcher*
người bán thịt nguời bán thịt *boucher*

người chủ nguời tyỏu *employeur*
người chụp hình nguời tyọup hình *photographe*
người Do Thái nguời zo tái *juif* n
người đạo Cơ đốc nguời đạo kœ đốk *chrétien* n
người đi bộ nguời đi bộ *piéton*
người điều khiển nguời đièou khiển *opérateur*
người đi xe đạp nguời đi sê đạp *cycliste*
người đồng tính nam nguời đồng tíng nam *gay • homosexuel*
người giữ trẻ nguời zữ tchẻ *baby-sitter*
người hầu bàn nguời hèou bàn *serveur*
người hướng dẫn nguời hướng zỗen *guide (personne)*
người hưu trí nguời houu tchí *retraité*
người lao động chân tay nguời ʟao động tyœan taï *ouvrier manuel*
người làm chủ nguời làm tyỏu *propriétaire*
người làm vườn nguời làm vuờn *jardinier*
người lãnh đạo nguời lễng đạo *dirigeant* n
người lạ mặt nguời ʟạ mạt *étranger* n
người lính nguời líng *soldat*
người lớn nguời lớn *adulte*
người nào đó nguời nào đó *quelqu'un*
người nấu bếp nguời nốœu bếp *cuisinier*
người nối dõi nguời nối zõi *descendant*
người Pháp nguời fáp *Français*
người quản lý nguời kouản lí *gérant (hôtel/restaurant)*
người soát vé nguời chouát vé *contrôleur de billets*
người tật tất cả tay chân nguời tọet tốet kả taï tyœan *tétraplégique*
người thắng cuộc nguời tháng kouộk *gagnant*
người thất nghiệp nguời thốet nghiẹp *chômeur*
người thợ nguời thợ *artisan*
người thuê và bán nhà cửa đất đai nguời thoue và bán ngnà kửœ đất đaï *agent immobilier*

người tin vào thuyết vô chính phủ ngườì tin vào thuiệt vô tưíng fủ *anarchiste* n

người tị nạn ngườì tị nạn *réfugié*

người Việt ngườì việt *Vietnamien*

người yêu ngườì ieou *amant*

người ủng hộ ngườì ủung hộ *supporter (politique/sport)*

ngực nguk *poitrine (corps)*

nhang muỗi gnang mouỗì *serpentin anti-moustiques*

nhanh gnêng *rapide*

nha sĩ gna chĩ *dentiste*

nhà gna *maison*

nhà báo gna báo *journaliste*

nhà bếp gna bếp *cuisine (lieu)*

nhà chính trị gna tưíng tchị *politicien*

nhà để xe gna dể sẽ *garage*

nhà ga gna ga *gare (train)*

nhà hàng gna hàng *restaurant*

nhà hoạt động gna houạt dộng *militant* n

nhà kinh doanh gna king zouểng *homme d'affaires*

nhà nghiên cứu dược thảo gna nghien kúou zượk thảo *herboriste*

nhà nghỉ gna nghĩ *hôtel (bon marché) • pension de famille*

nhà nghỉ thanh niên gna nghĩ thêng nien *auberge de jeunesse*

nhà sư gna chu *moine*

nhà thờ gna thờ *église*

nhà thờ lớn gna thờ lớn *cathédrale*

nhà trẻ gna tchẻ *crèche*

nhà tù gna tòu *prison*

nhà vệ sinh gna vệ ching *toilettes*

nhà vệ sinh công cộng gna vệ ching công kộng *toilettes publiques*

nhảy gnảỉ *danser • sauter*

nhạc kịch opera gnạk kịk opera *opéra (spectacle)*

nhạc rock gnạk rok *rock (musique)*

nhạc sĩ gnạk chĩ *musicien*

nhạy cảm gnạỉ kảm *sensible*

nhân cách gnœn kếk *personnalité*

nhân lực gnœn lụk *ressources humaines*

nhân quyền gnœn kouièn *droits de l'homme*

nhân tạo gnœn tạo *synthétique*

nhân văn học gnœn van họk *sciences humaines*

nhân viên giảng huấn gnœn vien zảng houển *instructeur*

nhân viên văn phòng gnœn vien van fòng *employé de bureau*

nhân viên xoa bóp gnœn vien soua bóp *masseur/masseuse*

nhẫn gnẫn *bague (bijou)*

nhẫn nại gnẫn nạỉ *patient* a

nhận gnọn *accepter • recevoir*

nhẹ gnẹ *léger*

nhiều gnièou *beaucoup • nombreux*

nhiều hơn gnièou hơn *plus*

nhiệt độ gniẹt dộ *température (météo)*

nhìn gnìn *regarder*

nhìn thấy gnìn thấỉ *voir*

nhịp gnịp *rythme*

nhóm máu gnóm máou *groupe sanguin*

nhóm nhạc rốc gnóm gnạk rốk *groupe de rock*

nhỏ gnỏ *petit*

nhỏ hơn gnỏ hơn *plus petit*

nhỏ nhất gnỏ gnất *le plus petit*

nhớ gnấ *souvenir (se)*

nhớ nhung gnấ gnoung *regretter (l'absence de quelqu'un)*

nhờ gnừ *demander (quelque chose)*

nhưng mà gnung mà *mais*

nhức đầu gnúk dềou *mal de tête*

những ngày lễ gnũng ngàỉ lễ *vacances*

nhựa gnụœ *plastique* a

nói nốỉ *dire • parler*

nói đùa nốỉ dòuœ *blaguer*

nói láo nốỉ láo *mentir*

nóng nóng *chaud*

nông dân nông zœn *fermier*

nông nghiệp nông nghiẹp *agriculture*

nông trại nông tchạỉ *ferme*

nổi tiếng nổỉ tiếng *célèbre*

nơi đến nơỉ dến *destination*

nơi gặp gỡ nơỉ gạp gỡ *lieu de rencontre*

nơi ngắm cảnh nơỉ ngam kẻng *vue (panorama)*

nơi sinh nơỉ ching *lieu de naissance*

nợ nợ *devoir (une dette)*

núi nóuí *montagne*

núm vú giả nóum vóu zả *tétine*

nút bịt lỗ tai nóut bịt lỗ taï *bouchons d'oreille*

nút bông vệ sinh nóut bông vẹ ching *tampon hygiénique*

nút chặn nước nóut tyạn nuắck *bonde (baignoire)*

nụ hôn nọu hôn *baiser* n

nước nuắck *eau*

nước Anh nuắck êng *Angleterre*

nước Ái len nuắck ảï lên *Irlande*

nước Ấn Độ nuắck ẩn dộ *Inde*

nước Bỉ nuắck bỉ *Belgique*

nước cam nuắck kʌm *jus d'orange*

nước Ca na đa nuắck kʌ nʌ dʌ *Canada*

nước chanh nuắck tyêng *limonade*

nước đá nuắck dả *glace (eau gelée)*

nước Đan mạch nuắck dʌn mệk *Danemark*

nước Đức nuắck dúk *Allemagne*

nước ép nuắck ếp *jus*

nước Hà lan nuắck hà lʌn *Pays-Bas*

nước hoa nuắck houʌ *parfum*

nước hoa cho đàn ông nuắck houʌ tyo dàn ông *après-rasage*

nước Israel nuắck is-rʌ-êl *Israël*

nước Kampuchia nuắck kʌm pou tchiʌ *Cambodge*

nước Lào nuắck lào *Laos*

nước máy nuắck mấï *eau du robinet*

nước mắt nuắck mát *larme*

nước Miến Điện nuắck miến diện *Myanmar (Birmanie)*

nước Mỹ nuắck mĩ *États-Unis*

nước Na uy nuắck nʌ oui *Norvège*

nước ngoài nuắck ngouʌ̈ï *étranger (pays)*

nước ngoài sắp nuắ́ck ngouʌ̈ï cháp *à l'étranger*

nước ngọt nuắck ngọt *boisson sucrée*

nước Nhật Bản nuắck ngẹt bản *Japon*

nước nóng nuắck nóng *eau chaude*

nước Pháp nuắck fáp *France*

nước Phin lan nuắck fin lʌn *Finlande*

nước Singapore nuắck chingʌpo *Singapour*

nước sốt nuắck chốt *sauce*

nước sốt chấm cà chua nuắck chốt tyấm kà tyouʌ *ketchup*

nước suối nuắck chouốï *eau minérale*

nước Tây Ban Nha nuắck tœï bʌn gnʌ *Espagne*

nước Thái Lan nuắck thảï lʌn *Thaïlande*

nước Thụy Điển nuắck thọui diển *Suède*

nước Thụy Sĩ nuắck thọui chĩ *Suisse*

nước Trung Quốc nuắck tchoung kouốk *Chine*

nước Úc nuắck óuk *Australie*

nước Việt Nam nuắck việt nʌm *Vietnam*

nước Ý nuắck í *Italie*

nửa nửʌ *moitié*

nửa đêm nửʌ dem *minuit*

nữ nữ *féminin*

nữ hoàng nữ houàng *reine*

nữ tu sĩ nữ tou chĩ *religieuse (femme)*

nữ tu viện nữ tou viện *couvent*

ôi ôï *rassis (pain)*

ôm chặt ôm tyạt *serrer dans ses bras*

ông ấy ông ớï *il • lui*

ông chủ nhà ông tyỏu gnà *propriétaire (homme)*

ông ngoại ông ngouʌ̈ï *grand-père maternel*

ông nội ông nội *grand-père paternel*

ống nhòm ống gnòm *jumelles (instrument)*

ống thử thai ống thử thaï *test de grossesse*

ống tiêm ống tiem *seringue*

ồn ào ồn ào *bruyant*

ổ bánh mì ổ bếng mì *petit pain*

ổ cắm điện ổ kấm diện *adaptateur*

ổ khóa ổ khóuʌ *verrou*

ổ khóa xe đạp ổ khóuʌ sê dạp *antivol (vélo)*

ở ở *habiter • loger • se trouver*

ở đằng sau ở dằng chʌou *à l'arrière*

ở đâu ở dœou *où*

ở giữa ở zữʌ *entre*

ở trên ở tchen *au-dessus • dessus*

ở trước ở tchuắck *face à*

P

phá hủy fá hỏui *détruire*

pháp luật fáp louợt *législation*

phải fảï *devoir (falloir)*

phản động fản dộng *antigouvernemental (activité)*

phản kháng fản kháng *protester*

phân fœn *centimètre*

phấn fớ́n *poudre*

phấn hoa fớ́n houa *pollen*

phấn trẻ em fớ́n tchẻ em *talc*

phần lớn fœ̀n lớ́n *majorité*

phần trăm fœ̀n tcham *pour cent*

Phật tử fœ̣t tủ *bouddhiste* n

phép chữa vi lượng đồng căn fếp tyữœc vi luợng đồng kan *homéopathie*

phiên dịch fien zịk *traduire*

phiếu thưởng hiện vật fiếou thưởng hiện vợt *coupon d'échange*

phim fim *film (cinéma)*

phim (đi xem) fim (đi sêm) *cinéma (aller au)*

phim đen trắng fim đen tcháng *noir et blanc (film)*

phim rọi fim jọï *diapositive*

phim tài liệu fim tàï liệou *documentaire*

phía dưới fíœ zướï *dessous*

phía trái fíœ tchảï *gauche (direction)*

phía trước fíœ tchướk *en avant*

phí dịch vụ fí zịk vọu *service (coût)*

pho mát fo mát *fromage*

phong tục fong tọuk *coutume*

phòng fòng *chambre*

phòng bán vé fòng bán vé *billetterie*

phòng điện thoại fòng điện thoại *cabine téléphonique*

phòng đôi fòng đôï *chambre double*

phòng đồ đạc bị thất lạc fòng đồ đạk bị thất lạk *bureau des objets trouvés*

phòng đơn fòng đœn *chambre simple*

phòng đợi fòng đợi *salle d'attente*

phòng đợi máy bay fòng đợi máï baï *salle d'attente (aéroport)*

phòng giặt fòng zạt *blanchisserie*

phòng giữ đồ fòng zũ đồ *consigne à bagages*

phòng giữ mũ áo fòng zũ mõu áo *vestiaire (lieu public)*

phòng ngủ fòng ngỏu *chambre à coucher*

phòng nhạc disco fòng ngạk dis kô *discothèque*

phòng tắm fòng tám *salle de bains*

phòng tắm hơi fòng tám hœï *sauna*

phòng tập thể dục fòng tợp thể zọuk *club de gym*

phòng thay quần áo fòng thaï kouờn áo *vestiaire*

phòng triển lãm fòng tchiển lãm *galerie d'art*

phố N fố *rue*

phổ thông fổ̂ thông *populaire*

phút fóut *minute*

phụ đề fọu dề *sous-titre*

phụ nữ fọu nũ *femme (≠ homme)*

phương tiện thông tin đại chúng fưœng tiện thông tin đại tyóung *média*

pin pin *pile*

pích níc pík ník *pique-nique*

Q

qua hạn hành lý koua hạn hềng lí *excédent de bagage*

qua mặt koua mạt *dépasser*

quan hệ kouan hệ *relation*

quan tâm kouan tœm *avoir de l'estime (pour quelqu'un)*

quan tòa kouan tòua *juge*

quan trọng kouan tchọng *important*

quá kouá *trop*

quá khứ kouá khú *passé* n

quán ba kouán ba *pub (bar)*

quán ba karaoke kouán ba karaoke *bar karaoké*

quán bán thuốc lá kouán bán thouốk lá *buraliste*

quán cà phê kouán kà fe *café (lieu)*

quán cà phê Internet kouán kà fe in têr nêt *cybercafé*

quán cơm phở kouán kəm fớ *gargote*
• *restaurant bon marché*

quán kem kouán kêm *glacier*

quán rượu kouán juœou *marchand de vins*

quán xe đạp kouán sê dạp *magasin de cycles*

quà kouà *cadeau*

quả bóng kouá bóng *ballon (sport)*

quả đất kouá dœ't *Terre*

quả mìn kouá mìn *mine (explosif)*

quảng trường kouảng tchuœng *place (dans une ville)*

quả trứng kouá tchúng *œuf*

quạt máy kouạt mấi *ventilateur*

quân đội kouœn dội *militaire* n

quần kouœn *pantalon*

quần áo kouœn áo *vêtements*

quần áo bẩn kouœn áo bẩn *linge (sale)*

quần đùi kouœn dùi *caleçon*

quần jean kouœn jin *jean (pantalon)*

quần lót kouœn lót *sous-vêtement*

quần ngắn kouœn ngán *short*

quầy kouœï *comptoir (au bar)*

quầy ghi danh kouœï ghi zênh *accueil (hôtel)*

quầy rượu kouœï juœou *bar*

quen kouên *connaître (quelqu'un)*

queo S kouệo *tourner*

quên kouen *oublier*

quốc gia kouốk za *pays*

quốc tế kouốk té *international*

quốc tịch kouốk tịk *nationalité*

quyết định kouiét dịng *décider*

quyết toán kouiét touán *solde (compte)*

quyền công dân kouièn kông zœn *citoyenneté*

quyền tự do cá nhân kouièn tụ zo ká gnœn *droits civils*

quyển lịch kouièn lịk *calendrier*

quyển sách kouièn chék *livre*

R

rau ʁou *légume*

rác ʁák *détritus*

rác hạt nhân ʁák hạt gnœn *déchet nucléaire*

rành ʁềng *libre (disponible)*

rạp ʁạp *cinéma*

rạp hát ʁạp hát *théâtre*

rạp opera ʁạp opera *Opéra (lieu)*

răng ʁang *dent*

rất ʁœt *très*

reo ʁêo *sonner (téléphone)*

rẻ ʁé *bon marché*

rẽ N ʁẽ *tourner*

rồi ʁồi *déjà*

rộng lớn ʁộng lớn *large*

ruộng ʁouộng *rizière*

ruột dư ʁouột zu *appendice (corps humain)*

rượu juœou *alcool (vin)* • *boisson alcoolisée*

rượu cơm juœou kəm *alcool de riz*

rượu nho juœou gno *vin*

rượu rắn juœou ján *alcool de serpent*

rượu táo juœou táo *cidre*

rượu vang có ga juœou vang kó gʌ *vin pétillant*

rừng jùng *forêt* • *jungle*

rừng sú vẹt jùng chóu vẹt *mangrove*

S

sai chaï *faux*

sai lầm chaï lồem *erreur*

sa mạc chʌ mạk *désert*

(bốn) sao (bốn) tʌʌo *(quatre-)étoiles*

sau chʌou *après* • *arrière* • *ultérieurement*

say sóng chaï chóng *avoir le mal de mer*

sách hướng dẫn chék hướng zẫn *guide (livre)*

sách kinh chék king *livre de prières*

sáng cháng *clair (couleur)* a

sáng mai cháng maï *demain matin*

sàn nhà chàn gnà *sol*

sàn tàu chàn tàou *pont (navire)*

sản xuất chán souœt *produire*

sảy do tã lót chảï zo tã lót *érythème fessier*

sạch sẽ chệk chẽ *propre*

săm cham *chambre à air*

săn chan *chasse*
sắp cháp *bientôt*
sẵn sàng chẳn chàng *prêt a*
sân chœn *terrain (sport)*
sân bay chœn bai *aéroport*
sân ga chœn gᴀ *quai (de gare)*
sân gôn chœn gôn *terrain de golf*
sân ten-nít chœn tên nít *court de tennis*
sân vận động chœn vœn dộng *stade*
sâu chœou *profond*
sấy chœëï *sécher (vêtements)*
séc du lịch chék zou lịk *chèque de voyage*
SIDA si dᴀ *sida*
siêu âm chieou œm *ultrason*
siêu thị chieou thị *supermarché*
sinh đôi ching dôï *jumeaux*
sinh tố ching tố *vitamine*
sinh vật được bảo vệ ching vœt dượck
    bảo vẹ *espèce protégée*
sinh viên ching vien *étudiant*
sòng bạc của khách sạn chòng bạk kủœœ
    khểk chạn *casino*
sọ chọ *crâne*
sô cô la chô kô lᴀ *chocolat*
sôi chôï *bouilli*
số chổ chiffre • taille (vêtements)
số hộ chiếu chố hộ tyiéou *numéro de
    passeport*
sống chống *cru (non cuit)* • *vivant*
sống sót chống chót *survivre*
số phòng chố fòng *numéro de chambre*
số xe chố sẻ *numéro de plaque
    d'immatriculation*
số nhật ký chố gnœt kí *journal (intime)*
số tay chố taï *carnet*
sơ chɶ *sentir (toucher)*
sớm chớm *tôt*
sợ hãi chợ hãï *avoir peur*
sợi chỉ mềm làm sạch kẽ răng chợï tỷi
    mềm làm chẹk kể jang *fil dentaire*
suốt đêm chouốt dem *toute la nuit*
súc sắc chóuk chák *dés*
súp chúp *soupe*
sùng đạo chòung dạo *religieux*
sức khỏe chúk khỏuê *santé*
sức mạnh chúk mệng *force*

sửa chữa chủœ tyủœ *réparer*
sữa chủœ *lait*
sữa chua chủœ tyouœ *yaourt*
sự bảo hiểm chụ bảo hiểm *assurance*
sự bất bình đẳng chụ bớt bing dảng
    inégalité
sự biểu hiện chụ biểou hiện *manifestation*
sự bình đẳng chụ bìng dảng *égalité*
sự bong gân chụ bong gœn *entorse*
sự cách ly chụ kểk li *quarantaine*
sự chậm trễ chụ tyœm tchễ *retard*
sự chèo thuyền chụ tyềo thouiên *aviron
    (sport)*
sự chết không đau đớn chụ tyét không
    dᴀou dớn *euthanasie*
sự chi trả chụ tyi tchả *paiement*
sự cho phép chụ tyo fểp *permission*
sự chủng ngừa chụ tyủong ngừœ
    vaccination
sự đổ nát chụ dổ nᴀt *ruines*
sự giáo dục chụ zảo zọuk *éducation*
sự giới thiệu chụ zớï thiệou *référence*
sự giữ chỗ trước chụ zũ tyổ tchuấk
    réservation
sự hãm hiếp chụ hãm hiếp *viol*
sự hiếu khách chụ hiếou khểk *hospitalité*
sự hoạt động chụ houᴀt dộng *opération
    (action)*
sự hứa hẹn chụ húœ hẹn *fiançailles*
sự kết hôn chụ kết hôn *mariage*
sự kết thực chụ kết thụk *fin n*
sự khai thác chụ khaï thák *exploitation*
sự khởi hành chụ khởï hềng *départ*
sự kính trọng chụ kíng tchọng *respect*
sự kỳ thị chụ kì thị *discrimination*
sự làm nhiễm chụ làm gniễm *pollution*
sự làm vườn chụ làm vườn *jardinage*
sự may mắn chụ maï mán *chance*
sự mạo hiểm chụ mạo hiểm *risque*
sự mê tín chụ mê tín *superstition*
sự nấu nướng chụ nấeou nuống *cuisine
    (activité)*
sự ngẫu nhiên chụ ngœou gnien *hasard*
sự nghèo khó chụ nghèo khó *pauvreté*
sự nghiện ma túy chụ nghiện mᴀ tóuï
    toxicomanie

sự nguy hiểm chụ ngoui hiểm *danger*

sự ngứa ngáy chụ ngứớc ngải *démangeaison*

sự nhận dạng chụ gnợen zạng *identification*

sự nhập cư chụ gnợep ku *immigration*

sự phá rừng chụ fá jùng *déboisement*

sự phá thai chụ fá thaĩ *avortement*

sự phản đối chụ fán dối *protestation*

sự phục vụ chụ fọuk vọu *service*

sự quấy rầy chụ kouớeĩ jờeĩ *harcèlement*

sự rám nắng chụ jám náng *coup de soleil*

sự sẩy thai chụ chởeĩ thaĩ *fausse couche*

sự sốt chụ chốt *température (fièvre)*

sự sợ hãi chụ chợ hãĩ *peur*

sự suy ngẫm chụ choui ngõem *méditation*

sự thất nghiệp chụ thớet nghiẹp *chômage*

sự thật chụ thẹt *vérité*

sự thiếu thốn chụ thiéou thốn *manque (de)*

sự tôn kính chụ tôn kíng *vénérer*

sự tới nơi chụ tớeĩ nơĩ *arrivées (aéroport)*

sự trao đổi chụ tchao dối *échange*

sự tuyên án chụ touien án *verdict (sentence)*

sự xa hoa chụ sa houa *luxe*

sự xem lại chụ sêm lạĩ *examen (contrôle)*

sự xúc phạm chụ sóuk fạm *offense*

sự xưng tội chụ sung tộĩ *confession*

T

tai taĩ *oreille*

tai nạn taĩ nạn *accident*

tang lễ tạng lễ *enterrement*

tay lái taĩ láĩ *poignée*

tác giả ták zả *écrivain*

tái taí *saignant (viande)*

tái chế taí tyế *recycler*

tái lập rừng taí lợep jùng *reboisement*

tán tỉnh tán tỉng *draguer (séduire)*

tài giỏi taĩ zỏĩ *talentueux*

tài khoản taĩ khouản *compte*

tài khoản nhà băng taĩ khoản gnà bang *compte bancaire*

tài tử taĩ tủ *acteur*

tàu thủy tàou thouí *navire*

tảng tảng *bloc*

tã lót tã lót *couche (bébé)*

tại taị à *(préposition locative)* • *chez*

tại sao taị chao *pourquoi*

tạp chí tạp tyí *magazine*

tắm rửa tám jứce *laver (se)*

tắm vòi sen tám vờĩ chen *douche (bain)*

tấm hình tóem hìng *photo*

tất cả tớet kả *tout*

tầng tờeng *étage*

tầng lớp xã hội tờeng lớp sã hộĩ *système de classes*

tầng ôzôn bao quanh trái đất tờeng ôzôn bao kouêng tchaĩ dớet *couche d'ozone*

tem têm *timbre*

ten-nít tên nít *tennis*

té tế *tomber*

tên ten *nom*

tên họ ten họ *nom de famille*

tên thánh ten thếng *prénom*

tết âm lịch tết œm lịk *Nouvel An lunaire*

thang máy thang máĩ *ascenseur*

thanh niên thêng nien *jeunes (générique)*

tha thứ tha thứ *pardonner*

thay đổi thaĩ dối *changer*

thác nước thák nuốk *cascade*

thái bình thaí bìng *paix*

thái nghén thaí nghén *nausée (pendant la grossesse)*

tháng tháng *mois*

tháng ba tháng ba *mars*

tháng bảy tháng bởeĩ *juillet*

tháng chín tháng tyín *septembre*

tháng giêng tháng zêng *janvier*

tháng hai tháng haĩ *février*

tháng mười tháng muờĩ *octobre*

tháng mười hai tháng muờĩ haĩ *décembre*

tháng mười một tháng muờĩ một *novembre*

tháng năm tháng nam *mai*

tháng sáu tháng cháou *juin*

tháng tám tháng tám *août*

tháng tư tháng tu *avril*

thánh đường hồi giáo thếng duừơng hồi záo *mosquée*

tháp tháp *tour*

thành thềng *mur (extérieur)*

thành phố thềng fố *ville*

thành thật thềng thọt *sérieux*

thải ra chất độc thải ja tyốt độk *déchet toxique*

thảm thảm *tapis*

thăm tham *visiter*

thắng tháng *gagner*

thẳng thẳng *droit (rectiligne)*

thân thể thơn thể *corps*

thấp thốp *bas*

thấu kính thuỷ tinh thể thếou kíng thuỷ ting thể *verre (optique)*

thần thồn *dieu*

thầy bói thồeï bốï *devin*

thầy tu thồeï tou *prêtre*

thẩm mỹ viện thốem mĩ viện *institut de beauté*

theo đạo Thiên Chúa thêo dạo thien tyóuơe *catholique*

theo luật thêo louợt *juridique*

thẻ điện thoại thẻ diện thoụaï *carte téléphonique*

thẻ tín dụng thẻ tín zụng *carte de crédit*

thêm them *autre (supplémentaire)*

thêm visa mới them visa mớï *extension (visa)*

thế giới thế zớï *monde*

thế nào thế nào *comment*

Thế Vận Hội thế vọn hội *Jeux olympiques*

thể dục thẩm mỹ thể zụk thốem mĩ *aérobic*

thể thao thể thʌo *sport*

thể thao điền kinh thể thʌo dien king *athlétisme*

thi thi *examen • test*

thiêng liêng thiêng liêng *sacré*

thiên nhiên thien gnien *nature*

thiết bị đo độ sáng thiết bị do độ cháng *photomètre*

thiết kế thiết ké *conception*

thích thík *aimer*

thích hơn thík hơn *préférer*

thích thú thík thóu *amuser (s')*

thí dụ thí zụ *exemple*

thịt thịt *viande*

thịt bít tết thịt bít tét *steak (bœuf)*

thị trường thị tchuừơng *marché (économie)*

thị trưởng thị tchuửơng *maire*

thoải mái thoụaï mãï *à l'aise • confortable*

thói nghiện thốï nghiện *dépendance (alcool, tabac)*

thông dịch viên thông zịk vien *interprète*

thông tấn xã thông tốen sã *agence de presse*

thông tin thông tin *information*

thông thường thông thuừơng *ordinaire*

thơ thơ *poésie • lettre*

thở thở *respirer*

thời dụng biểu thờï zụng biểou *grille d'horaires*

thời gian thờï zʌn *temps*

thời tiết thờï tiết *temps (météo)*

thời trang thờï tchʌng *mode*

thợ hớt tóc thợ hớt tók *coiffeur • barbier*

thợ may quần áo thợ maï kouồen áo *tailleur*

thợ máy thợ mấï *mécanicien*

thợ mộc thợ mók *menuisier*

thợ nấu ăn thợ nốeu an *chef cuisinier*

thợ xây nhà thợ sœï gnà *artisan (BTP)*

thuật bấm huyết thouợt bốem houiét *shiatsu*

thuật đánh kiếm thouợt dếng kiếm *escrime*

thuật rối nước thouợt jốï nuốk *spectacle de marionnettes sur l'eau*

thuê thoue *louer (emprunter)*

thuế thoué *impôt*

thuế hải quan thoué hảï kouʌn *taxe aéroportuaire*

thuế thu nhập thoué thou gnợep *impôt sur le revenu*

thu hành lý thou hềng lí *retrait des bagages*

thu ngân viên thou ngơn vien *caissier*

thung lũng thoung lõng *vallée*

thuốc thouốk *médicament*

thuốc bắc thouốk bák *phytothérapie*

thuốc bôi môi thouốk bôї môї *baume à lèvres*

thuốc giảm đau thouốk zảm ɒAou *calmant (antalgique)*

thuốc ho thouốk ho *sirop antitussif*

thuốc lá thouốk lá *cigarette • tabac*

thuốc muối bù nước thouốk muối bòu nuứk *sels de réhydratation*

thuốc ngủ thouốk ngỏu *somnifère*

thuốc ngừa thai thouốk ngừœ thaї *contraceptif • pilule contraceptive*

thuốc nhỏ mắt thouốk nhỏ mắt *collyre*

thuốc nhuận trường thouốk gnouœn tchường *laxatif*

thuốc nhức đầu thouốk gnúk dồeou *aspirine*

thuốc nổ napam thouốk nổ nApAm *napalm*

thuốc sát cỏ thouốk chát kỏ *herbicide*

thuốc xả tóc thouốk sả tók *soin pour les cheveux*

thuyết du gia thouiết zou zA *yoga*

thuyền thouiền *bateau*

thuyền máy thouiền mảї *bateau à moteur*

thú nhận thoú gnợen *admettre*

thú vật hoang dã thoú vợet houAng zã *animal sauvage*

thú vị thoú vị *intéressant*

thùng thòung *seau*

thùng rác thòung ják *poubelle*

thủ thành thỏu thềng *gardien de but*

thủ trưởng chính phủ thỏu tchuởng tyíng fỏu *Premier ministre*

thủy triều thỏui tchiềou *marée*

thư thu *lettre (courrier)*

thư bảo đảm thu bảo dảm *lettre recommandée*

thư đường biển thu dường biên *courrier (par voie maritime)*

thư đường bộ thu dường bộ *courrier (par voie de terre)*

thư ký thu kí *secrétaire*

thương tích thương tík *blessure*

thường thường *souvent*

thư tốc hành thu tốk hềng *courrier express*

thư từ thu tù *courrier (lettre)*

thư viện thu viện *bibliothèque*

thứ ba thú bA *troisième • mardi*

thứ bảy thú bảї *samedi*

thức ăn thúk an *nourriture*

thức uống thúk ouống *boisson*

thứ hai thú haї *lundi*

thứ năm thú nam *jeudi*

thứ nhì thú gnì *deuxième*

thứ sáu thú cháou *vendredi*

thứ tư thú tu *mercredi*

thử thủ *essayer (tester)*

thử bom hạt nhân thủ bom hạt gnœn *essai nucléaire*

thử nghiệm ung thư tử cung thủ nghiệm oung thu tủ koung *frottis vaginal*

thực đơn thục dœn *menu*

thực phẩm thuk fởem *produits alimentaires*

thực tế thục tế *réaliste*

thực vật thục vợet *plante*

tiêu biểu tieou biểou *typique*

tiếng Anh tiếng êng *anglais (langue)*

tiếng Pháp tiếng fáp *français (langue)*

tiếng ồn ào tiếng ồn ào *bruit*

tiếng reo tiếng jêo *sonnerie (téléphone)*

tiếng Việt tiếng việt *vietnamien (langue)*

tiếp tiếp *suivant*

tiền tiền *argent (monnaie) • espèces (argent)*

tiền cắc tiền kák *pièce de monnaie*

tiền cọc tiền dạt kọk *caution (argent)*

tiền đô la tiền dô lA *dollar*

tiền euro tiền œrô *euro*

tiền hoa hồng tiền houA hòng *commission*

tiền hối lộ tiền hốї lộ *pot-de-vin*

tiền lẻ tiền lẻ *monnaie (pièces)*

tiền lương tiền lương *salaire*

tiền phạt tiền fạt *contravention*

tiền sảnh tien chểng *vestibule*

tiền séc tiền chếk *chèque*

tiền thưởng thêm tiền thưởng them *pourboire*

tiệc tiệk *fête*

tiệm bán đĩa nhạc tiệm bán đĩœ gnʌk *magasin de disques*

tiệm bán đồ chơi tiệm bán đồ tɣœï *magasin de jouets*

tiệm bán đồ thể thao tiệm bán đồ thể thao *magasin de sports*

tiệm bánh mì tiệm bểng mì *boulangerie*

tiệm bánh ngọt tiệm bểng ngọt *pâtisserie (magasin)*

tiệm bán hoa tiệm bán hoʌ *fleuriste*

tiệm bán máy chụp hình tiệm bán mấï tyʊup hìng *magasin d'appareils photo*

tiệm đồ cũ bán lại tiệm đồ kũu bán lʌï *magasin d'occasion*

tiệm đồ điện tiệm đồ diện *magasin d'électricité*

tiệm giày tiệm zàï *magasin de chaussures*

tiệm giặt bằng máy tiệm zạt bàng mấï *laverie automatique*

tiệm quần áo tiệm kʊừen áo *magasin de vêtements*

tiệm sách tiệm chếk *librairie*

tiệm tạp hóa tiệm tœạp hóʌ *épicerie*

tiệm thuốc tây tiệm thuốk tœï *pharmacie*

tiệm tờ báo tiệm tờ báo *kiosque à journaux*

tin cậy tin kœï *avoir confiance*

tin học tin họk *informatique*

tin tức tin túk *informations*

tí tí *minuscule*

tìm kiếm tìm kiếm *rechercher*

tìm ra tìm jʌ *trouver*

tình dục an toàn tìng zọuk ʌn toàn *rapports sexuels protégés*

tình trạng bị táo bón tìng tchʌng bị táo bón *constipation*

tình trạng hôn nhân tìng tchʌng hôn gnœn *situation de famille*

tình yêu tìng ieou *amour (sentiment)*

tĩnh mạch tĩng mệk *veine*

to to *gros*

toa có giường ngủ toʌ kó zừœng ngủu *wagon-lit*

toa ăn toʌ an *wagon-restaurant*

tóc tók *cheveu*

tòa án tòʌ án *tribunal*

tòa lãnh sự tòʌ lễng chụ *consulat*

tòa nhà tòʌ gnà *immeuble*

tôi tôï *je • moi*

tôn giáo tôn záo *religion*

tốc độ tốk dộ *vitesse*

tốc độ giới hạn tốk dộ zấï hạn *vitesse maximale*

tốc độ phim tốk dộ fim *sensibilité d'une pellicule*

tốc hành tốk hềng *express a*

tối tốï *soir • faire nuit*

tối mai tốï mʌï *demain soir*

tối nay tốï naï *ce soir*

tối tân tốï tœn *moderne*

tốt tốt *bien*

tốt hơn tốt hʌn *meilleur*

tốt nhất tốt gnốet *mieux (le)*

tổ chức tổ tyúk *organiser*

tới tấï *arriver*

tới tấï *suivant*

tờ tờœ *feuille (de papier)*

tờ báo tờ báo *journal*

tờ bạc giấy tờ bʌk zốeï *billet de banque*

trang điểm tchʌng diểm *maquillage*

trang sách tchʌng chếk *page*

trái bắp tchấï báp *maïs*

trái cà chua tchấï kà tyʊœ *tomate*

trái cam tchấï kʌm *orange (fruit)*

trái cây tchấï kœï *fruit*

trái chanh tchấï tyểng *citron vert*

trái khô tchấï khô *fruit sec*

trái ớt tchấï ớt *piment*

trái ớt ngọt tchấï ớt ngọt *poivron*

trái thận tchấï thọen *rein*

trái tim tchấï tim *cœur*

trà tchà *thé*

trả tchấ *payer*

trả lại tchấ lʌï *revenir*

trả lại tiền tchấ lʌï tiền *rembourser*

trạm kiểm soát tchʌm kiểm chouʌt *point de contrôle*

trạm xăng tchʌm sʌng *station-service*

trạm xe buýt tchʌm sê bouït *arrêt de bus*

trẻ tchế *jeune*

trẻ em tchế êm *enfants (terme générique)*

trên tchen *sur*

trên tàu tchen tàou *à bord (bateau)*

trễ tchế *en retard*

triều vua tchièou vouœ *dynastie*

triệu tchiệou *million*

trí óc tchí ók *esprit*

trong tchong *dans*

trong nhà tchong gnà *intérieur (d')*

trong vòng tchong vòng *en (temps)*

trò chơi tchò tyœï *jeu*

trò chơi điện toán tchò tyœï diện tóuʌn jeu vidéo

trọng lượng tchọng lượng *poids*

trọng tài tchọng tàï *arbitre*

trông nom tchông nom *garder (un enfant, un malade)*

trống tchống *vide*

trống rỗng tchống jỗng *vide* a

trồng tchồng *planter*

trộn tchộn *mélanger*

trời nắng tchờï náng *ensoleillé*

trợ cấp thất nghiệp tchợ kœ́p thœt nghiệp *allocation chômage*

trung tâm tchoung tœm *centre*

trung tâm buôn bán tchoung tœm bouôn bán *centre commercial*

trung tâm thành phố tchoung tœm thềnh fố *centre-ville*

trưng bày tchung bàï *exposer*

trước tchuœ́k *dernier (passé)*

trước đây tchuœ́k dœï *avant*

trường cao đẳng tchường kʌo dảng *établissement d'enseignement supérieur*

trường đại học tchường dại họk *université*

trường đua ngựa tchường douœ ngựœ *hippodrome*

trường học tchường họk *école*

trường trung học tchường tchoung họk *lycée*

trượt đá tchuợt dá *faire du patin à glace*

trượt sóng biển tchuợt chóng biển *surfer*

trượt tuyết tchuợt touiét *skier*

trước tchuœ́k *à l'avance*

trực tiếp tchụk tiếp *direct*

tuần touœ̀n *semaine*

tuần trăng mật touœ̀n tchang mặt *lune de miel*

tuổi touổí *âge*

tu viện tou viện *monastère*

tuyết touiét *neige*

tuyệt diệu touiệt ziệou *fantastique*

túi túí *poche*

túi cầm tay túí kằm taï *sac à main*

túi ngủ túí ngǒu *sac de couchage*

túi sách túí chék *sac*

túp lều trên núi toúp lèou tchen noúí *abri (de montagne)*

tù bình tòu bìng *prisonnier*

tủ khóa đựng hành lý tóu khoúʌ dùng hềng lí *consigne automatique*

tủ lạnh tóu lệng *réfrigérateur*

tủ nhà bếp tóu gnà bép *placard de cuisine*

tủ quần áo tóu kouœ̀n áo *armoire à linge*

tươi tuœï *frais*

tương lai tuơng laï *avenir*

tường tường *mur (intérieur)*

tự riêng tụ jiêng *privé*

tức giận túk zộn *être en colère*

từ tù *depuis • mot*

từ bên này sang bên kia tù ben nàï chʌng ben kiœ *en travers*

từ chối tù tyốí *refuser*

tử tế tủ té *gentil • sympathique*

tự do tụ zo *libre (sans contrainte)*

tự điển tụ diến *dictionnaire*

tự làm chủ tụ làm tyỏu *libéral (profession)*

tự phục vụ tụ fọuk vọu *self-service*

tỷ lệ hối đoái tỉ lệ hốï douáï *taux de change*

U

uống ouống *boire*

V

vai vaï *épaule*

vách đá vếch dá *falaise*

vách tường thành vếk tường thềng *remparts*

ván lướt sóng ván lưới chóng *planche de surf*

và và *et*

vàng vàng *or* n

vải vải *tissu*

vải lanh vải lênh *lin (tissu)*

văn phòng van fòng *bureau*

văn phòng đại lý du lịch van fòng đại lí zou lịk *agence de voyages*

văn phòng điện thoại van fòng diện thoại *centre téléphonique*

văn phòng hướng dẫn khách du lịch van fòng hướng zõen khếk zou lịk *office du tourisme*

vận động viên vọn động vien *sportif* n

vâng vâng *oui*

vật chỉ thị vọt tỷi thị *indicateur*

vé vé *billet*

vé chờ chỗ trống vé tyờ tyổ tchống *billet sans réservation*

vé khứ hồi vé khú hồi *billet aller-retour*

vé một chiều vé một tyiều *aller simple*

vé thượng hạn vé thượng hạn *billet en classe affaires*

vết bầm vét bằm *contusion (bleu)*

vết bỏng vét bỏng *brûlure*

vết bỏng giập vét bỏng zộp *ampoule (sur le corps)*

vết sưng vét chung *enflure*

vết viêm vét viem *inflammation*

về phía trước vè fíce tchuứk *à l'avant*

viêm viem *infection*

viêm bọng đái viem bọng đái *cystite (infection urinaire)*

viêm dạ dày ruột viem zạ zài juột *gastroentérite*

viêm kết mạc viem kết mạk *conjonctivite*

viên thuốc vien thuốk *pilule*

viết viết *écrire*

việc làm việk làm *travail*

việc nhà việk nhà *tâche ménagère*

việc tiêm thuốc việk tiem thuốk *injection*

viện bảo tàng viện bảo tàng *musée*

vi khuẩn vi khuẩn *virus*

vịnh vịng *baie*

vị trí vị tchí *emplacement*

vòi nước vòi nuứk *robinet*

vòng tránh thai vòng tchẳng thại *stérilet*

võ thuật võ thuật *arts martiaux*

vô địch vô dịk *championnat*

vô gia cư vô za ku *sans abri*

vô tội vô tội *innocent*

vội vàng vội vàng *hâtivement*

với vứi *avec*

vớ mặc váy vứ mạk vải *bas (vêtements)*

vớ quần vứ kouền *collant*

vở kịch vứ kịk *pièce (théâtre)*

vở kịch nhiều kỳ trên đài vứ kịk gniều kì tchen đài *feuilleton*

vợ vợ *femme (épouse)*

vợ đính hôn vợ ding hôn *fiancée*

vợt đánh banh vợt đếng bêng *raquette*

vua vouœ *roi*

vui đùa vouí đòuœ *amusant*

vui vẻ vouí vẻ *content*

vú vóu *sein (poitrine)*

vũ trụ võu tchụu *univers*

vụ giết người vụu zét người *meurtre*

vụ lợi dụng vọu lợi zụng *arnaque*

vụ nổ bom vọu nổ bom *attentat à la bombe*

vườn vuờn *jardin*

vườn bách thảo vườn bếk thảo *jardin botanique*

vườn bách thú vườn bếk thóu *zoo*

vườn trẻ vuờn tchẻ *jardin d'enfants*

X

xa sa *loin*

xa lộ sa lộ *autoroute*

xa lộ siêu tốc sa lộ chieou tốk *autoroute (à péage)*

xanh da trời sêng za tchời *bleu*

xa xăm sa sam *éloigné*

xà phòng sà fòng *savon*

xăng sang *essence*

xăng đan sang đan *sandale*

xây dựng sưi zụng *construire*

xấu sứeou *mauvais*

xe buýt sê bouít *bus*

xe cấp cứu sê kấp kúou *ambulance*

xe chở hàng sê tyở hàng *camion*
xe díp sê zíp *jeep*
xe đạp sê đạp *vélo • bicyclette*
xe đạp leo núi sê đạp lêo nú
 vélo tout-terrain
xe đẩy em bé sê đẩeï êm bê *poussette*
xe đẩy tay sê đẩeï taï *chariot*
xe điện ngầm xe điện ngầem *métro*
xe hàng sê hàng *camionnette*
xe hơi sê hơï *voiture*
xe lăn sê lan *chaise roulante*
xe lửa sê lửœ *train*
xe scooter sê skoutœ *scooter*
xe moóc cắm trại sê mók kám tchaï
 caravane
xe mini sê mini *minibus*
xe môtô sê môtô *moto*
xe ôm sê ôm *moto-taxi*
xe taxi sê ták si *taxi*
xe xích lô sê sík lô *cyclo-pousse*
xem sêm *regarder*
xét nghiệm mẫu máu sết nghiệm mõeou
 máou *analyse de sang*
xinh sing *joli*
xích sík *chaîne*

xích xe đạp sík sê đạp *chaîne de vélo*
xoa bóp soua bóp *massage*
xoi lở đất soï lửœ đớet *érosion (du sol)*
xu sou *centime*
xuất sắc souớet chák *excellent*
xung quanh soung kouêng *autour*
xuống souống *descendre*
xuống dốc souống zốk *en contrebas*
xương sưœng *os*
xương muối sưœng mouối *gelée*
xươn sườn sưœn chuờen *côte (corps humain)*
xưởng vẽ suởng vẽ *studio (art)*

Y

yên lặng ien lạng *calme*
yêu ieou *aimer (quelqu'un)*
yếu iéou *faible*
y học i học *médecine*
y sĩ chữa bệnh đau cột sống i chĩ tyũœ
 bẹng đaou kột chống *chiropracteur*
y tá i tá *infirmière*
ý kiến í kién *idée • opinion*

Pour voyager en V.O.

**Et la collection
"Petite conversation en"**
Allemand
Anglais
Espagnol
Italien

CATALOGUE LONELY PLANET EN FRANÇAIS

Guides de voyage

Afrique du Sud, Lesotho
  et Swaziland
Alsace, l'Essentiel
Amsterdam
Andalousie
Argentine
Asie centrale
Australie
Autriche
Bali et Lombok
Barcelone
Berlin
Bolivie
Brésil
Bretagne, l'Essentiel
Budapest
Californie, l'Essentiel
Cambodge
Canada, l'Essentiel
Canaries
Catalogne, Valence et Murcie
Chili et île de Pâques
Chine
Chypre
Colombie
Corée
Corse
Costa Rica
Côte d'Azur, l'Essentiel
Crète
Croatie
Cuba
Danemark
Écosse
Égypte
Équateur et îles Galápagos
Espagne, l'Essentiel
Espagne du Nord-Ouest
Est américain
États-Unis, l'Essentiel
Finlande
Florence et la Toscane
Floride
France, Sur la route
Grèce continentale
Guatemala
Îles grecques et Athènes
Inde, l'Essentiel
Inde du Nord
Inde du Sud
Indonésie
Irlande, l'Essentiel
Islande
Israël et les Territoires palestiniens
Istanbul
Italie
Italie du sud
Japon
Jordanie
Kenya
Lacs italiens
Languedoc-Roussillon
Laos
Londres
Madagascar
Majorque
Malaisie, Singapour et Brunei
Maldives
Malte et Gozo
Maroc
Maurice et Rodrigues
Mexique
Mongolie

Monténégro
Moscou
Munich, la Bavière
  et la Forêt Noire
Myanmar (Birmanie)
Namibie
Naples et la côte amalfitaine
Népal
New York
Normandie
Norvège
Norvège, Suède, Danemark,
  Finlande et îles Féroé
Nouvelle-Calédonie
Nouvelle-Zélande
Ouest américain
Ouest canadien et Ontario
Pays Baltes
Pays basque, France et Espagne
Pays de la Loire
Pays-Bas
Pays Basque, l'Essentiel
Pays de la Loire
Pérou
Philippines
Portugal
Pouilles
Prague
Provence, l'Essentiel
Québec
La Réunion
Rome
Roumanie et Bulgarie
Saint-Pétersbourg
Sardaigne
Savoie-Mont- Blanc, l'Essentiel
Sénégal
Seychelles
Sicile
Slovénie
Sri Lanka
Suède
Suisse, l'Essentiel
Tahiti et la Polynésie française
Tanzanie et Zanzibar
Thaïlande
Thaïlande, îles et plages
Tibet
Toscane
Transsibérien
Tunisie
Turquie
Turquie, Istanbul, Côte turque
  et Cappadoce
Ukraine
Vendée etCharente-Maritime,
  l'Essentiel
Venezuela
Venise
Vietnam

En quelques jours

Amsterdam
Athènes
Bangkok
Barcelone
Berlin
Bordeaux
Boston
Bruxelles, Bruges, Anvers
  et Gand
Buenos Aires
Copenhague
Cracovie

Dubaï
Dublin
Édimbourg
Florence
Guadeloupe
Hong Kong
Ibiza
Istanbul
Las Vegas
Les chemins de St-Jacques
Lille
Lisbonne
Londres
Los Angeles
Lyon
Madrid
Marrakech
Marseille
Martinique
Milan et les lacs italiens
Montréal et Québec
Nantes
New York
Oman
Paris
Pékin
Prague
Réunion
Reykjavik
Rome
Sainte-Lucie
San Francisco
Séville
Shanghai
Singapour
Stockholm
Strasbourg
Sydney
Tokyo
Toulouse
Valence
Venise
Vienne
Washington

Guides de conversation

Allemand
Anglais
Arabe marocain
Arabe égyptien
Croate
Espagnol
Espagnol latino-américain
Grec
Hébreu
Hindi, ourdou et bengali
Italien
Japonais
Mandarin
Néerlandais
Polonais
Portugais et brésilien
Russe
Thaï
Turc
Vietnamien

Petites conversations en

Allemand
Anglais
Espagnol
Italien